સફળતાનો માર્ગ

ROAD TO SUCCESS

NOW IN
GUJARATI

'થિન્ક એન્ડ ગ્રો રિચ'ના સિદ્ધાંતો આપના જીવનમાં સ્થાપિત કરો

ધ નેપોલિયન હિલ ફાઉન્ડેશન

નેપોલિયન હિલ

પરિચય - ડોન ગ્રીન

જયકો પબ્લિશિંગ હાઉસ

અમદાવાદ બેંગલોર ચેન્નાઇ
દિલ્હી હૈદરાબાદ કલકત્તા મુંબઇ

Published by Jaico Publishing House
A-2 Jash Chambers, 7-A Sir Phirozshah Mehta Road
Fort, Mumbai - 400 001
jaicopub@jaicobooks.com
www.jaicobooks.com

Published in arrangement with
The Napoleon Hill Foundation
1 College Avenue, Wise
Virginia 24293, USA

ROAD TO SUCCESS
સફળતાનો માર્ગ
ISBN 978-81-8495-897-3

અનુવાદ : સ્વાતિ વસાવડા

First Jaico Impression: 2016
Second Jaico Impression (New Cover): 2022

Printed by
Trinity Academy For Corporate Training Limited, Mumbai

અનુક્રમણિકા

પરિચય

ડોન ગ્રીન
એક્ઝિક્યુટીવ ડાયરેક્ટર
ધ નેપોલિયન હિલ ફાઉન્ડેશન

શું તમને ક્યારેય એ વાતનું આશ્ચર્ય થયું છે કે શા માટે સફળતા અમુક લોકો માટે શક્ય હોય છે, અને અન્યોથી સંતાતી ફરે છે ? નેપોલિયન હિલને તેમનાં બાળપણની શરૂઆતમાં આ પ્રશ્ન થયો હતો અને તેમણે આ યુગો પુરાણા પ્રશ્નની પાછળ પડવામાં તેમનો જીવનકાળ વિતાવી દીધો. શા માટે કેટલાક લોકો સફળ છે અને લાખો લોકો સફળ નથી તેનો જવાબ હિલે અગાઉ કોઈએ ક્યારેય નહોતો શોધ્યો તે રીતે શોધ્યો.

ઓલીવર નેપોલિયન હિલ ૧૮૮૩માં દક્ષિણ-પશ્ચિમ વર્જીનીયાના અંતરીયાળ પહાડોમાં જનમ્યા હતા. તેમનાં શરૂઆતનાં જીવનમાં એવું કંઈ જ નહોતું દેખાયું જે હિલ સફળ વ્યક્તિ બને તેવું ભાખી શકે. એક લાકડાંની કેબીનમાં જન્મેલા તેમણે એક વખત કહ્યું, "ત્રણ પેઢીઓથી મારા લોકો અજ્ઞાનમાં તથા ગરીબાઈમાં જનમ્યા, જીવ્યા હતા તથા તેમણે સંઘર્ષ કર્યો હતો અને તે વિભાગના પર્વતોની બહાર આવ્યા વગર જ તેઓ મૃત્યુ પામ્યા હતા."

પૂર્વનાં મોટાં શહેરોની સરખામણીએ જીવન ઘણું જ પછાત હતું. મૃત્યુ દર ઘણો ઊંચો હતો અને અપેક્ષાકૃત જીવન ટૂંકું હતું. વર્જીનીયાના ઘણા ગ્રામ્ય લોકો મોટેભાગે કુપોષણને કારણે કાયમી આરોગ્ય સમસ્યાઓથી પીડાતા હતા.

કોઈ મોટા પ્રમાણમાં સફળતાની અપેક્ષા કરવાનાં ઘણા ઓછાં દેખીતાં કારણ સાથે ૧૦ વર્ષની નાની ઉંમરે હિલે તેની માતાને ગુમાવી, જેની ઉંમર તેનાં મૃત્યુ સમયે માત્ર ૨૬ વર્ષની હતી. એક વર્ષ પછી નેપોલિયનના પિતાએ પુનર્લગ્ન કર્યાં, જે આ નાનકડા છોકરાની જીંદગી બદલનાર બિંદુ હતું. નેપોલિયનની સાવકી માતા માર્થા રામે બેનર એક શિક્ષિત મહિલા હતી, જે એક શાળાના આચાર્યની વિધવા તથા એક ડૉક્ટરની પુત્રી હતી. હિલની નવી માતાએ તેનામાં એવી સંભાવના જોઈ જેની અન્ય કોઈને કદર હોય તેવું દેખાતું ન હતું. નાની ઉંમરમાં એક ગનના બદલામાં એક ટાઇપરાઇટર લેવામાં આવ્યું અને નેપોલિયનની સાવકી માતાએ તેનો ઉપયોગ કરતાં શીખવ્યું. પંદર વર્ષની ઉંમરથી

સમાચારો ટાઈપ કરવા માટે હિલ વડે તે ટાઈપરાઈટરનો ઉપયોગ કરાયો અને તે તેનાં સમગ્ર જીવન દરમિયાન અમુલ્ય સાબિત થયું.

આખાં રાજ્યમાં મોટાં ગામો અને શહેરો સિવાય શાળાઓ ખરાબ હાલતમાં હતી. પર્વતિય પ્રદેશમાં શાળાઓ વર્ષના માત્ર ચાર મહિના જ ખુલ્લી રહેતી અને હાજરી પૂરાવવાની જરૂર ન હતી.

સમગ્ર રાજ્યમાં માત્ર એક સો જેટલી જ હાઈસ્કુલો હતી અને મોટાભાગની બે થી ત્રણ વર્ષનો અભ્યાસક્રમ આપતી હતી. હિલના જન્મ પછી વીસ વર્ષે આખાં વર્જીનીયામાં ચાર વર્ષના અભ્યાસક્રમવાળી માત્ર ૧૦ જ હાઈસ્કુલ હતી. આવી પાશ્વભૂમાંથી જો તે છટકી શકે અને એવી સફળ વ્યક્તિ બની શકે જે દુનિયાના બધા ભાગોમાં લાખો લોકો પર પ્રભાવ પાડી શકે તો તે નોંધનીય બને.

હિલ ઘણી વાર તેમના લેખો, પુસ્તકો તથા ભાષણોમાં તેમનાં શરૂઆતનાં બાળપણની વાત કરતા. તેમનાં બાળપણની તાજી કરાતી દરેક યાદ મોટેભાગે નકારાત્મક હતી અને એમાં કંઈ આશ્ચર્ય નથી કે તેઓ તેમની સમગ્ર કારકીર્દિ દરમિયાન તેમની રંકથી રાય બનવાની ઘટના સાથે જોડાયેલા રહ્યા.

વર્જીનીયાનાં વાઈસમાં હાઈસ્કુલમાં બે વર્ષનો કોર્સ પૂરો કરીને હિલ પોતાની જાતને એક એક્ઝિક્યુટીવ તરીકે જોવા લાગ્યા. નજીકનાં તાઝેવેલમાં એક બિઝનેસ કોલેજમાં પ્રવેશ મેળવીને તેમણે સેક્રેટરી તરીકે નોકરી માટેની તૈયારી કરાવતો અભ્યાસક્રમ લીધો, જે તેમને વ્યાપારની દુનિયા માટે તૈયાર થવામાં મદદ કરે.

હિલે દક્ષિણ પશ્ચિમ વર્જીનીયાના પહાડોમાં રહેતા સૌથી સફળ વ્યક્તિઓ પૈકીના એક સાથે નોકરી કરવા માટે અરજી કરી. તેઓ કહે છે કે તેમણે અજમાયશ સમયગાળા દરમિયાન એ નોકરી માટે પોતે નોકરી આપનારને પૈસા ચૂકવવાની દરખાસ્ત કરી હતી.

સૌથી ધનિક તથા સૌથી સફળ વ્યક્તિઓ પૈકીના એક જનરલ રુફુસ આયરેસ નેપોલિયનના નવા નોકરીદાતા બનવાના હતા.

ગરીબાઈ અને અજ્ઞાનથી વિંટળાયેલી પાશ્વભૂવાળા નેપોલિયન હિલ શા માટે જનરલ આયરેસ માટે કામ કરવા ગયા તે સમજી શકાય તેવું છે.

હિલે બિઝનેસ કોલેજનો અભ્યાસક્રમ પૂરો કરી લીધો પછી તેમણે આયરેસને લખ્યું : "મેં હમણાં જ બિઝનેસ કોર્સ પૂરો કર્યો છે અને તમારા સેક્રેટરી તરીકે

સેવા આપવા માટે હું સારી રીતે લાયક છું. હું આ હોદ્દો મેળવવા ઘણો આતુર છું.”

મારી પાસે અગાઉનો કોઈ અનુભવ ન હોવાથી હું જાણું છું કે શરૂઆતમાં તમારે માટે કામ કરવું તે તમારા કરતાં મારા માટે વધારે મુલ્યવાન બનશે. આ કારણસર, હું તમારી સાથે કામ કરવાની તક મેળવવા બદલ તમને નાણાં ચૂકવવા તૈયાર છું.

“તમે તમને જે યોગ્ય લાગે તેવી કોઈ પણ રકમ લઈ શકો છો, જો ત્રણ મહિના પછી એ જ રકમ મારો પગાર બનવાની હોય તો. તમને હું જે રકમ ચૂકવવાનો છું તે હું જ્યારે પૈસા કમાવા લાગું ત્યારે તમે મને જે પગાર ચૂકવો તેમાંથી કાપી લઈ શકાય.”

આયરેસે યુવાન નેપોલિયનને કામે રાખી લીધા, જે વહેલા આવતા, મોડે સુધી રોકાતા અને વળતર “વધારાનો એક માઇલ જવા માટે”, અપાતું હતું તેના કરતાં વધારે સેવા આપવા માટે હંમેશાં વધારાનું કામ કરતાં. વધારાનું કામ કરવું તે હિલનો સફળતા માટેનો સિધ્ધાંત બની જવાનો હતો.

આયરેસની પાશ્વભૂ એવી હતી જે હિલે જ્યારે તેમનો સફળ વ્યક્તિઓનો અભ્યાસ શરૂ કર્યો, જે તેમની બંનેની સફળતા તરફ લઈ ગયો, તેમાં તેમને ઘણી મદદ કરી શકે. આયરેસ જ્યારે યુવાન હતા ત્યારે તેમણે સીવીલવોરમાં કોન્ફેડરેટ આર્મીમાં સેવા આપી હતી. યુદ્ધ પછી, આયરેસે મર્કેન્ટાઇલ સ્ટોરમાં કામ કર્યું અને કાયદા વિશે વાંચ્યું જ્યાં તેઓ વર્જીનીયા રાજ્ય માટે એટર્ની જનરલ તરીકે સેવા આપનાર ઘણા જ સફળ વકીલ બન્યા. એક સફળ બિઝનેસમેન એવા તેમણે બેંકો શરૂ કરવામાં, કોલસાની ખાણો ચલાવવામાં તથા અન્ય વેપાર સાહસોમાં મદદ કરી. હિલને આયરેસ પાસેથી જ કાયદાની શાળામાં જવાનો તથા એટર્ની બનવાનો વિચાર આવ્યો.

હિલે તેના ભાઈ વિવિયનને ગળે ઉતાર્યું કે પોતે એક વાર જ્યોર્જટાઉન યુનિવર્સિટીમાં સ્વીકારાઈ જાય પછી તેઓ તેમના લખાણ તરફના જુસ્સાનો ઉપયોગ કરી શકશે અને તેમના બંનેનો કોલેજનો બધો ખર્ચ ઉપાડી શકશે.

હિલે એકઠી કરેલી માહિતી, તેમને અનંત સિધ્ધીઓ પરની તેમની શોધ પર લખવા તથા વકતવ્ય આપવાની જિંદગી તરફ દોરી જવાની હતી. હિલે એકઠી કરેલી માહિતીઓએ ૧૯૨૮માં પ્રકાશિત થયેલ *લૉ ઑફ સક્સેસ* ના આઠ ગ્રંથો તથા ૧૯૩૭માં પ્રકાશિત *‘ગ્રો રીચ’* માટેનું પાયાનું માળખું પૂરું પાડ્યું. આ બધાં પુસ્તકો સ્વ મદદ માટેનાં સર્વકાલીન સૌથી વેચાણપાત્ર પુસ્તકો છે.

તમે વાંચવા જઈ રહ્યા છો તે પુસ્તક તમને હિલે તેમનું સફળતા પરનું પુસ્તક પ્રકાશિત કર્યું તેના પહેલાં તેમણે લખેલ મુલ્યવાન લખાણો પૂરાં પાડશે. એ યાદ રાખો કે હિલે ૧૯૦૮માં એન્ડ્રુ કાર્નેગીને ઇન્ટરવ્યુ લીધો હતો, પરંતુ વીસ વર્ષ પહેલાં તેમણે પોતાનું પ્રથમ પુસ્તક પ્રકાશિત કર્યું હતું.

આ વીસ વર્ષો દરમિયાન, હિલ સિધ્ધાંતો વિશે લખતા હતા, બોલતા હતા અને વર્ગોમાં શીખવતા હતા, અને તેમનાં પોતાનાં મેગેઝિનનું પ્રકાશન કરતા હતા. હિલે 'નેપોલિયન હિલ્સ મેગેઝિન' તથા 'નેપોલિયન હિલ્સ ગોલ્ડન રૂલ મેગેઝિન'નું પ્રકાશન કર્યું. આ મેગેઝિનમાં લખાયેલ લેખો વડે તમારા હાથમાં છે તે પુસ્તક બનેલું છે અને હિલનાં શરૂઆતનાં લખાણો તમને મુલ્યવાન દૃષ્ટિ આપશે. તમે હિલનાં પ્રખ્યાત લખાણોના વાચક હો કે હિલનાં લખાણોને પ્રથમ વખત વાંચતા હો, તમે મુલ્યવાન આંતરસૂઝ મેળવશો જે તમારાં જીવનમાં મદદરૂપ થશે.

હિલે બોબ ટેલરનાં મેગેઝિનમાં નોકરી લીધી. તે વર્ષ ૧૯૦૮નું હતું, જેમાં હિલને એન્ડ્રુ કાર્નેગીના ૬૪ રૂમના મહાલયમાં તેનો ઇન્ટરવ્યુ લેવા માટે ન્યુયોર્ક મોકલવામાં આવ્યા. કાર્નેગી ઘણાં ઓછા શાળાકીય શિક્ષણ સાથે એક યુવાન તરીકે યુનાઇટેડ સ્ટેટ્સ આવ્યા હતા. કઠોર પરિશ્રમ તથા રોકાણો દ્વારા કાર્નેગી નાની ઉંમરે જ લાખોપતિ બની ગયા. જ્યારે નેપોલિયન હિલે ઇન્ટરવ્યુ લીધો ત્યારે યુએસ સ્ટીલના સ્થાપક તરીકે કાર્નેગી ૭૪ વર્ષના હતા. કાર્નેગીએ ૧૯૧૯માં તેમનાં મૃત્યુ સુધીમાં યુએસ સ્ટીલનાં તેમનાં વેચાણમાંથી ૩૫૦૦ લાખ ડોલર્સ આપી દીધા હતા.

કાર્નેગીએ હિલ સાથે સિધ્ધીના સિધ્ધાંતો વિશે વાત કરી. વાત પૂરી થઈ તે પહેલાં, કાર્નેગીએ તેમને મહાન નેતાઓનાં જીવનનો અભ્યાસ કરવાનો તથા તેમનો ઇન્ટરવ્યુ લેવાનો પડકાર આપ્યો. છેવટે તેમણે જે માહિતી મેળવી તેનો ઉપયોગ લોકો પોતાની જાતને મદદ કરી શકે અને તેમનાં સ્વપ્નો સમજી શકે તેમાં મદદ કરવા માટે સિધ્ધાંતોના ગણ તરીકે પુસ્તકમાં સમાવેશ કર્યો.

કાર્નેગીએ હિલને તે સમયના નેતાઓ, જેવા કે જહોન ડી.રોકફેલર, થોમસ એડીસન, હેન્રી ફોર્ડ, જ્યોર્જ ઇસ્ટમેન તથા અન્યો વિશે પરિચયથી સજ્જ કર્યા. આખી દુનિયામાં હિલનાં લખાણો શા માટે લોકપ્રિય છે અને ઇતિહાસમાં કોઈએ નથી કરી તેટલી સ્વ મદદ ચળવળને શા માટે પ્રભાવિત કરી છે તે તમે આ પુસ્તકમાં જોશો.

આમુખ

નેપોલિયન હિલ ફાઉન્ડેશન વડે

એ ૧૯૦૮ની સાલ હતી જ્યારે યુવા લેખક નેપોલિયન હિલે યુ.એસ. સ્ટીલના સ્થાપક એન્ડ્રુ કાર્નેગીનો ઇન્ટરવ્યુ લીધો અને સફળ વ્યક્તિઓનો અભ્યાસ કરવાની તેમની દરખાસ્ત સ્વીકારી. કાર્નેગીએ હિલને કહ્યું કે, "સફળતાની ફિલોસોફી અન્યોને સફળ થવામાં મદદ કરશે." હિલે સફળતાની ફિલોસોફી વિકસાવવા તથા શીખવવા માટેનું વીસ વર્ષ માટે સોંપાયેલ કાર્ય ખુશીથી સ્વીકારી લીધું. હિલે તેમનાં એક વક્તવ્યમાં કહ્યું કે જ્યારે કાર્નેગીએ સફળતાનાં તત્વજ્ઞાનની વાત કરી ત્યારે તેઓ 'ફિલોસોફી' શબ્દનો અર્થ શું થાય તે જોવા માટે પુસ્તકાલયમાં ગયા હતા.

૧૯૧૦માં જ્યારે તેઓ વોશિંગ્ટન ડી.સી.માં રહેતા હતા ત્યારે તેમને ફોર્ડ મોટર કંપનીના સ્થાપક હેન્રી ફોર્ડનો ઇન્ટરવ્યુ લેવા માટે ડ્રેટ્રોઇટ જવાનું કામ સોંપાયું. આ કંપનીએ જથ્થાબંધ ઉત્પાદન શરૂ કર્યું હતું અને નોકરીયાતો માટે ફોર્ડ કારને પોસાય તેવી બનાવી હતી.

જ્યારે હિલ ઇન્ટરવ્યુમાં ફોર્ડનું વેચાણ વધારી રહ્યા હતા ત્યારે ફોર્ડ હિલને ફોર્ડ ઓટોમાઇલ વેચવામાં વ્યસ્ત હતા. હિલ એ કાર માટે એટલા બધા વેચાઈ ગયા કે તેમણે ઘરે હંકારી જવા માટે ૫૭૫ ડોલર્સની એક ફોર્ડ કાર ખરીદી લીધી, જેના પૈસા મોટેભાગે તેમની નવવધૂ પાસેથી આવવાના હતા જેનાં પશ્ચિમ વર્જીનીયાનાં ધનિક માતાપિતાએ તેને લગ્ન માટે મંજૂરી આપી દીધી હતી.

તેમના ઇન્ટરવ્યુમાંથી વોશિંગ્ટન પાછા ફરતાં, હિલે લોકોને કાર કેમ વેચવી તે શીખવવા માટે ઓટોમોબાઇલ કોલેજ ઑફ વોશિંગ્ટનની સ્થાપના કરી.

તેમના સમગ્ર જીવનકાળ દરમિયાન, હિલને વાહનો માટે પ્રેમ રહ્યો. એક ગ્રામ્ય પ્રદેશ, જ્યાં બહુ ઓછા લોકોને કાર પોસાઈ શકતી હતી ત્યાં ઉછરેલા હિલ તથા મોટાભાગનાં લોકો માટે કાર-વાહન એ સ્પષ્ટપણે સમૃદ્ધિની નિશાની હતી જ્યારે તેમનાં પ્રથમ પુસ્તકો પ્રકાશિત થયા ત્યારે તેમણે રોલ્સ રોયસ કાર માટે ૨૫૦૦૦ ડોલર્સ ચૂકવ્યા, જે તે સમયે ઘણી મોટી રકમ હતી.

વાહનો તેમજ હિલ જ્યારે કિશોરવયના હતા ત્યારે શરૂ થયેલ લેખક બનવાની ઈચ્છાથી મુગ્ધ એવા તેમણે લખેલા લેખોમાં વાહનોના ઉપયોગ વિશેનું લખાણ સ્વાભાવિક લાગે છે.

હિલના જીવનચરિત્ર *અ લાઈફટાઈમ ઑફ રીચીસ* માં લેખકે લખ્યું કે "સામાન્ય અથવા ગરીબ સ્થિતિમાં" જન્મેલા અન્ય લાખો અમેરિકનોની જેમ "વીજળીના ગોળા, ફોટોગ્રાફ્સ તથા અન્ય સેંકડો શોધના શોધક થોમસ એડીસન; એડીસનની જેમ જ ઘણું ઓછું ઔપચારિક શિક્ષણ મેળવનાર યુ.એસ. સ્ટીલના સ્થાપક એન્ડ્રુ કાર્નેગી; ફોર્ડ મોટર કંપનીના સ્થાપક હેન્રી ફોર્ડ તથા અન્ય જથ્થાબંધ સ્વબળે ઊભા થયેલા લોકો માટે માન થવાનું જ હતું. જેમની તે લગભગ પૂજવાની કક્ષાનાં ઝનુનથી પ્રશંસા કરતા હતા. તેઓ જ્યારે અન્યો નિષ્ફળ જાય ત્યારે પણ સફળ થનાર લોકો વિશેના રસથી ઓતપ્રોત રહેતા. હિલે અન્ય અનેક લોકોની જેમ આ મહાન લોકોની પાસેથી તેમને આ અકલપ્ય સિધ્ધી મેળવી આપનાર ડહાપણ મેળવવા માટે તેમને મળવાનું સ્વપ્ન જોયું હતું.

પરંતુ મોટાભાગના અન્ય પ્રશંસકોથી વિરુધ્ધ નેપોલિયન હિલનાં ભાગ્યમાં તેમનાં સ્વપ્નો પૂરાં થવાનું લખેલું હતું. તેઓ અમેરિકાના સૌથી મહાન લોકોને માત્ર મળવાના જ ન હતા, પરંતુ તેઓ તેમનું સમગ્ર જીવન તેમની સફળતાનાં રહસ્યો એકઠા કરવામાં તથા તેમને દુનિયા સુધી પહોંચાડવામાં ગાળવાના હતા.

હિલે પંદર લેખોની શ્રેણી લખી જેને *બીલબોર્ડસ ઓન ધ રોડ ટુ સક્સેસ* એવું શિર્ષક આપ્યું. *નેપોલિયન હિલ્સ રોડ ટુ સક્સેસ* (નેપોલિયન હિલનો સફળતાનો માર્ગ) માંના લેખો તેમણે તેમનાં જૂનાં ટાઈપરાઈટર પર જેમ ટાઈપ કર્યા હતા, બરાબર તેમના તેમજ છે, નેવું કરતાં પણ વધારે વર્ષો પહેલાં લખાયેલ લેખો હિલે તે લખ્યા ત્યારે હતા તેટલા જ આજે પણ સુસંગત છે.

૧

સફળતા નો માર્ગ

૧૫ નિશાનીઓ

નિશાની ૧

જીવનમાં નિશ્ચિત હેતુ તરીકે ઇચ્છા

તમે જીવનમાં સફળ થવા ઇચ્છો છો !

તમારે એક ઘર અને બેંકમાં થોડા પૈસા મુકેલા હોય તેવું જોઈએ છે. કદાચ તમારે તમારું પોતાનું એક નાનું વાહન અને તમે કામમાં જ્યારે વ્યસ્ત ન હોવ ત્યારે માણી શકો તેવી થોડી સગવડો પણ જોઈએ છે.

તમારે માટે આ પ્રકરણમાં દર્શાવાયેલ છે અને પછીથી જે સંદેશાઓ દર્શાવવામાં આવનાર છે તે મુજબ જો તમે સફળતાના માર્ગને અનુસરશો તો તમને આ બધું અને કદાચ ઘણું વધારે પણ મળશે.

સફળતા તરફ લઈ જતો માર્ગ શોધાઈ ચૂક્યો છે. તેના વિશે મોજણી થઈ ગઈ છે અને આખા રસ્તે નિશાનીઓ મૂકાઈ ગઈ છે. આ નિશાનીઓ તમારે શું કરવાનું છે તે કહેશે. આવી પંદર નિશાનીઓ છે અને જો તમે આ સંદેશાઓ વાંચશો અને તેઓ જેમ કહે છે તે મુજબ કરશો, તો કોઈ વસ્તુ તમને સફળ થતા અટકાવી નહીં શકે.

આ પંદર નિશાનીઓ એક માણસ વડે વિચારાઈ હતી. જે હવે ખૂબ જ સફળ વ્યક્તિ છે. તેની પાસે પોતાનું ઘર છે. તેની પોતાની કાર છે. તેની પાસે ખાસ્સો તગડો બેંક એકાઉન્ટ છે. તેને એક પત્ની છે અને કેટલાંક સુખી બાળકો છે. તે પોતે સફળ તથા સુખી છે. તેને મદદ કરનાર કોઈ ન હતું અને તમારી પાસે નથી તેવી કોઈ સગવડો પણ ન હતી, આથી તેણે ટૂંક સમય પહેલાં જ એક કોલસાની ખાણમાં એક નમ્ર શ્રમિક તરીકે કામ શરૂ કર્યું.

આ માણસ સફળ થયો, જેવી રીતે સફળતાના માર્ગ પરની આ પંદર નિશાનીઓ જોઈને હવે તમે સફળ થવાના છો.

આ નિશાનીઓમાંથી પ્રથમ છે :

જીવનમાં એક નિશ્ચિત ધ્યેય !

આવતી કાલનો સૂરજ ડૂબે તે પહેલાં તમારા જીવનનું *તમારું નિશ્ચિત* ધ્યેય

શું બનવાનું છે તે તમારે નક્કી કરી લેવું જોઈએ. તમે નક્કી કરી લો પછી તમારે સ્પષ્ટ, સાદા શબ્દોમાં તમારું નિશ્ચિત ધ્યેય લખી લેવું જોઈએ. તમારે તેને એટલું સ્પષ્ટતાપૂર્વક વર્ણવવું જોઈએ કે તમારું તેના વિશેનું વર્ણન વાંચીને કોઈ પણ તે શું છે તે જાણી શકે.

તમારે તમારું નિશ્ચિત ધ્યેય આ રીતે વર્ણવવું જોઈએ :

ઉ.ત. ધારે કે તમારું ધ્યેય એક ઘરના, એક કારના, એક સારાં બેંક ખાતાંના માલિક બનવાનું તથા તમને આરામ તથા મોજમજા માટે સમય આપે તેવી પૂરતી આવક હોવાનું છે; તો તમે આ શબ્દોમાં તમારું ધ્યેય લખી લેશો :

"જીવનમાં મારું નિશ્ચિત ધ્યેય એક ઘર, એક કાર અને એક સારો બેંક એકાઉન્ટ ધરાવવાનું તથા મને આરામ તથા મોજમજા - આનંદ પ્રમોદ માટે સમય કાઢવા દે તેવી પૂરતી આવક હોવાનું છે. જીવનના આ આનંદોના બદલામાં, હું મારા વડે શક્ય હશે તેટલી ઉત્તમ સેવા આપીશ અને હું મારી જાતનું એવી રીતે સંચાલન કરીશ કે મારી સેવાઓ ખરીદનારાઓ હું તેમને જે આપીશ તેનાથી સંતુષ્ટ થશે. મને નોકરીએ રાખનાર મારી સેવાથી હંમેશાં સંતુષ્ટ રહે તેની ખાતરી માટે હું ગમે તેટલો પગાર મેળવતો હોઉં તે છતાં હંમેશાં મારું શ્રેષ્ઠ આપવાનો પ્રયત્ન કરીશ, કારણ કે મારી સામાન્ય બુદ્ધિ મને કહે છે કે આ આદત મને સૌથી ઇચ્છનીય કર્મચારી બનાવશે અને હું આપું છું તેવાં પ્રકારની સેવા માટે અપાતી સૌથી ઉચ્ચ કિંમત મને મેળવી આપશે. આ નિશ્ચિત ધ્યેય નીચે હું મારી સહી કરીશ અને સતત ૧૨ રાત્રી સુધી દરરોજ રાત્રે સૂવા જતાં પહેલાં હું તે વારંવાર વાંચીશ."

(સહી)......................................

મનોવૈજ્ઞાનિકોનો દાવો છે કે કોઈ પણ વ્યક્તિ, જે તેનું નિશ્ચિત ધ્યેય ઉપર મુજબના શબ્દોમાં લખી લે છે અને બાર રાત્રીઓ સુધી દર રાત્રીએ શ્રધ્ધાપૂર્વક તેને વાંચી જવાની ટેવ પાડે છે, તે ચોક્કસ તેનાં ધ્યેયને પરિપૂર્ણ થતું જોશે.

એ યાદ રાખો કે આ નિશ્ચિત ધ્યેય એ સફળતાના માર્ગ પરનું પ્રથમ સોપાન છે અને એ પણ યાદ રાખો કે જેણે આ નિશાનીઓને નામ આપ્યાં છે તે માણસે કોલસાની ખાણમાં એક નમ્ર શ્રમિક તરીકે શરૂઆત કરી હતી. તેની પાસે લગભગ

શિક્ષણ હતું જ નહીં અને તે ઝડપથી સફળતાની સીડી ચડી ગયો હતો. આ સંદેશમાં દર્શાવેલ દિશા નિર્દેશને જો તમે અનુસરશો તો તમે પણ તેમજ કરશો.

તમે તમારું નિશ્ચિત ધ્યેય લખી લો લગભગ તે જ દિવસથી તમને ખ્યાલ આવશે કે વસ્તુઓ તમારી તરફેણમાં થવી શરૂ થઈ ગઈ છે. તમે જોશો કે તમારો સાથી કાર્યકર તમારાથી વધારે જાગૃત હશે. તમે જોશો કે તમારા માલિક તમારાં કામને ધ્યાન પર લેશે અને તમે અગાઉ ન જોયું હોય તેવાં સ્મિતપૂર્વક તમારું અભિવાદન કરશે. અદશ્ય બળો તમારી મદદે આવી પહોંચશે અને જાણે મૈત્રીપૂર્ણ લોકોનું એક દળ છાનુંમાનું તમને અનુસરતું હોય અને તમે જે કાંઈ પણ કરો તેમાં તમને મદદ કરતું હોય તેમ તમે સફળતા તરફ ઘસડાવા લાગશો.

તમે એ પણ જોશો કે તમે તમારા સાથી કાર્યકરો તથા માલિક તરફ વધારે મૈત્રીપૂર્ણ થયા છો. તમારા બધા મિત્રો તરફ તમે વધારે ધૈર્યવાન થશો અને તેઓ તમને વધારે ન વધારે પસંદ કરવા લાગશે અને છેવટે તમારે કોઈ દુશ્મન રહેશે જ નહીં. બધા જ તમારા તરફ મૈત્રીપૂર્ણ થવા લાગશે અને આ મિત્રો તમને સફળતા પ્રાપ્ત કરવામાં મદદ કરશે.

જેણે આ આયોજન અજમાવી જોયું છે અને તે સફળ થાય છે તેમ જોયું છે તેવી એક વ્યક્તિનું આ વચન છે !

તે તમારી સાથે પણ એવી રીતે જ કામ કરશે કે કેમ તે વિશે પ્રશ્ન ન કરશો. આમાં તથા હવે પછી થનારા અહેવાલોમાં અપાયેલી સૂચનાઓને અનુસરો અને આ અહેવાલો તમારા હાથમાં આવે તે દિવસથી એક વર્ષની અંદર તમને ઓળખે છે તે લોકો તમારાં વ્યક્તિત્વ તરફ આકર્ષાશે અને તમે પોતે તમારી જાતને એક એવી આકર્ષક વ્યક્તિ થયેલી જોશો જેમને બધાં પસંદ કરે છે. તમે એ પણ જોશો કે તમને ઓળખે છે તે બધા તમારા માર્ગમાં તક બીછાવવા નીકળી પડશે, કારણ કે તેઓ તમને પસંદ કરે છે.

તમારી પ્રબળ ઇચ્છા વડે
તમારી દુનિયા નક્કી થાય છે.

આ એક છૂપું રહસ્ય છે જે અભાનપણે એકાગ્રતા નક્કી કરે છે. "માણસ પોતાનાં હૃદયમાં જેવું વિચારે છે તેવો જ તે છે." "તેનાં હૃદયમાં" અથવા હેમ્લેટે એક વખત તેનાં "હૃદયોનાં હૃદય"માં કહ્યું છે તે વાક્યાંશને ધ્યાન પર

લો. હિબ્રુ લેખકો, જેમણે તેમના ગ્રંથોમાં "હૃદય" શબ્દનો ઉપયોગ માણસના લાગણીશીલ સ્વભાવનાં ચિન્હ તરીકે કર્યો છે, તેઓ કદાચ આધુનિક માનસશાસ્ત્રથી તદ્દન અજ્ઞાત હશે. જહોન હર્મન રેન્ડોલ તેમનાં "કલ્ચર ઑફ પર્સનાલીટી"માં મૂકે છે તેમ તેમણે એ મહાન મનોવૈજ્ઞાનિક સત્ય સ્વીકારી, પકડી લીધું છે કે બધા વિચારો મૂળભૂત લાગણીઓ અથવા ભાવનાઓમાંથી ફૂટી નીકળે છે. ઉદ્દેશોની આત્મભાનવાળી એકતા, લાગણી તથા ઇચ્છા તરીકે ધ્યાનમાં લેવાતું વ્યક્તિત્વ એક રચનાત્મક પ્રક્રિયામાં સ્વઅભિવ્યક્તિ જુએ છે જે સૌ પહેલાં આવેગ અથવા લાગણી તરીકે શરૂ થાય છે, વિચારો તરફ મોકલાય છે અને ઇચ્છાની ક્રિયામાં પોતાને પૂરું કરે છે. છેલ્લાં વિશ્લેષણમાં આપણી પ્રબળ ઇચ્છા વડે આપણી દુનિયા નક્કી થાય છે. વ્યક્તિત્વ એ ઇચ્છાનો વિકાસ છે.

માણસની પ્રબળ ઇચ્છા જેવી હોય, પછી તેનાં વ્યક્તિત્વનું જગત તેવું જ બને છે. અથવા તેને માત્ર આમ મુકો; માણસની પ્રબળ ઇચ્છા જેવી હોય તેવો જ તે બને છે. બધા માણસો ઇચ્છાની રીતે પ્રાર્થના કરે છે. પ્રોડીગલની પ્રબળ ઇચ્છા હતી. "મને મારો ભાગ આપો." પીયરીએ કહ્યું કે ચોવીસ વર્ષે સુધી, સૂતાં કે જાગતાં, ઉત્તર ધ્રુવ શોધવો તે તેના જીવનનો એક માત્ર હેતુ અથવા સ્વપ્ન હતું. એડીસન અને પ્રકાશનો ઝળહળાટ, સ્ટીવન્સન અને લોકોમોટીવ, ફલ્ટોન અને સ્ટીમબોટ, નેપોલિયન અને યુરોપ પર પ્રભુત્વ, જોન દ આર્ક અને ફ્રાન્સનું સાલ્વેશન, પાઉલ અને ખ્રિસ્તીધર્મનો પ્રસાર એ બધું જ પ્રબળ, બધાં પર નિયંત્રણ કરતી ઇચ્છાના પ્રત્યુત્તરરૂપે હતું. આવી પ્રાર્થનાઓ, તે સાચી હોય કે ખોટી, પરંતુ પ્રાર્થના તમારી પાસે જ પાછી આવે છે. આ બાબત આપણને આપણી પ્રબળ ઇચ્છાને શુદ્ધ અને નિઃસ્વાર્થ તથા ઇશ્વરની ઇચ્છા સાથે સુસંગત રાખવાની ચેતવણી આપે છે.

એક માણસની ચોક્કસ ઇચ્છાઓને જાણો તો તે કેવો બનશે તે વિશે તમે તેના ગ્રહો નક્કી કરી શકો. એક માણસ તેની દીવાલ પર કેવાં ચિત્રો લટકાવે છે. તેનાં પુસ્તકાલયમાં કેવાં પુસ્તકો છે, તે કેવાં પિક્ચરો જુએ છે, કેવા મિત્રોમાં ઉઠે બેસે છે તે મને દેખાડો અને તેની કલ્પનાની આ દીવાલો, તે તેનાં હૃદય પર અંકિત કરે છે તે શબ્દોને પ્રકાર, તે તેનાં સ્વપ્નોમાં કેવા પ્રકારનું આદાન-પ્રદાન કરે છે તે તથા તેનાં અર્ધચેતન મન પર નિયંત્રણ કરતા વિચારોની દુનિયા માટે તે કેવા પ્રકારની પ્રાર્થનાઓ કરે છે તે હું તમને કહીશ.

જો તમારી દુનિયા તમારી પ્રબળ ઇચ્છા વડે નિશ્ચિત થતી હોય તો એક

સુંદર દુનિયા સર્જવાની એક માત્ર રીત છે - વિચારવું. રાલ્ફ વાલ્ડો ટ્રાઇન તેને "અનંત સાથેના સુમેળમાં" વિચારવું કહે છે અને મહાન કેપ્લરે તેને "તેની પાછળ ઈશ્વરના વિચારો છે" તેમ કહ્યું છે, જ્યારે માસ્ટર પોતે જેને દૈવી ઇચ્છા સાથે સંવાદિતા "તેની ઇચ્છા મુજબ થશે" તેમ કહે છે.

આમ કરવાની માત્ર એક જ રીત છે. તમારે ઈશ્વરની હાજરીનો મહાવરો કરવો જોઈએ. માસ્ટરે જ્યારે આ રીત આપી કે, "કબાટમાં પ્રવેશો, દરવાજો બંધ કરી દો, અને શાંતિમાં પ્રાર્થના કરો." ત્યારે તેમણે તે માર્ગ ચિંધ્યો છે. માનસશાસ્ત્રીઓ તથા રહસ્યવાદીઓ બંને આ માનસશાસ્ત્રીય ક્ષણને દાખલ કરવા માટે એક જ પદ્ધતિ પર સંમત થાય છે : ઈશ્વરનાં રાજ્ય સાથે જોડાવું. આપણે માત્ર આપણાં હૃદયમાં જે વિચારીએ છીએ તે જ નથી, પરંતુ આપણાં હૃદયમાં જે પ્રાર્થના કરીએ છીએ તે પણ છીએ. પ્રાર્થના આપણને વૈશ્વિક ચેતના, બધાં અસ્તિત્વોની રહસ્યમય પ્રેમ ઊર્જા, શાશ્વત ઈશ્વર - આપણા સ્વર્ગમાંના પિતાના સંપર્કમાં લાવે છે.

આપણે સતતપણે આપણી જાતને દૈવી અસ્તિત્વમાં રાખવાની જરૂર છે. આપણે આપણી પ્રાર્થનાને અરજી તરીકે ઓછી અને બંધુત્વ, સર્જન તથા સમજણ તરીકે વધારે વિચારવાની જરૂર છે. પ્રાર્થના પોતે જ એક માણસની સૌથી મહાન મિલકત છે. તેનો અર્થ એવો નથી કે તમારાં બાળકે એમ કહેવાની જરૂર છે કે "હવે હું ઊંઘી જાઉં છું." જેથી ડરના ઈશ્વર તેને ભૂલી જશે અથવા રાત્રી દરમિયાન તેનું ધ્યાન રાખવાનું ભૂલી જશે. તમે તમારા નાનકડા પુત્ર કે પુત્રીને પ્રાર્થના કરવાનું શીખવો કે "હવે હું ઊંઘી જાઉં છું." જેથી તે અથવા તેણી ઈશ્વર તરફ લઈ જતો પ્રાર્થનાનો માર્ગ શીખે અને મોટી વયે તેમની પ્રબળ અથવા ચોક્કસ ઇચ્છાઓને ઈશ્વર સાથે જોડી શકે. તે કામ કરે છે. રેવ. જેમ્સ હીગીન્સે મને કહ્યું કે તેઓ ૨૧ વર્ષના થયા ત્યાં સુધી તેમણે ક્યારેય બાઇબલ નહોતું જોયું કે ચર્ચની અંદર નહોતા ગયા અથવા "હવે હું ઊંઘી જાઉં છું." અથવા "આપણા સ્વર્ગમાં છે તે પિતા" એ પ્રાર્થનાઓ તેણે તેની માતાનાં ઘૂંટણે બેસી સાંભળી હતી, અને તેની સૌથી પહેલાંની યાદ મુજબ તે તેમણે તેમનાં જીવનની દરેક રાત્રે તથા સવારે કરી હતી. તેમણે જે પ્રથમ જાહેર પ્રાર્થના સાંભળી તે તેમના રૂપાંતરમાં અને પછીથી ખ્રિસ્તી મિનિસ્ટ્રીમાં સમર્પણમાં પરિણમી. સ્પ્રિંગફીલ્ડ કોલેજના એક વિદ્યાર્થીએ મને કહ્યું કે, "એપ્લાઇડ સાયકોલોજી પરનાં શ્રીમતી મેકકોલમનાં વ્યાખ્યાનોએ મને મારી માતાના ધર્મને વૈજ્ઞાનિક તરીકે સમજતો કર્યો છે અને તે

મને રોમાંચિત કરે છે.'' જે માતા પોતાનાં બાળકને પ્રાર્થના કરતાં શીખવે છે તે ડાહી છે.

તો પછી પ્રાર્થના - એક સાચી પ્રાર્થના - એ ઈશ્વરના શબ્દો જેવી પ્રબળ ઈચ્છા છે, અને આપણે આપણી પ્રાર્થના આપણને જેવા બનાવે છે તેવા છીએ.

''પ્રાર્થનાએ આત્માની પ્રમાણિક ઈચ્છા છે,
તે બોલાયેલી હોય કે અભિવ્યક્ત કરાયેલ
એક છૂપી જ્યોત એવી ગતિ છે.
જે આપણી છાતીમાં ધ્રૂજતી રહે છે.''

તમારાં પ્રાર્થનામય જીવનને ધક્કો મારનાર બનાવો, ઈશ્વર તમારે માટે કોઈ ચમત્કાર સર્જે તેમ નહીં, પરંતુ તે તમને એ સર્જનાત્મક ઊર્જા આપે, જેથી તમે વધુ સારી માનવતાને ગૌરવ આપવા માટે ચમત્કારો કરી શકો.

દરરોજ સવારે ઈશ્વરને તે તમને સોંપાયેલાં કાર્યની સાથે આરોગ્ય, ખુશી તથા સફળતા આપે તેવું ઈશ્વરને કહો. તેનાં શક્તિપ્રદાનથી સભાન રહીને આગળ વધો. પરિપૂર્ણતાની અપેક્ષા રાખો. કંઈ જ ઓછું ન સ્વીકારો. ઈશ્વરીય આત્મા ઈશ્વર જેવી વસ્તુઓ કરી શકે છે. એકાગ્રતા તથા પ્રાર્થના માનવસેવાઅર્થે એક કાર્યક્ષમ વ્યક્તિત્વ બનાવવામાં તમારી સૌથી મહાન સંપત્તિ બને છે.

કલીન્ટો સ્કોલાર્ડની પંક્તિઓ તેને કેમીઓમાં મૂકે છે. ''ચાલો, આપણે દરરોજના કેટલાક કલાકો મુકીએ

''પવિત્ર બાબતો માટે - ભલે તે જ્યારે ઊગતો સૂર્ય
બારીમાંથી ડોકીયું કરતો હોય ત્યારે હોય, કે પછી
ચંદ્રની ઝળહળતી જ્યોત દેખા દેતી હોય ત્યારે
અથવા જ્યારે સાંજ તેનું ગમગીન સંગીત આપણા
કાનમાં રેડતી હોય; થોડાક નાના કલાકો જેમાં,
આત્મા સાથે તલ્લીન થઈને સંભાષણ કરવા માટે
અધમતામાંથી અને સ્વ એક દેવળમાંથી
અદશ્ય પાંખોના ઉપણવા વડે વાળી ચોળીને
અને અવર્ણનિય સફેદ પ્રકાશના સ્પર્શ વડે.''

લગભગ વીસ વર્ષ પહેલાં એક દક્ષિણના લેખકે ''અપ ફ્રોમ સ્લેવરી'' નામનું પુસ્તક લખ્યું. જેણે આ પુસ્તક લખ્યું તે માણસ હવે આ દુનિયાને પેલે

પાર ચાલ્યો ગયો છે. પરંતુ તેનું કરેલું કાર્ય અલાબામાના ટસ્કગીમાં એક સ્મારક તરીકે ઊભું છે જે આવનારી અનેક પેઢીઓ માટે તેનું નામ જીવંત રાખશે.

એ માણસનું નામ છે. બ્રુકર ટી.વોશિંગ્ટન. આ સ્મારક તેણે પોતાના વંશના લોકો માટે સ્થાપેલી શાળા, 'ઇન્ડસ્ટ્રીયલ સ્કુલ' છે; એક એવી શાળા જે તેના વિદ્યાર્થીઓને કામ કરતાં શીખવાનું માન તથા ગૌરવ શીખવે.

આ લેખકે હમણાં જ "અપ ફ્રોમ ધ સ્લેવરી" પ્રથમ વખત વાંચી જેનું શ્રેય ન્યુયોર્કના પ્રખ્યાત એટર્ની મિ. લીંકન ટેલરને જાય છે.

વર્ષો પહેલાં આ પુસ્તક ન વાંચવા બદલ અમને શરમ આવે છે કારણ કે આ એવું પુસ્તક છે જે દરેક યુવાન પુરુષ તથા સ્ત્રીએ જીવનમાં ઘણું વહેલું વાંચવું જોઈએ.

જો તમે ગમે ત્યારે હતાશ થઈ જતા હો તો પુસ્તકાલયમાં જાવ અને આ પુસતક વાંચો. તે તમને નાહિંમત થવા માટેનું ખરું કારણ દર્શાવાશે.

બ્રુકર ટી.વોશિંગ્ટન ગુલામ તરીકે જનમ્યો હતો. તેના પિતા કોણ છે તે પણ તેને ખબર ન હતી. ગુલામોને મુક્ત કરાયા તે પછી તેનામાં પોતાને શિક્ષિત કરવાની સળગતી *ઇચ્છા* હતી. અહીં ઇચ્છા શબ્દને ઇટાલીકમાં લખ્યો છે કારણ કે આ ઘટનામાં ઉપયોગ થયેલ આ શબ્દનો મહત્વનો અર્થ છે.

વોશિંગ્ટને વર્જીનીયાના હેમ્પટનમાં આવેલ કાળા લોકો માટેની શાળા વિશે સાંભળ્યું. મુસાફરીના ખર્ચ માટે ભાડું કે વાટખર્ચી માટેના પૈસા વગર તે પશ્ચિમ વર્જીનીયાની તેની નાનકડી ઝૂંપડીમાંથી હેમ્પટન સુધી ચાલતો જવા માટે નીકળી પડ્યો.

વર્જીનીયાના રીચમન્ડમાં એક સામાન ખાલી કરતી હોડી પર મજૂર તરીકે કામ કરવા માટે તે થોડા દિવસ રોકાયો. ફૂટપાથ તેની 'હોટેલ' હતી અને ઠંડીગાર ધરતી તેની પથારી હતી. દિવસના કાચાપાકા ખોરાક માટે તે જે થોડાક સેન્ટ ખર્ચતો તે સિવાય હોડી પર કરેલ મજૂરીમાંથી મળેલો દરેક પૈસો તેણે બચાવ્યો. આખી રાત તેને તેની ઉપરની ફૂટપાથ પરથી પસાર થતાં પગલાંઓનો "ટપ, ટપ, ટપ" અવાજ સંભળાયા કરતો, જેનાથી તે નક્કી કરી શક્યો કે તેનું રહેઠાણ ખાસ સુખદ ન હતું.

પરંતુ પોતાની જાતને શિક્ષણ આપવાની તેની ઇચ્છા પ્રજ્વલિત હતી, અને જયારે માણસને કોઈ પણ વસ્તુ માટે આ પ્રકારની તીવ્ર ઇચ્છા હોય ત્યારે, ભલે તેની ચામડીનો રંગ ગમે તે હોય, અથવા તેની પોકેટ બુકનું કદ ગમે તે

હોય, તેઓ અટકી જાય તે પહેલાં સામાન્ય રીતે તે મેળવી જ લે છે.

જ્યારે હોડી પરનું કામ પૂરું થઈ ગયું ત્યારે વોશિંગ્ટને પાછું પોતાનું મોઢું હેમ્પટનની શાળા તરફ ફેરવ્યું. ત્યાં પહોંચ્યો ત્યારે તેની પાસે મુડીમાં ૫૦ સેન્ટ હતા. તેમણે તેને જોયો, મળ્યા. તેની વાત સાંભળી પરંતુ તે વિદ્યાર્થી તરીકે પ્રવેશ લઈ શકશે કે નહીં તેવો કોઈ ઇશારો ન કર્યો.

છેવટે, શાળાની મુખ્ય કર્તાહર્તા સ્ત્રીએ તેને એક પ્રવેશ કસોટી આપી. તે હાર્વર્ડ અથવા પ્રીન્સેટન અથવા યેલમાં લેવાય તેવી પરીક્ષા ન હતી, પરંતુ છતાં તે એક કસોટી તો હતી જ. તેણીએ તેને અંદર આવવા અને એક ચોક્કસ રૂમ સાફ કરવા કહ્યું.

વોશિંગ્ટને સારું કામ કરવાના નિર્ણય સાથે તે કામ શરૂ કર્યું કારણ કે તેનામાં શાળામાં પ્રવેશ લેવાની સળગતી *ઇચ્છા* હતી. તેણે ચાર વખત રૂમને વાળ્યો. પછી તેણે ચાર વખત પોતાંથી તેનો ઇંચે ઇંચ સાફ કર્યો.

તે સ્ત્રી તેનું કામ જોવા આવી. તેણે પોતાનો રૂમાલ કાઢ્યો અને ક્યાંય ધૂળ હોય તો શીધી, પરંતુ તે નકામું ગયું. જરા પણ ધૂળ દેખાઈ નહીં. તેણે એ કાળા યુવાનને કહ્યું, "મને લાગે છે કે તું આ શાળામાં પ્રવેશ લઈ શકીશ."

બ્રુકર ટી.વોશિંગ્ટને મૃત્યુ પામતાં પહેલાં પોતાને એવા આદરપાત્ર સ્થાને પહોંચાડ્યો હતો કે રાજાઓ તથા રજવાડાંઓ સાથે તેને ઉઠવા બેસવાનો સંબંધ હતો, અને આ ઉઠબેસ હંમેશાં તેમનાં આમંત્રણ પર થતી. તેણે કોઈ પ્રતિષ્ઠા ઇચ્છી ન હતી. તેણે ગોરાઓ સાથે કોઈ સામાજિક પ્રકારના "સમાન હક્કો"નો દાવો કંડાર્યો ન હતો.

એક જાહેર વક્તા તરીકે તે શ્રોતાઓને પોતાની સામે ખેંચી લાવતો. તેની શૈલી સાદગીપૂર્ણ હતી. તે મોટા ભારે શબ્દોનો ઉપયોગ ન કરતો. તે ગપ્પા ન હાંકતો. તે હંમેશાં સ્વાભાવિકપણે વર્તતો. તેની સાદી, સીધી અને સહજ રીતે તેને માટે તેના પોતાના લોકો તથા યુનાઇટેડ સ્ટેટ્સના તથા અન્ય ઘણા દેશોના ગોરા લોકોનાં હૃદયમાં પણ સ્થાન બનાવ્યું.

અહીં કોઈ પણ બાબતમાં આદર તથા કીર્તિ ઇચ્છે છે તે દરેક વ્યક્તિને માટે આ બોધપાઠ છે.

વોશિંગ્ટને તેના લોકોને મૃતભાષાઓ અથવા સાહિત્યનો અભ્યાસ કરવાને બદલે ઇંટો બનાવતાં તથા મકાનો બાંધવાનું તથા કપાસ ઊગાડવા માટે વધારે સમય આપવાનું શીખવ્યું. તે "શિક્ષણ આપવું" શબ્દનો ખરો અર્થ શીખ્યો.

તેણે જાણ્યું કે શિક્ષણનો અર્થ છે અંદરથી વિકસવું; જરૂરી સેવા આપવાનું શીખવું, અન્યોના હક્કમાં હસ્તક્ષેપ કર્યા વગર જરૂરી છે તે બધું જ કેવી રીતે મેળવવું તે શીખવું.

ટસ્કગી, અલાબામામાં એ હવે સૌથી પ્રગતિશીલ શહેર છે. તે માત્ર અમેરિકામાં જ નહીં પરંતુ સમગ્ર દુનિયામાં વોશિંગ્ટને સ્થાપેલી શાળાની સિધ્ધીઓ માટે જાણીતું છે. શાળાની પોતાની અંદરની જગ્યામાં જ એક દર્શનીય શહેર છે.

બ્રૂકર ટી. વોશિંગ્ટને તેનાં "અપ ફ્રોમ સ્લેવરી" પુસ્તકમાં એક વિધાન કર્યું છે જે આ લેખકનાં મનમાં તેજસ્વી તારલાની જેમ ઊભું છે. તેણે કહ્યું છે કે એક માણસની સફળતા તેણે શું પ્રાપ્ત કર્યું છે તેના પરથી નહીં, પરંતુ "તેણે જે અવરોધોને પાર કર્યા છે." તેના પરથી નક્કી થવી જોઈએ.

આ કેટલું સાચું છે ! અમે અહીં ન્યુયોર્ક શહેરમાં રહેતા એક પરિવારને જાણીએ છીએ જેની પાસે શહેરમાં સૌથી પસંદગીપાત્ર ઘણાં લાખો ડોલરની મિલકતની માલિકી છે, પરંતુ તે પરિવારના એક પણ સભ્ય એ તે ધનનો એક પણ પૈસો રળવા માટે કશું જ કર્યું નથી. આ પરિવારના સભ્યો "સફળ" ગણાય છે.

ગુલામ તરીકે જીવન શરૂ કરનાર બ્રૂકર ટી. વોશિંગ્ટન, જેની પાસે ખાસ્સો મોટો થયો ત્યાં સુધી તેનાં શરીરને ઢાંકવા માટે પૂરતાં કપડાં પણ ન હતાં, તેણે એવા અવરોધો પાર કરવામાં નિપુણતા મેળવી જેમાં આપણામાંના મોટાભાગના હાથ ખંખેરીને ભાગી જાય. તેણે બે અસામાન્ય રીતે મુશ્કેલ અવરોધો સામે સંઘર્ષ કર્યો - વંશીય પૂર્વગ્રહ અને ગરીબી.

છતાં, આ બધી પ્રતિકૂળ પરિસ્થિતિઓ છતાં, તેણે પોતાને માટે તથા પોતાની જાતિ માટે એવું સ્થાન જીત્યું જેની જેણે ઓછા અવરોધો પાર કરવાના હતા તેવા ઘણાને ઈર્ષા થાય.

તે સાચો હતો ! ભૌતિક સંપત્તિની રીતે એક વ્યક્તિ પાસે શું છે તેની ગણના નથી થતી; તે માર્ગમાં આવતા કયા અવરોધો પાર કરે છે તે ગણાય છે.

વોશિંગ્ટનનું પુસ્તક વાંચો. તે લઈને એક શાંત ખૂણામાં બેસો અને વાંચતા જાવ તેમ તેના પર વિચારો. વોશિંગ્ટનના અવરોધો સાથે તમારા પોતાના, વર્તમાનના કે ભૂતકાળના, જેને તમે અલંધ્ય ગણ્યા હોય તેવા અવરોધોની સરખામણી કરો. આ પુસ્તકનું વાંચન તમારે માટે શક્તિશાળી પ્રેરણારૂપ સાબિત

થશે.

આ પુસ્તક વાંચવું તે શિક્ષણ આપનાર તથા રસપ્રદ બંને છે. વોશિંગ્ટન માણસને હસાવે પણ છે અને રડાવે પણ છે. તે પોતાની પ્રથમ હેટ વિશે કહે છે. દુકાનમાંથી હેટ ખરીદવા માટે વધારે પડતાં ગરીબ હોવાને કારણે તેની માતાએ જૂનાં કપડાંના બે ટુકડાઓમાંથી તેને માટે એક હેટ બનાવી હતી. જ્યારે તે એ પહેરીને બહાર નીકળ્યો, તો જેમની પાસે ખરીદેલી હેટ હતી તેવાં બીજાં કાળાં છોકરાંઓ તેના પર હસ્યાં અને તેની મશ્કરી કરી. કોઈ દેખીતી સંતોષની ભાવના વગર, તે યાદ કરે છે કે પછીનાં વર્ષોમાં જેઓ તેની હેટ પર હસ્યા હતા તેઓમાંના મોટાભાગના જેલ અથવા સુધારણા ગૃહમાં ગયા છે અથવા તેમણે પોતાની જાતને અથવા તેમના વંશને સુધારવા માટે કશું જ કર્યું નથી.

જેઓ લેખનને પોતાનો વ્યવસાય બનાવવા માગે છે તે બધાએ "અપ ફ્રોમ સ્લેવરી" વાંચવું જ જોઈએ. તે એવી શૈલીમાં લખાયું છે જેનાથી માણસને ખબર પડે છે કે કોઈ હકીકતને બાકી રાખવામાં આવી નથી. વોશિંગ્ટન તેને પોતાને અથવા તેની જાતિને છાવરવાને અથવા તે બંનેમાંથી કોઈને વિના કારણ શ્રેય કે વિખ્યાતી આપવાનો પણ પ્રયાસ કરતો નથી. આ આખું પુસ્તક એકદમ તર્કબધ્ધ છે. પાને પાને સત્ય દેખાય છે. તે વાંચો.

હવે તમારા ભૂતકાળના અનુભવોની સવિસ્તર યાદી બનાવવાનો અને તેમાંથી તેમને ઉપયોગી હોય તેવું તમે શું શીખ્યા અને હજી તમારી અંદર ઇચ્છાની જ્યોત પ્રજવળે છે ત્યારે તમે શું પૂરું કરવા માગો છો તેની યાદી બનાવવાનો સમય થઈ ગયો છે.

તમારી જાતને આ પ્રશ્નો પૂછો અને જવાબ મેળવવાનો આગ્રહ રાખો :

હું મારી નિષ્ફળતાઓ તથા ભૂલોમાંથી શું શીખ્યો જે મને ભવિષ્યમાં કામ લાગશે ? મેં એવું શું કર્યું છે જે મને જીવનમાં વધુ ઉચ્ચ પદવી અપાવે ? આ દુનિયાને વધુ સારું સ્થાન બનાવવા માટે મેં શું કર્યું છે ? જેમણે મને ઈજા કરી છે તેમના પર વળતો હુમલો કરવાથી મને કોઈ ફાયદો થવાનો છે ? શિક્ષણ શું છે અને હું મારી જાતને કેવી રીતે શિક્ષિત કરી શકું ? હું સુખ કેવી રીતે શોધું ? હું કેવી રીતે સફળ થઈ શકું ? સફળતા શું છે ? અંતમાં, જેના વડે હું સમારકામ કરું છું તે સાધનો હું પડતાં મૂકું અને અને અનંતની યાત્રાએ ઉપડી જાઉં તે પહેલાં કઈ મુખ્ય સિધ્ધી છે જે હું મેળવવા માગું છું ? મારા જીવનનું નિશ્ચિત ધ્યેય શું છે ?

આ બધા પ્રશ્નોના તમારા જવાબો લખો અને તમે લખો તે પહેલાં વિચારો.

પરિણામ તમને ચોંકાવી પણ દે, કારણ કે આ પ્રશ્નો, જો તેનો જવાબ કાળજીપૂર્વક આપવામાં આવે તો, તમને એક સરેરાશ માણસ તેનાં આખાં જીવનમાં વિચારે તે કરતાં વધારે રચનાત્મક રીતે વિચાર કરવાનું કારણ બનશે.

છેલ્લા પ્રશ્નનો જવાબ આપો તે પહેલાં વધારે વિચારણા કરો. તમે જીવનમાં જે ઇચ્છો છો તે ખરેખર શું છે તે શોધી કાઢો. પછી એ જુઓ કે તમને તે મળી જાય પછી તે તમને ખુશી આપવાને યોગ્ય છે કે નહીં.

જીવનમાં જે બીજી બધી વસ્તુઓને ટપી જાય છે તેવી એક વસ્તુ છે ખુશીની શોધ કરવી તે. તમારી જાતને તપાસો અને તમે જોશો કે છેવટે તમારા બધા જ હેતુઓ તમને ખુશીની શોધ તરફ લઈ જાય છે. તમારે પૈસા જોઈએ છે જેથી તમે સ્વતંત્રતા તથા સુખ ખરીદી શકો. તમારે એક ઘર તથા એશોઆરામ જોઈએ છે જેનાથી તમે ખુશ થઈ શકો.

અને આ પ્રશ્નોના જવાબો શોધતાં તમે ચોક્કસપણે જોશો કે ખુશી - એ પ્રમાણિક બ્રાન્ડ જે તમને સંતોષ આપે તથા ટકી રહે છે - માત્ર તે અન્યોને આપવાથી જ આવે છે. આ માર્ગે તમે તે પૈસા વગર કે કિંમત વગર મેળવી શકો છો. મદદરૂપ થાય તેવી સેવાઓ દ્વારા, તમે જે મિનિટે તે બીજાને આપો છો, તે જ મિનિટે તે પુષ્કળ માત્રામાં તમને પોતાને મળે છે.

તમારા જીવનનાં નિશ્ચિત ધ્યેય તરીકે તમારા નિર્ણયમાં તમે ખુશીનો સમાવેશ કરો, તો તે સારું નહીં હોય ?

દરેક સામાન્ય મગજમાં એક સુષુપ્ત બુદ્ધિશાળી પડેલો છે, જે તેને જગાડીને કામે લગાડવા માટે એક મજબૂત ***ઇચ્છા***ના સૌમ્ય સ્પર્શની રાહ જુએ છે !

સાંભળો, ઉદાસીથી લદાયેલ ભાઈઓ, જેઓ એવો માર્ગ શોધવા માટે ફાંફા મારે છે, જે નિષ્ફળતાનાં અંધારામાંથી પ્રાપ્તિના પ્રકાશ તરફ લઈ જાય - તમારે માટે આશા છે.

તમે કેટલી નિષ્ફળતામાંથી પસાર થયા છો, અથવા તમે કેટલા નીચા પડી ગયા છો તેનાથી કોઈ ફરક નથી પડતો, તમે ફરી તમારા પગ પર ઊભા થઈ શકો છો ! એ વ્યક્તિ જેણે કહ્યું છે કે તક ક્યારેય બીજી વાર ટકોરા નથી મારતી તે દુઃખદ રીતે ભૂલભરેલો હતો. તક તો દિવસ રાત તમારે બારણે ઊભી છે. એ સાચું કે તે તમારા દરવાજા પર હથોડા નથી ઠોકતી કે તમારાં બારણાં તોડી નાખવાનો પ્રયાસ નથી કરતી, પરંતુ તે ત્યાં હોય તો છે જ.

તમે એક પછી એક નિષ્ફળતામાંથી પસાર થયા હો તેથી શું ? દરેક

નિષ્ફળતા છૂપાવેશમાં રહેલ આશીર્વાદ છે - એવા આશીર્વાદ જેણે તમારા મગજને ઉત્તેજ્યું છે અને તમને નવી કસોટી માટે તૈયાર કર્યા છે ! જો તમે ક્યારેય નિષ્ફળતામાંથી પસાર નથી થયા તો તમે સાચું શિક્ષણ મેળવવા કુદરતની એક મહાન પ્રક્રિયા ગુમાવી હોવાથી તમારા પર દયા આવવી જોઈએ.

જો તમે ભૂતકાળમાં ભૂલ કે પાપ કર્યું છે તો શું ? આપણામાંથી કોણે તેવું નથી કર્યું ? જેણે ક્યારેય ભૂલ ન કરી હોય તેવી એક વ્યક્તિ શોધો અને તમને એક એવી વ્યક્તિ મળશે જેની પાસે ઉલ્લેખ કરવા લાયક કંઈ છે જ નહીં.

તમે અત્યારે જ્યાં છો ત્યાંથી તમે જ્યાં હોવા ઇચ્છો છો તેની વચ્ચેનું અંતર માત્ર એક કૂદકો મારવા જેટલું જ છે ! એ શક્ય છે કે તમે એક આદતના શિકાર બની ગયા છો, અને અન્ય ઘણા લોકોની જેમ, તમે એક મધ્યમ પ્રકારનાં જીવનકાર્યમાં સપડાઈ ગયા છો. હિંમત રાખો - બહાર નીકળવાનો માર્ગ છે ! કદાચ નસીબે તમને છોડી દીધા છે અને ગરીબીએ તમને તેની પકડમાં લઈ લીધા છે. હિંમત રાખો - તમે બુદ્ધિપૂર્વક અને તમારા પોતાના ભલા માટે તમે ઉપયોગ કરી શકો તેવો તે બધી બાબતોનો રસ્તો છે અને એ માર્ગનો નકશો એટલો સાદો છે કે આપણને ખરેખર શંકા થાય કે તમે તેનો ઉપયોગ કરશો કે નહીં. જોકે, જો તમે ઉપયોગ કરશો, તો તમને બદલો મળશે તે ખાતરી છે.

આ ગોલ્ડનરૂલ (સોનેરી નિયમ) અમેરિકામાં વસતા દરેક વ્યાવસાયિક તથા ધંધાદારી વ્યક્તિના બિઝનેસ મંત્ર તરીકે અપનાવી લેવાવો જોઈએ તથા આવા દરેક લેટરહેડ પર તે છપાવો જોઈએ.

બધી જ માનવ પ્રાપ્તિઓને આગળ ધપાવનાર છે **ઈચ્છા** ! માનવ મન એટલું બધું શક્તિશાળી છે કે તે તમે ઇચ્છો તે સંપત્તિ, તમે માગો તે હોદ્દો, તમારે જરૂર હોય તે મૈત્રી, કોઈ પણ લાયક સાહસમાં સિધ્ધી મેળવવા માટે જરૂરી હોય તેવી ગુણવત્તા પેદા કરી શકે છે.

"ઈચ્છા" અને "ઉત્કંઠા" વચ્ચે એવી જાતનો ફરક છે જેના વિશે આપણે અહીં વાત કરીએ છીએ. એક "ઈચ્છા" એ માત્ર જે વસ્તુની ઈચ્છા કરી હોય તેને માટેનું બીજ અથવા અંકુર છે, જ્યારે તીવ્ર **"ઉત્કંઠા"** એ તીવ્ર ઉત્કંઠાવાળી વસ્તુનો અંકુર વત્તા તેના વિકાસ માટે જરૂરી ફળદ્રુપ જમીન, સૂર્યપ્રકાશ તથા વરસાદ છે.

તીવ્ર **ઉત્કંઠા** એ એક રહસ્યમય બળ છે જે માનવ મગજમાં પડેલા પેલા

સુતેલા બુદ્ધિશાળીને ઊભો કરે છે અને તેને સંકલ્પપૂર્વક કામે લગાડે છે. ઉત્કંઠા એ એક તણખો છે જે માણસના પ્રયાસના બંબામાં જ્વાળા બનીને ફાટે છે અને એવી વરાળ ઉત્પન્ન કરે છે જેના વડે **ક્રિયા** પેદા થાય છે !

જીવન નિર્ણયોના લાંબા સમય સુધી કરેલા સામનાઓનું બનેલું છે - ત્વરિત નિર્ણયનું અથવા તકને પસાર થઈ જવા દેવાનું. કરવું અથવા કરવામાં નિષ્ફળ જવું તે બંને આપણને સારા અથવા ખરાબ માટે સમાન રીતે અસર કરી શકે છે. જ્યાં સુધી આપણામાં જીવન છે ત્યાં સુધી આપણે કરવાના છે તેવા નિર્ણયોની અનંત શૃંખલાના આપણા ઉપરના પ્રભાવથી ચારિત્ર્ય ઘડાય છે.

એવા ઘણા અને વિવિધ પ્રભાવો છે જે **ઉત્કંઠા**ને જગાડે છે અને કામે લગાડે છે. કેટલીક વાર એક મિત્ર અથવા સંબંધીનું મૃત્યુ તે કરે છે, અથવા અન્ય વખતે આર્થિક ફટકાની યોગ્ય અસર થાય છે. દરેક પ્રકારની નિરાશા, દુઃખ તથા વિપરિતતા માનવ મનને જગાડવાનું કામ કરે છે અને તેને નવી ચેનલો દ્વારા કામ કરતી કરવાનું કારણ બને છે. જ્યારે તમે એ સમજી જશો કે નિષ્ફળતા એ માત્ર એક હંગામી પરિસ્થિતિ છે જે તમને વધુ મોટાં પગલાં લેવા તરફ ઊભા કરે છે ત્યારે તમે એક ચોખ્ખા દિવસે આકાશને જોઈ શકો તેટલી સ્પષ્ટતાથી જોઈ શકશો કે નિષ્ફળતા એ છૂપાવેશમાં આશીર્વાદ છે અને, જ્યારે તમે આ પ્રકાશમાં વિપરિતતા તથા નિષ્ફળતાને જોવા લાગશો ત્યારે તમે આ પૃથ્વી પરની સૌથી મહાન શક્તિની સામે આવવા લાગશો. ત્યારે તમે નિષ્ફળતાને તમને નીચે પછાડવા દેવાને બદલે તે નિષ્ફળતામાંથી ખરેખર મૂડી બનાવવા લાગશો.

તમારા જીવનમાં એક સુખનો દિવસ આવી રહ્યો છે ! તે ત્યારે આવશે જ્યારે તમને ખબર પડશે કે તમે જે કાંઈ પણ પૂરું કરવાની મહત્વાકાંક્ષા રાખો છો તે, અન્યો પર નહીં પરંતુ **તમારા** પર આધાર રાખે છે ! આ નવા દિવસનાં આગમનની આગળ તમારી **ઉત્કંઠા**ની તાકાતની તમારી શોધ આવશે !

તમે જીવનમાં જે પડાવ પ્રાપ્ત કરવા માગો છો તેને માટે એક મજબૂત, અદમ્ય આકાંક્ષા સર્જવાનું આજે જ અને અત્યારે જ શરૂ કરી દો. એ આકાંક્ષાને એટલી ભરેલી તથા સંપૂર્ણ બનાવો કે તે તમારા મોટાભાગના વિચારોને શોષી લે. દિવસે તેના પર મંડરાયા કરો અને રાત્રે તેનાં જ સ્વપ્નો જુઓ. દરેક વધારાની ક્ષણે તમારા મનને તેના પર કેન્દ્રિત રાખો. તેને એક કાગળ પર લખી લો અને બધો વખત દેખાયા કરે તેવાં સ્થાને મૂકો. તેને પ્રત્યક્ષ કરવા તરફ તમારા બધા જ પ્રયાસોને એકાગ્ર કરી દો, અને લો ! જાદુઈ છડીના સ્પર્શની પ્રતિક્રિયારૂપે હોય તેમ, તે પોતે જ તમારે માટે પ્રગટશે.

નિશાની ૨

આત્મવિશ્વાસ

સફળતાના માર્ગ પરની બીજી નિશાની છે આત્મવિશ્વાસ.

સફળતાની ખાતરી માટે તમારે તમારી જાતમાં શ્રધ્ધા રાખવી જોઈએ. બીજા પણ તમારામાં શ્રધ્ધા ન રાખે જ્યાં સુધી તમે તમારી જાતમાં શ્રધ્ધા ન રાખી શકો અને જ્યાં સુધી તમે તેને લાયક ન બનો ત્યાં સુધી તમે અન્યોને તમારામાં શ્રધ્ધા રાખતા ન કરી શકો.

જો આજે તમે જેટલા લોકોને મળો તે દરેક વ્યક્તિ તમને કહે કે તમે બીમાર દેખાવ છો તો રાત પડતાં પહેલાં તમે એક ડૉક્ટર પાસે જરૂર જશો. જો આજે તમે વાત કરો તેવા ત્રણ લોકો તમને કહે કે તમે બીમાર દેખાવ છો તો તમને બીમાર હોવાનું લાગવા માંડશે.

બીજી તરફ, જો તમે આજે જેને મળો તે બધા લોકો તમને કહે કે તમે કેટલી ચાહવા યોગ્ય વ્યક્તિ છો, તો તે તમને તમારામાં શ્રધ્ધા રાખવા માટે પ્રભાવ પાડશે. જો તમારા માલિક તમને દરરોજ અભિનંદન આપે અને કહે કે તમે કેટલું સારું કામ કરો છો, તો તે તમને તમારામાં શ્રધ્ધા રાખવાનું કારણ બનશે. જો તમારો સાથી કાર્યકર તમને દરરોજ કહે કે તમે વધુ સારું કામ કરો છો તો તે તમારા પોતાનામાં વધારે આત્મવિશ્વાસ ઊભો કરશે.

આપણને બધાને એવા કોઈકની જરૂર હોય છે જેને આપણામાં શ્રધ્ધા હોય અને જે આપણને પ્રોત્સાહિત કરે.

જેઓ જાણે છે તેમના વડે એવું કહેવાયું છે કે, એક પુરુષની પત્ની તેને દરરોજ આનંદી હાસ્ય અને ઉત્સાહજનક શબ્દો સાથે કામ પર મોકલીને તેને સફળતા તરફ દોરી જઈ શકે છે. જે માણસે આ સફળતાના માર્ગ પરની નિશાનીઓ બનાવી છે તે તેની સફળતા માટે તેની પત્નીને ઘણું શ્રેય આપે છે. તેણીએ તેને દરરોજ આ પ્રોત્સાહક વિચાર સાથે કામે મોકલ્યો હતો :

"તું આજે સરસ કામ કરવાનો છે !"

તેણે ક્યારેય તેનો વાંક કાઢ્યો નથી. તેણે ક્યારેય તેની ટીકા કરી નથી. તે મોડો પડે તો તે ક્યારેય તેને વઢી નથી. તે તેણીને કેટલો તેજસ્વી પુરુષ લાગે છે તેવું જ તેણીએ તેને હંમેશાં કહ્યું છે. એક દિવસ તેણીએ એક ઘણી જ અસામાન્ય બાબત કરી - તેણીએ તેના પતિ માટે એક જીવનનો સાર લખ્યો અને તે કામ પર હોય ત્યારે બધો વખત તેના પતિને દેખાયા કરે તેવી રીતે તેની સામે ટીંગાડી. આ એ સારની એક નકલ છે.

હું મારા પોતાનામાં શ્રધ્ધા રાખું છું. હું જેઓ મારી સાથે કામ કરે છે તેમનામાં શ્રધ્ધા રાખું છું. હું મારા નોકરીદાતામાં શ્રધ્ધા રાખું છું. હું મારા મિત્રોમાં શ્રધ્ધા રાખું છું. હું મારા પરિવારમાં શ્રધ્ધા રાખું છું. હું માનું છું કે જો હું વિશ્વાસપૂર્વકની, કાર્યક્ષમ તથા પ્રમાણિક સેવા દ્વારા તે મેળવવાનો સંનિષ્ઠ પ્રયાસ કરીશ તો સફળ થવા માટે મારે જેની જરૂર છે તે બધી જ વસ્તુઓ તરફ ઈશ્વર મને દોરી જશે. હું પ્રાર્થના કરવામાં શ્રધ્ધા ધરાવું છું અને હું એ દૈવી માર્ગદર્શન માટે પ્રાર્થના કર્યા વગર ક્યારેય મારી આંખો ઊંઘી જવા માટે બંધ નહીં કરું કે જેઓ હું વિચારું છું તેવી રીતે નથી વિચારતા તેવા અન્ય લોકો સાથે હું ધૈર્યવાન રહીશ અને તેમને સહન કરીશ. હું માનું છું કે સફળતા એ બુદ્ધિપૂર્વકના પ્રયાસોનું પરિણામ છે અને તે નસીબ, ચાલાક રીતે અથવા મિત્રો, સાથીકાર્યકરો અથવા મારા નોકરીદાતાને છેતરવા પર આધાર રાખતી નથી. હું માનું છું કે હું જીવનમાં જેવું કરીશ બરાબર તેવું જ તેમાંથી પામીશ, આથી હું અન્યો મારી સાથે જેવું વર્તન કરે તેવું ઈચ્છું છું તેવું જ અન્યો તરફ વર્તન કરવા વિશે સાવચેત રહીશ. મને જેઓ નથી ગમતા તેમની હું નિંદા નહીં કરું. હું અન્યોને ભલે ગમે તે કરતા જોઉં તોપણ હું મારાં કામને અવગણીશ નહીં. હું મારી અંદર છે તે ઉત્કૃષ્ઠ સેવા આપીશ. કારણ કે મેં મારી જાત પાસે જીવનમાં સફળ થવાની પ્રતિજ્ઞા કરી છે અને હું જાણું છું કે સફળતા એ હંમેશાં સભાનતાપૂર્વક કરેલા પ્રયાસોનું પરિણામ છે. અંતમાં, હું જેમણે મને દુભવ્યો છે તેમને માફી આપીશ કારણ કે હું સમજું છું કે હું પણ ક્યારેક અન્યોને દુભવીશ અને મને તેમની માફીની જરૂર પડશે."

(સહી)..

શું તમને એ વાતની નવાઈ લાગે છે કે એક યુવાન, જેણે એક કોલસાની ખાણમાં મજૂર તરીકે જીવન શરૂ કર્યું હતું. તે જ્યારે તેણે આ સાર પર સહી કરી અને તે મુજબ જીવવાનો સંનિષ્ઠ પ્રયાસ કર્યો ત્યારે તે સફળતા તથા સંપત્તિને પામ્યો ?

તમારે પણ સહી કરવા માટે તથા તમારાં કાર્ય સ્થળે, જ્યાં તમે આખો દિવસ તેને જોઈ શકો અને જ્યાં અન્યો પણ તેને જોઈ શકે તેવી જગ્યાએ ટીંગાડવા માટે આ એક સારો સાર છે. શરૂઆતમાં આ સાર મુજબ જીવવાનું તમને કદાચ આકરું પણ લાગે, પરંતુ દરેક લાયક વસ્તુની કોઈક પ્રકારની કિંમત હોય છે. આત્મવિશ્વાસની કિંમત આ સાર મુજબ જીવવાનો સંનિષ્ઠ પ્રયાસ છે.

જો તમે પરિણીત છો તો તમારા જીવનસાથીને આ સાર દેખાડો. જો તમે પરણેલા નથી તો જેને તમને જીવનસાથી બનાવવી ગમે તેવી કોઈક વ્યક્તિને આ દેખાડો અને તે વ્યક્તિને તમને આ સાર મુજબ જીવવામાં મદદ કરવાનું કહો.

જો અન્યો તમારામાં શ્રધ્ધા રાખે તેવું ઈચ્છતા હો તો તમારી જાતમાં શ્રધ્ધા રાખો. જો તમે અન્યો તમારી સફળતાની અપેક્ષા રાખે તેવું ઈચ્છતા હો તો તમારી પોતાની સફળતાની અપેક્ષા રાખો. દુનિયા તમે તમારું પોતાનું જેવું મુલ્યાંકન કરો તે રીતે તમને સ્વીકારે છે, માટે મુલ્યને ઊંચું ગોઠવો.

તમારા પોતાનામાં શ્રધ્ધા રાખવાનું ઘણું ઊંચું વળતર મળે છે અને એ પ્રકારનું વ્યક્તિત્વ વિકસાવવું જે અન્યો માટે તેમના પોતાનામાં શ્રધ્ધા રાખવાનું કારણ બને તે પણ વળતર આપે છે. અમે એક એવા માણસને જાણીએ છીએ જે પોતાનું સમગ્ર જીવન અન્યોના આત્મવિશ્વાસ ઘડવામાં મદદ કરવામાં સમર્પિત કરી દે છે. એક દિવસ તેને એક નોટીસ મળી કે એક સફળ બિઝનેસમેને તેને મોટા વારસા માટે તેનાં વસીયતમાં સામેલ કર્યો છે. ચોખવટમાં દાતાએ કહ્યું, "તમારાં પુસ્તકોમાંથી એકનાં વાંચને મને સફળ માણસ બનવામાં મદદ કરી અને હું મારી સંપત્તિનો એક ભાગ તમારે માટે છોડી જાઉં છું. જેથી તમે મને મદદ કરી છે તે રીતે અન્યોને મદદ કરવામાં આગળ વધી શકો."

અન્યોને પોતાની જાતને મદદ કરવામાં મદદ કરવી તે માત્ર પૈસા કરતાં અન્ય ઘણી રીતે વળતર આપે છે; તે ખુશીમાં વળતર આપે છે. જો તમે માણસોને તેમને પોતાને મદદ કરવા માટે મદદ કરવાની કળા વિકસાવશો તો તમે પૈસાની દૃષ્ટિએ તો સમૃદ્ધ થઈ જ શકશો, પરંતુ એવા "કંઈક"માં સમૃદ્ધ થઈ શકશો જેને

પૈસા વડે ખરીદી નથી શકાતું અને જેને પૈસાનાં ધોરણ વડે માપી નથી શકાતું. સૌ પ્રથમ તમારી જાતમાં શ્રધ્ધા રાખો. બધી જ યોગ્ય પ્રાપ્તિઓ માટે આ પ્રથમ આવશ્યકતા છે.

"તમે"

આખી દુનિયામાં તમે સૌથી મહત્વની વ્યક્તિ છો. તમારી અંદર એક સફળ માણસનાં બધાં જ તત્વો છે. તમારી અંદર એ બધાં જ સુષુપ્ત બળો પડેલાં છે જે તમને તમારી સફળતાની તથા ખુશીની બધી જ આકાંક્ષાઓ સુધી ઉપર ચડાવશે. આ લેખ તમને વધુ ને વધુ એ સમજવામાં મદદ કરશે કે તમે મહત્તાના માણસ છો - અને દુનિયાની સૌથી મહત્વની વ્યક્તિ છો.

તમે જે કાંઈની પણ આકાંક્ષા રાખો તે તમને મળી શકે - કારણ કે તમારી ક્ષમતાના વિકાસમાં તમારી આકાંક્ષાઓ પોતાને માપી શકાય તેવાં કદની અંદર મઢી દેશે અને તમારી આકાંક્ષાઓની સાચી સમજણ સાથે તેને સાચવવાની તમારી શક્તિનો ખ્યાલ આવશે.

આદર, સંપત્તિ અને શક્તિ અકસ્માતે, રળ્યા વગર તથા નિમંત્રણ વગર તમારી પાસે આવી શકે છે પરંતુ તે તમારે કામ નહીં આવે અને જો તમે તેને મેળવવા માટે તથા તેનો યોગ્ય રીતે ઉપયોગ કરવા માટે તૈયાર નહીં હો તો ફરી તેને ગુમાવી બેસશો.

માણસની સમગ્ર શક્તિ તેની અંદર જ પડેલી છે અને માણસની પ્રથમ ફરજ તેના પોતાના તરફ છે. તે ફરજને વફાદારીપૂર્વક નિભાવવામાં તમે જે સમાજમાં હરો ફરો છો તેને પ્રભાવિત કરવામાં નિષ્ફળ ન જઈ શકો, તમે તમારાં વાતાવરણનું ધોરણ ઊંચું લાવવામાં તથા તમારી આસપાસની બધી વસ્તુઓને ગૌરવાન્વિત કરવામાં નિષ્ફળ ન જઈ શકો.

એક મહાન બિઝનેસ હાઉસમાં કામ કરતા હોય તેવા સેંકડો, હજારોમાંથી તમે માત્ર એક જ હોઈ શકો. તમારી તત્કાલ ફરજ કંટાળાજનક તથા તુચ્છ લાગી શકે છે. ઉત્સાહ અથવા અંગત ગર્વ માટે કોઈ દેખીતું પ્રોત્સાહન નથી. તમે જેવા છો તેવા જ રહો અને જેવા છો તેવા જ દેખાવ. તમારી નોકરી હંમેશાં તમે તે જેવી હોય તેમ ઇચ્છો છો તેવી જ હશે - તે હંમેશાં તમે જેને લાયક છો તેવી જ હશે. તે તમારી નોકરી નથી, તમારો પગાર નથી, અથવા તમારી

સ્થિતિ કે તમારી સંભાવના નથી, તે **તમે** છો.

મોટી વસ્તુઓ કરવા માટે તમારી પોતાની ક્ષમતામાં શ્રધ્ધા રાખો. માત્ર તમારી પોતાની જાતમાં વિશ્વાસ રાખીને જ તમે અન્યોને તમારામાં વિશ્વાસ રાખવાની ફરજ પાડી શકો.

તમને જે કાંઈ પણ કરવા માટે કહેવામાં આવે, તેનો તમારે પૂરાં હૃદય પૂર્વકનાં ધ્યાન તથા રસપૂર્વક તથા તમારી મહત્તમ ક્ષમતા સાથે સ્વીકાર કરવો જોઈએ. તે એવી રીત કરો કે તમારા ઉપરીઓના ધ્યાન પર આવે. જો તમારી ક્રિયામાં પૂરતું જોમ તથા સામાન્ય બુદ્ધિ હોય તો જ તમે તેમને તે ધ્યાન પર લેવાની ફરજ પાડી શકો. બધો આધાર તમારા પર જ છે.

જીવનમાં તમને જે ભાગ મળ્યો છે તેના વિશે નિરાશ થવું તે તમને પોતાને મદદ કર્યા વગર તમારી જાતને ઉતારી પાડવા સિવાય બીજું કંઈ નથી. વધુ સારી વસ્તુઓ વિશે દૃઢ થવું અને વધુ સારી વસ્તુઓ માટે કામ કરવા માટે તૈયાર તથા આતુર હોવું તે ચોક્કસપણે વળતર આપશે.

તમને બઢતી અપાય તે પહેલાં અન્ય લોકો મૃત્યુ પામે તે માટે રાહ જોવાની જરાય જરૂર નથી. જો તમે ઇચ્છો તો તમે રાહ જોઈ શકો, પરંતુ એવી જરૂર નથી. આ રાહ જોવામાં તમે તમારી જાતને માત્ર વધુને વધુ થકવો છો. આને માટે તમે એકલા જ જવાબદાર છો. જો દરેક પુરુષ અને મહિલા, છોકરો અને છોકરી, પોતાની જાતને વધારે શ્રમ આપે, પોતાની જાત વિશે વધુ ઊંચો મત ધરાવે, અને તે મત મુજબ કાર્ય કરે, તો કોઈ પેઢી સીનીયોરીટી (અગ્રતા) મુજબ બઢતી આપવાનો ધારો રાખે નહીં. તમારાં પોતાનાં મહત્વનો અડસટ્ટો કાઢવામાં, તમારી જાતને સર્વોચ્ચ આત્મશ્લાઘાના દરિયામાં તરતી ન કરશો. તમારાં માથાંને ફૂલી જવા ન દેશો. નિયંત્રણ ચાલુ રાખવા માટે પોતાની જાતનો યોગ્ય અડસટ્ટાનો પણ શ્રેયમાં સમાવેશ થવો જોઈએ.

એક વખત તમને તમારાં મહત્વનો ખ્યાલ આવી જાય પછી તમે તેનો કબજો રાખશો, જેથી તમે એક સમજુ અને શાંત રીતે તમારી શક્તિ-સત્તાને લાગુ કરી શકો. તમે તમારા વિશે માનો છો તેના કરતાં તમે વધુ મોટા છો. આ મુજબ કામ કરો.

તમે અગાઉ તમારી ઉંમર તથા અનુભવ મુજબ ક્યારેય કોઈએ કર્યું હોય તેના કરતાં વર્તમાનમાં વધુ સારું કામ કરો. આ રીતે તમારી જાતને હજી વધારે

ઉચ્ચ ફરજો માટે યોગ્ય દર્શાવો. આ ઉચ્ચ ફરજો આવશે, અને જ્યારે તમે એવા જ આગળ પડતા જુસ્સા સાથે તેમને સંભાળશો તેથી હજી વધારે પ્રગતિ અનિવાર્ય છે અને આમ તમે આગળને આગળ વધતા જશો. બધું તમારી અંદર પડેલું છે. જો માત્ર તમે નક્કી કરો કે તમે ઉપર ચડશો તો કોઈ વસ્તુ તમને નીચે રાખી શકે નહીં.

મોટાભાગના ખરા અર્થમાં મહાન માણસોએ, અત્યારે તમે જે કોઈ પણ હોદ્દા પર હો, તમારા કરતાં નીચા ધોરણેથી શરૂ કર્યું હતું. પરંતુ તેમણે પોતાની જાતને શોધી, તેમણે પોતાની જાતને જાણી, તેઓ "હું કરીશ" કહેનાર માણસની શક્તિને ઓળખ્યા. જો તમે તમારી જાત વિશે તેમને ખ્યાલ આવે તેટલો મોટો મત ન ધરાવતા હો તો તક તમારી પાસે નહીં આવે.

તમે કરો છો તે કામને વધુ સારું કરવા માટે દઢ થાવ. તમે માનસિક તથા શારીરિક ઊર્જાની ઓછી કિંમતે કેવી રીતે વધારે રજુ કરી શકો છો તે દર્શાવો.

તમે હંમેશ માટે તમારા અત્યારના પડાવ પર જ રહેવા માટે નથી જનમ્યા. જો તમે વધુ ઊંચી જગ્યાએ ચડવા માટે તૈયાર હો તો ત્યાં તમારે માટે જગ્યા છે. એ ચડાણમાં આનંદ પણ છે. જો કામને આપણે આનંદપૂર્ણ બનાવી શકીએ તો તે તેવું જ છે. જે છોકરા અથવા પુરુષનાં જીવનમાં એક ધ્યેય છે તેને માટે વૈતરાંનો કોઈ અર્થ નથી.

અત્યારે તમે કરો છો તે કામ કરતાં વધુ સારું કામ તમારી રાહ જોઈ રહ્યું છે. તે માગવાથી તમે તે મેળવી ન શકો, ભલે તમે તે કોઈ પણ રીતે અથવા ગમે ત્યારે મેળવો, તમારે તે સારી રીતે કરવું પડે, અને આમ ત્યાર પછીનાં કામ માટેની તૈયારી કરવી પડે. દુનિયા જે વ્યક્તિઓ તેમના પોતાના વિશે સારું વિચારે તેવી વ્યક્તિઓ માટે રાહ જુએ છે, દરેક કામ કાર્યક્ષમ રીતે તથા ગર્વ થાય તેવાં પરિણામ સાથે કરીને પોતાની જાતને ગૌરવ અપાવવા માટે પોતાની જાત વિશે પૂરતા પ્રમાણમાં સારું વિચારનાર લોકોને બોલાવાય છે. એક વધુ સારો હોદ્દો તમારી રાહ જુએ છે, પરંતુ તમારે તમારું વર્તમાનકાર્ય એટલું પૂર્ણતાથી પૂરું કરવું જોઈએ કે તમારી ક્ષમતા ઉભરાઈ જતી દેખાય અને આમ કરીને તમારે તમારી જાતને તેને માટે લાયક દર્શાવવી જોઈએ. કોઈક તે જોશે અને તેનો ઉપયોગ કરશે.

જે કાંઈ પણ મેળવવા યોગ્ય હોય, તેને માટે કામ કરવું યોગ્ય છે. કોઈ

અન્ય વ્યક્તિની સફળતા પર ધુંધવાઈ ન ઉઠો. તમારા પોતાના અંતિમો માટે તમારા સમયનો ઉપયોગ કરો; તેને તમારાં હવે પછીના તરતનાં કાર્યમાં લાગુ કરો અને પરિણામ પર વધારે પડતું ધ્યાન ન આપો - તે આવશે જ. તે અનિવાર્ય છે. તે જ નિયમ છે.

તમારી જાત સાથે એક પાત્રતા ધરાવનાર માણસ જેવું વર્તન કરો. તમારી પોતાની નજરમાં તમારું મુલ્ય ઘટાડો નહીં. તમારી જાતમાં વિશ્વાસ રાખો.

તમે આ દુનિયાની સૌથી મહત્વની વ્યક્તિ છો. તમે જે બનવા માગો છો તે તમે બની શકો. તમે તમારે પોતાને માટે જેટલું કરી શકો તેટલું અન્ય કોઈ ન કરી શકે. બધું તમારા પર છે.

તમારે માટે સૌથી મહાન વસ્તુ તમે પોતે જ છો. તમારી જાતનો યોગ્ય ઉપયોગ કરો; તમારા પોતાના વિષે સારું વિચારો; તમારી જાત માટે સખત પરિશ્રમ કરો. આ પ્રક્રિયામાં બીજાને પણ લાભ થશે - આની ના ન પાડો. એ વાતની ખાતરી રાખો કે તમારું પોતાનું વળતર તમે તેને સુરક્ષિત કરવા જેટલું કામ કર્યું છે તેટલું જ નિશ્ચિત છે.

આત્મ-વિશ્વાસ

આપણી શંકાઓ વિશ્વાસઘાતી છે, તે આપણને પ્રયત્ન કરવાથી જ ડરાવીને આપણે જીતી શકીએ તેવી વસ્તુ ગુમાવડાવે છે.

— શેક્સપીયર

લીંકને લાકડાંની ઝૂંપડીમાંથી જીવન શરૂ કર્યું અને વ્હાઈટ હાઉસમાં જઈને અટક્યા, કારણ તેઓ તેમના પોતાનામાં શ્રધ્ધા ધરાવતા હતા. નેપોલિયને એક ગરીબ કોર્સીકન તરીકે જીવન શરૂ કર્યું. અને અડધા યુરોપને તેના પગ પાસે લઈ આવ્યો - કારણ કે તે તેના પોતાનામાં માનતો હતો. હેન્રી ફોર્ડે એક ગરીબ ખેડુતના પુત્ર તરીકે જીવન શરૂ કર્યું અને તેણે દુનિયામાં કોઈ પણ અન્ય માણસ કરતાં વધારે પૈડાંઓને ગતિ આપી. રોકફેલરે એક ગરીબ બુક કીપર તરીકે કામ શરૂ કર્યું હતું અને તે દુનિયાનો સૌથી ધનિક વ્યક્તિ બન્યો - કારણ કે તેમને પોતાનામાં વિશ્વાસ હતો. તેમણે પોતે જે ઈચ્છ્યું તે લીધું કારણ કે તેમને તેમની પોતાની ક્ષમતામાં વિશ્વાસ હતો. હવે પ્રશ્ન એ છે કે, **તમે શું ઈચ્છો છો તે તમે નક્કી કેમ નથી કરતા, અને પછી નીકળી પડીને તેને લઈ કેમ નથી લેતા ?**

નિશાની ૩

આત્મનિર્ભરતા

સફળતાના માર્ગ પરની ત્રીજી નિશાની છે *આત્મનિર્ભરતા!*

સીધા સાદા શબ્દોમાં, *આત્મનિર્ભરતા*નો અર્થ છે તમારે જે કરવાની જ છે તે વસ્તુ કોઈક તમને કરવાનું કહે તેના વગર તમે કરી જ લેશો.

જે માણસે આ સફળતાના માર્ગ પરની નિશાનીઓ બનાવી છે તે વર્જીનીયાના વાઈસ પહાડોમાં ઉછર્યો હતો. તેનો અભ્યાસ ઘણો ઓછો થયો હતો. જ્યારે તે ખાણોમાં પાણીવાળા છોકરા તરીકે કામ કરવા ગયો ત્યારે તેની પાસે કોઈ ઘર ન હતું અને બહુ ઓછા મિત્રો હતા.

પાણી લઈ જવામાં તે ખાસ વ્યસ્ત નહોતો રહેતો, આથી તેણે તેનો વધારાનો સમય ડ્રાઈવરોને કોલસાની ખાણ પર તેમનાં ખચ્ચરો છોડવામાં મદદ કરવામાં વાપર્યો. એક દિવસ ખાણનો માલિક ત્યાં આવ્યો અને તેણે આ છોકરાને ડ્રાઈવરોને તેમનાં કામમાં મદદ કરતો જોયો. માલિકે છોકરાને ઊભો રાખ્યો અને આ વધારાનું કામ કરવાનું તેને કોણે કહ્યું હતું તેમ પૂછ્યું.

છોકરાએ જવાબ આપ્યો : "મને કોઈએ તેમ કરવાનું કહ્યું નથી, પરંતુ મારી પાસે થોડો વધારાનો સમય છે અને મને લાગ્યુ કે જો હું ડ્રાઈવરોને તેમનાં કામમાં મદદ કરીને તેનો સદુપયોગ કરીશ તો તેમાં કોઈને વાંધો નહીં હોય."

ખાણનો માલિક ચાલ્યો જવા લાગ્યો. તે એકાએક આ છોકરા તરફ ફર્યો અને કહ્યું : "તું કામ પરથી છૂટે તે પછી આજે સાંજે મારી ઑફિસે આવ." છોકરો ડરી ગયો કારણ કે તેણે વિચાર્યું કે આનો અર્થ છે કે તેને કરવાનું કહેવામાં નહોતું આવ્યું તેવું કંઈક કામ કરવા માટે તે તેની નોકરી ગુમાવશે. ડર તથા ધ્રૂજારી સાથે તે સાંજે તે માલિકની ઑફિસમાં ગયો.

ખાણના માલિકે જોયું કે તે ડરેલો હતો આથી તેણે તેને તરત જ ખાતરી આપી કે તેણે ડરવાની જરૂર નથી. તેણે તે છોકરાને બેસવાનું કહ્યું અને તેને કહ્યું:

"છોકરા, તને ખબર છે કે આ પ્લાન્ટમાં સેંકડો માણસો કામ કરે છે અને

અમારી પાસે વીસથીયે વધારે ફોરમેન છે જેમનું કામ આ લોકોને કહેવામાં આવેલ કામ તેઓ કરે અને યોગ્ય રીતે કરે તે જોવાનું છે. આ સેંકડો લોકોમાંથી તું પહેલો એવો છે જેને મેં કામ કરવાનું કહ્યા વગર બીજા માણસોને મદદ કરવાનાં કારણસર મારી ઑફિસમાં બોલાવ્યો છે. તારામાં આત્મનિર્ભરતાની જૂજ કહેવાય તેવી ગુણવત્તા છે, અને જો તું તેનો ઉપયોગ કરવાનું ચાલુ રાખીશ તો કોઈક દિવસ અહીં તું, તું જે ઈચ્છીશ તે કોઈ પણ હોદ્દા પર હોઈશ."

પછી ખાણ માલિક પાછો પોતાનું કામ કરવા લાગ્યો અને છોકરો ઊભો થઈને ઑફિસમાંથી બહાર સરકી ગયો. આ તેનાં જીવનની સૌથી આનંદની ક્ષણો પૈકીની એક હતી. તે ઑફિસમાં "કાઢી મૂકવા"ની અપેક્ષા સાથે ગયો હતો, પરંતુ તેને બદલે તેને અભિનંદવામાં આવ્યો હતો.

પાંચ વર્ષ પછી આ છોકરાને તે જ કોલસાની ખાણનો જનરલ મૅનેજર નીમવામાં આવ્યો, જ્યાં તેનાં નિર્દેશન હેઠળ હજાર કરતાં વધારે માણસો કામ કરતા હતા. તે સમયે તે યુનાઈટેડ સ્ટૅટ્સની બધી કોલસાની ખાણોમાં સૌથી યુવાન વયનો જનરલ મૅનેજર હતો. બધા માણસો તેને પસંદ કરતા હતા કારણ કે તેમને તેનામાં વિશ્વાસ હતો. પગારની બારી પર એક મોટી બધી નિશાની લગાડેલી હતી, જેમાં લખ્યું હતું :

મારા સાથી કર્મચારીઓને

પાંચ વર્ષ અગાઉ આ પ્લાન્ટનો જનરલ મૅનેજર દિવસના પચાસ સેન્ટનાં વેતન સાથે પાણીવાળા છોકરા તરીકે કામ કરતો હતો.

એક દિવસ ખાણના માલિકે ત્રણ નંબરની ખાણ પર ડ્રાઈવરોને તેમનાં ખચ્ચરો છોડવામાં મદદ કરતા આ પાણીવાળા છોકરાને પકડ્યો.

આ વધારાનું કામ કરવા બદલ તેને પૈસા નહોતા ચૂકવાતા. કોઈએ તેને તે કરવાનું કહ્યું ન હતું. તેણે તે કર્યું કારણ કે તે મદદનો હાથ લંબાવીને ડ્રાઈવરોનો બોજ હળવો કરવા માગતો હતો.

આવી પહેલ એ કોઈ પણ માણસનાં સાધનોની કોથળીનો મુલ્યવાન ભાગ છે. આ બારી પરથી પગાર લેતા દરેક માણસ પાસે વધુ જવાબદાર હોદ્દા પર આગળ વધવાની આ પાણીવાળા છોકરા કરતાં વધારે તક છે, અને બરાબર આ જ રીતે તેઓ તેમ કરી શકે છે.

આ સ્થળે કોઈ માણસે અન્ય સાથીનું કામ કરી આપવા માટેની કોઈ જરૂર નથી, પરંતુ જો તે તેમ કરવાનું પસંદ કરે તો કોઈ વસ્તુ તેને અટકાવી ન શકે, અને જો કોઈ પણ માણસ આ પાણીવાળા છોકરાએ પ્રદર્શિત કરી તેટલી આત્મનિર્ભરતા પ્રદર્શિત કરે તો છેવટે તે આ સ્થળે ઉત્તમ કામ - હોદ્દો મેળવી જ શકે, કારણ કે કોઈ તેને રોકી શકે નહીં.

આજથી તમારે જે વ્યક્તિ આત્મનિર્ભરતાનો ઉપયોગ કરે છે તેની પાસે આવતી તકોનો લાભ ઉઠાવવો જોઈએ, કારણ કે સફળતાના માર્ગ પર મુકેલી સૌથી મહત્વની નિશાનીઓ પૈકીની એક છે.

આ *આત્મનિર્ભરતા*ની નિશાનીના સંબંધમાં તમને અપાયેલ સૂચનાઓ સાદી અને સહેલાઈથી અનુસરાય તેવી છે. કહેવાયું હોય તેવી ઓછામાં ઓછી એક વસ્તુ કરીને આત્મનિર્ભરતાનો ઉપયોગ કરવો તે તમારું કામ છે. તમે શું કરો છો તેના વિશે કોઈને કંઈ જ કહેશો નહીં પરંતુ તમારો પોતાનો મનસૂબો જાળવી રાખજો અને આ સૂચનાઓને અનુસરજો. જો તમારું કામ એવા પ્રકારનું હોય કે તમે તમને કરવાનું કહેવાયું હોય તેવું કામ ન કરી શકો તો થોડીક ઝડપ વધારો અને સમયના નિશ્ચિત ગાળામાં તમે કરો છો તેનાં કરતાં વધારે કામ કરો અને તે કામ વધારે સારી રીતે કરો. દસ દિવસ સુધી આમ કરતા રહો અને ત્યાં સુધીમાં તમે તમારા માલિકનું ધ્યાન જરૂર આકર્ષશો. દસ દિવસના અંતે તમે એ પણ જોશો કે તમારાં બાકીનાં જીવનમાં આ *આત્મનિર્ભરતા* નો ઉપયોગ તમને વળતર આપશે કારણ કે *આત્મનિર્ભરતા* વધુ મોટી જવાબદારીઓ, વધારે પગાર તરફ દોરી જાય છે અને તમે *તમારા જીવનમાં નિશ્ચિત* ધ્યેય તરીકે જે કાંઈ પણ નક્કી કર્યું હોય તે મેળવવામાં મદદ કરે છે.

આત્મનિર્ભરતા

આ દુનિયા એક વસ્તુ માટે પૈસા અને આદર બંને જેવાં મોટા ઇનામો ન્યોચ્છાવર કરે છે અને તે છે *આત્મનિર્ભરતા.*

આત્મનિર્ભરતા શું છે ? હું તમને કહું : તે તમને કહેવાયું ન હોય તેમ છતાં યોગ્ય વસ્તુ કરવી તે છે.

પરંતુ કહેવાયા વગર યોગ્ય વસ્તુ કરવી તેના પછીનું કામ છે તમને એક વાર કહેવાય ત્યારે કામ કરવું. કહેવાનો મતલબ છે, ગાર્સીયા પાસે એક સંદેશ

લઈ જવો; જે આ સંદેશ લઈ જઈ શકે તેને ઘણું માન મળે છે, પરંતુ તેનો પગાર બદલામાં હંમેશાં તેના યોગ્ય પ્રમાણમાં જ નથી હોતો.

ત્યાર પછી, એવા લોકો છે જેમને બે વખત ન કહેવાય ત્યાં સુધી તેઓ ક્યારેય કામ નથી કરતા; આવા લોકોને કોઈ માન નથી મળતું અને પગાર પણ ઓછો મળે છે.

ત્યાર પછી, એવા લોકો છે જેમને જરૂરિયાત પાછળથી લાત મારે ત્યારે જ માત્ર યોગ્ય વસ્તુ કરે છે, અને આ લોકોને માનને બદલે તાટસ્થ્ય મળે છે, અને નજીવો પગાર મળે છે.

આવા પ્રકારના લોકો તેમનાં બદનસીબને કોસવામાં મોટાભાગનો સમય પસાર કરે છે.

ત્યાર પછી, આના કરતાં પણ ઉતરતી કક્ષામાં આપણી પાસે એવો માણસ છે જે કોઈક માણસ તેને જઈને કામ કેમ કરવું તે દેખાડે અને તે તે કામ કરે છે તે જોવા માટે ઊભો રહે તેમ છતાં યોગ્ય વસ્તુ ન જ કરે; તે હંમેશાં કામથી દૂર રહે છે, અને તે જેને લાયક છે તેવી ઘૃણા મેળવે છે, સિવાય કે તેનો બાપ ઘણો ધનાઢ્ય હોય, જે કિસ્સામાં ભાગ્ય ધીરજપૂર્વક એક ખૂણામાં મોટો ડંગોરો લઈને તેની રાહ જોતું હોય છે.

તમે કયા વર્ગમાં આવો છો ?

— એલ્બર્ટ હુબાર્ડ

નિશાની ૪

કલ્પના

સફળતાના માર્ગ પરની ચોથી નિશાની છે *કલ્પના* !

દરેક સફળ માણસે *કલ્પના* ને ઉપયોગ કરવો જ જોઈએ. તમે તમારી કલ્પનાનો ઉપયોગ કરો છો ત્યારે તમે માત્ર જૂના વિચારોમાંથી નવાં આયોજનો ઘડો છો, બરાબર જેમ તમે જૂની ઇંટોથી નવું મકાન ચણો તેમજ.

એક દિવસ એક કાફેટેરીયામાં એક યુવાન તેનાં ડીનર માટે પોતાને તૈયાર કરીને લોકોની લાઈનમાં હાથમાં એક ટ્રે લઈને ચાલતો હતો. તે લાઈનમાં ઊભો હતો ત્યારે તેની *કલ્પના*એ કામ કરવાનું શરૂ કર્યું. તેણે વિચાર કર્યો, "એક સેલ્ફ-હેલ્પવાળો કરીયાણાનો સ્ટૉર ખોલવો તે એક સારો વિચાર કેમ ન બની શકે, જ્યાં લોકો અંદર આવે, તેમને જે જોતું હોય તેનાથી તેમની ટોપલીઓ ભરે, અને બહાર જતાં દરવાજા પર પૈસા ચૂકવી દે."

તેણે એક નાનો સ્ટૉર ભાડે લીધો અને આ તેના સેલ્ફ-હેલ્પવાળી કરીયાણાની દુકાનનો વિચાર કામે લગાડ્યો. હવે ડઝનબંધ શહેરો તથા ગામોમાં તેની દુકાનો છે. તેના વિચારે તેને એક ધનવાન બનાવ્યો છે અને તેઓ ત્યાં જેઓ વેપાર કરે છે તેમને માટે પૈસા બચાવે છે.

જો તમે *તમારી કલ્પના* ને તમારે માટે ઉપયોગી ન બનાવી શકો તો આસપાસ નજર કરો. જો તમે તમારું કામ ઓછા સમયમાં અને સારી રીતે કરી શકો છો, તો તમારી પાસે એક એવો વિચાર છે જે મુલ્યવાન છે. જો તમારી પાસે કોઈક બીજાને ઓછા સમયમાં તેમનું કામ પૂરું કરવામાં મદદ કરવાની એક રીત છે તો તમારી પાસે પણ એવો એક વિચાર છે જે મુલ્યવાન છે. સમય અને શ્રમ બચાવે તેવી કોઈ પણ વસ્તુ પૈસા બરાબર જ છે. આ વાત યાદ રાખો અને હંમેશાં એક એવી યુક્તિ અથવા વિચાર શોધતા રહો જે તમારો સમય બચાવે, કારણ કે આ વિચાર તમને સફળતાના માર્ગ પર મદદ કરશે.

નીચે તરફ દક્ષિણનાં રાજ્યોમાં લોકો કપાસ ઊગાડે છે. તેઓ કપાસીયાને

ફેંકી દેતા હતા અથવા એક મોટી ડોલમાં ભરી દેતા હતા. આ બીજ કંઈ જ કામનાં ન હતાં. તેમને દૂર કરવા માટે પૈસા લાગતા હતા.

એક દિવસ એક યુવાન ત્યાં આવ્યો અને તેણે કપાસીયા ભરેલી મોટી વિશાળકાય બાલદીઓ જોઈ. તેણે મુઠ્ઠી ભરીને કપાસીયા લીધા અને એકને દાંત વચ્ચે ચાવી જોયો. તેણે જોયું કે તે તો સરસ તેલથી ભરપૂર હતો.

તેણે એક ડબ્બો ભરીને બીજ લીધાં અને હથોડાથી તેને કૂટ્યાં. આ કચડેલાં બી તેણે એક કોથળીમાં ભર્યાં અને તેને નીચોવીને તેલ કાઢ્યું. તેણે જોયું કે આ તેલ ઘણી બધી વસ્તુઓ માટે સારું હતું. તેણે એ પણ જોયું કે આ કપાસીયામાંથી તેલ નીચોવી લેવાય પછી તે ઢોરના ખોરાક તરીકે પણ સારા હતા.

આ યુવાને તેની *કલ્પના* નો ઉપયોગ કર્યો હતો. તેણે શોધી કાઢ્યું કે કપાસ ઊગાડનારાઓ જે બીજ ને ફેંકી દેતા હતા તે તેમના પાકનો સૌથી મુલ્યવાન ભાગ હતો. તેણે આ બી ખરીદવા તથા તેમાંથી તેલ બનાવવાનું તથા ઢોર માટેનો ખોરાક બનાવવાનું શરૂ કર્યું. તેની શોધે તેને ખૂબ જ સંપત્તિવાન માણસ બનાવ્યો.

હવે તેઓ બધા કપાસીયા બચાવે છે. આ યુવાનની *કલ્પના* વર્ષના લાખો ડોલર જેટલી કિંમતી હતી.

કોઈ પણ વ્યક્તિ જે કચરામાં જતી હોય તેવી કોઈ પણ મુલ્યવાન વસ્તુને કેવી રીતે સાચવવી તે શોધી કાઢે છે તે પોતાની *કલ્પના* નો સારો ઉપયોગ કરે છે. કોઈક ગળતર રોકીને અથવા તમે જ્યાં કામ કરો છો ત્યાં કોઈકનો સમય બચાવીને તમારી *કલ્પના* નો ઉપયોગ કરવાની કદાચ તમારે માટે એક તક છે. જો તમે આ તક શોધી શકો તો તે તમને સફળતાના માર્ગ પર મદદ કરશે.

પેસિફિક સમુદ્રના કિનારે, કેલીફોર્નિયામાં એક શહેર દરિયાથી જેટલું બાંધી શકાય તેટલું નજીક બાંધવામાં આવ્યું છે. આ શહેર તેમની પાસે હતી તેટલી બધી મેદાની જમીન ઢંકાઈ ગઈ ત્યાં સુધી વિકસ્યું.

એક તરફ એક મોટી સીધાં ચઢાણવાળી ટેકરી હતી જેના પરથી સમુદ્ર દેખાતો હતો. તે એકદમ ઊભા ઢોળાવવાળી હોવાને કારણે તેઓ તેના પર ઘર નહોતા બાંધી શકતા. ટેકરીની તળેટીમાં જમીન સપાટ હતી પરંતુ તે મોટાભાગનો સમય સમુદ્રનાં બેક વોટરથી આવરેલી રહેતી હતી. મકાન ચણવાના હેતુ માટે તે વધારે પડતી ભીની જમીન હતી.

તેના પર મકાન ચણી શકાય તેમ ન હતાં આથી તે મેદાન ખાસ ઉપયોગનું

હોય તેવું કોઈએ નહોતું વિચાર્યું.

એક દિવસ એક *કલ્પનાશીલ* માણસ ત્યાં આવ્યો. તે એ ઊભી કરાડવાળી ટેકરીની ટોચ પર ચડ્યો અને ત્યાથી તેણે બેકવોટરથી છવાયેલ જમીન તરફ જોયું. પછી તેની *કલ્પના* કામ કરવા લાગી. તેણે તેને પોતાને માટે કામ કરવાની તાલીમ આપી હતી. તેણે એ વસ્તુ જોઈ જે તે શહેરમાં રહેતી કોઈ પણ વ્યક્તિએ જો પોતાની *કલ્પના* નો ઉપયોગ કર્યો હોત તો જોઈ શકી હોત.

તે એ નીચાં, પાણી ભળેલાં મેદાનના માલિક પાસે ગયો અને ઓછી કિંમતમાં તે જમીન ખરીદી લીધી. પછી તે એ ઊભી કરાડવાળી ટેકરીના માલિક પાસે ગયો અને તે પણ ઓછી કિંમતે ખરીદી લીધી. પછી તે થોડા ડાયનેમાઇટ લઈ આવ્યો અને તે ટેકરીને ઊડાડી મૂકી, આથી કળણવાળી જગ્યા જમીન બની ગઈ પછી તેના પર તેનાં વડે જ પૂરણી કરી દીધી. આથી આ કળણ સુંદર જમીનમાં ફેરવાઈ ગયું અને જે જગ્યા પર તે ટેકરી ઊભી હતી ત્યાં સપાટ જગ્યા પણ મળી જેને તેણે મકાન ચણવા માટે વેચી દીધી. આ માણસે તેની કલ્પનાથી એ ટેકરી પરના કચરાને જ્યાં જરૂર હતી તેવાં નીચેનાં મેદાનમાં પહોંચાડીને થોડા જ મહિનામાં *કલ્પના* વડે તેનું ભાગ્ય બનાવી દીધું.

તમે જ્યાં કામ કરો છો તે સ્થળની આસપાસ જુઓ. જો તમે તમારી *કલ્પના* નો ઉપયોગ કરશો તો તમે કોઈક એવો ફેરફાર કરી શકાય તેવું જોશો જે કરવાથી સમય અથવા શ્રમ બચાવી શકાય. *તમારાં કામ* ને ઓછા સમયમાં કરવાની અથવા તેટલા જ સમયમાં વધારે કામ કરવાની કોઈક રીત તમને મળી આવશે. તે તમારે માટે તથા તમને નોકરી આપનાર માટે પૈસા મળવા બરાબર હશે.

કોઈ માણસ જ્યાં સુધી તે પોતાની ભૂલો તથા નિષ્ફળતા માટે પોતાની જાતને દોષી ગણવા જેટલો મોટો ન બની જાય ત્યાં સુધી તે પોતાના સમાજમાં સત્તા ન મેળવી શકે અથવા ટકાઉ સફળતા પ્રાપ્ત ન કરી શકે.

સફળતાનો માર્ગ શોધવાના આ અભ્યાસક્રમમાં *કલ્પના* એ સૌથી મહત્વના વિષયો પૈકીનો એક છે.

જો તમારાં કામમાં તમે *કલ્પના* નો ઉપયોગ કરશો તો તમે આગળ વધવાના જ છો.

ત્રણસો કરતાં થોડાંક જ વર્ષો પહેલાં એક ગરીબ નાવિક છોકરાએ તેની *કલ્પના* નો ઉપયોગ કર્યો અને એક નવો દેશ મળ્યો. દુનિયાના ઇતિહાસમાં તે

ક્યારેય પણ નોંધાયો ન હોય તેવો *કલ્પના* નો તે સૌથી નફાકારક ઉપયોગ છે.

તે નાવિકનું નામ ક્રિસ્ટોફર કોલંબસ હતું !

સ્પેનના કિનારેથી તેણે એટલાન્ટિક મહાસાગરમાં નજર કરી અને "કલ્પના" કરી કે સામા છેડે જમીન હોવી જોઈએ. તેણે પોતાની સાથે ત્રણ નાની હોડીઓ લીધી અને એ જમીન શોધવા નીકળી પડ્યો. તે તેને પહેલા દિવસે કે પહેલાં વર્ષે કે પહેલા મહિને પણ ન મળી, પરંતુ તેણે મુસાફરી ચાલુ રાખી.

છેવટે તે તેની નાની હોડીઓને હંકારીને આ દેશ સુધી પહોંચાડી શક્યો. કોલંબસની *કલ્પના* ને પરિણામે હવે આપણી પાસે દુનિયાનો શ્રેષ્ઠ, સૌથી મુક્ત અને સૌથી સમૃદ્ધ દેશ છે. આપણી પાસે એ દેશ છે જ્યાં દરેક વ્યક્તિ એક ઘર ધરાવી શકે. આપણી પાસે એક એવો દેશ છે જ્યાં કામ કરવા માગતી દરેક વ્યક્તિને કામ કરવાનો મોકો મળે. આપણી પાસે એક એવો દેશ છે જ્યાં દરેક માણસ પોતાને ગમે તેમાં શ્રધ્ધા રાખી શકે તથા તેની પોતાની રીતે ઈશ્વરની પૂજા કરી શકે. કોલમ્બસ જ્યારે અમેરિકા શોધવા માટે નીકળ્યો ત્યારે, તે જ્યાંથી આવ્યો ત્યાં આવી કોઈ સ્વતંત્રતા શક્ય ન હતી.

આ મહાન અમેરિકન દેશમાં *તમારી સ્વતંત્રતા* શક્ય બની, કારણ કે કોલંબસે તેની *કલ્પના* નો ઉપયોગ કર્યો. હવે કદાચ તમારી *કલ્પના* વડે શોધવા માટે આવા મોટા કોઈ દેશ નહીં હોય, પરંતુ આ દેશને હજી એક વધારે સારો દેશ બનાવવામાં મદદ માટે તમારે માટે ઘણા બધા મોકાઓ છે.

લગભગ બે હજાર વર્ષો પહેલાં જૂના દેશમાં એક નાનકડા બાળકનો જન્મ થયો. તેનાં માતા-પિતા એટલા ગરીબ હતાં કે તેમની પાસે કોઈ ઘર ન હતું અને તે બાળક એક તબેલામાં જનમ્યો.

આ બાળકને પણ ઘણું થોડું શિક્ષણ મળ્યું. તેના માતા-પિતા સમૃદ્ધ ન હતાં અને તેને ઘણા ઓછા મિત્રો હતા. તે દિવસોમાં માણસોને અત્યારે આપણને મળે છે તેના કરતાં ઓછી સ્વતંત્રતા મળતી હતી તેથી, તેને ઘણી ઓછી સ્વતંત્રતા હતી.

બાર વર્ષની ઉંમરથી આ બાળકે તેની *કલ્પના* નો ઉપયોગ કરવાનું શરૂ કરી દીધું. આ બાર વર્ષની ઉંમરના બાળકે જોયું કે માણસો એક બીજા તરફ માયાળુ ન હતા. તેણે દુનિયામાં વધારે માયાળુતા તથા વધારે સ્વતંત્રતાની જરૂર જોઈ. તેણે માણસોનું નાનું સંગઠન બનાવ્યું; કદાચ દુનિયાનું પ્રથમ સંગઠન. આ સંગઠનમાં બાર સભ્યો હતા.

આ છોકરો પુરુષ બન્યો. તે એક મહાન ઉપદેશક બન્યો. જેવી રીતે બધી મહાન વસ્તુઓ સાદી અને સહેલાઈથી સમજાય તેવી હોય છે તેમ, તેના ઉપદેશો સાદા અને સમજવામાં સરળ હતા. આ મહાન ઉપદેશકે તેનું સમગ્ર જીવન માણસોને એ કહેવામાં વિતાવી દીધું કે આ દુનિયાની એક માત્ર યોગ્ય વસ્તુ છે ખુશી. તેણે તેમને કહ્યું કે તેઓ માત્ર અન્યોને ખુશી આપીને જ તે મેળવી શકે છે.

કેટલાક અજ્ઞાન માણસોએ આ મહાન ઉપદેશકને પકડી લીધો અને તેને ફાંસીને માચડે લટકાવી દીધો, પરંતુ તેઓ તેમના સંદેશની હત્યા ન કરી શક્યા. તેનો સંદેશ મજબૂત હતો. તે *સત્ય* અને ન્યાય આધારિત હતો, અને જે સંદેશ બધા માણસો માટે ન્યાય પર આધારિત હોય તેને કોઈ વસ્તુ અટકાવી ન શકે. હવે આ મહાન ઉપદેશકના તેના સંદેશમાં શ્રધ્ધા રાખનારા લાખો શ્રધ્ધાળુઓ છે. કદાચ તમે પણ તેઓમાંના એક છો. જો તેમ છે, તો તમને તેમનો સૌથી મોટો ધર્મોપદેશ યાદ છે. તેને "સરમોન ઓન ધ માઉન્ટ" કહે છે અને તેને પવિત્ર બાઈબલના મેથ્યુનાં પુસ્તકમાં જોઈ શકાય છે.

તે ધર્મોપદેશમાં આ મહાન ઉપદેશકે આપણને કહ્યું છે કે, "અન્યો આપણા માટે જેવું કરે તેવું ઇચ્છો છો તેવું તમે તેમના તરફ કરો." તે અનુસરવા માટે એક સારો નિયમ છે. બે હજાર વર્ષથી તે સંદેશ જીવંત છે અને હજી સુધી કોઈએ તેનો ભંગ કર્યો હોય અને તેને વ્યથા ન થઈ હોય થઈ હોય તેવું બન્યું નથી.

જ્યારે તમે આ મહાન ઉપદેશક, ઈસુ ખ્રિસ્ત વિશે વિચારો ત્યારે યાદ રાખો કે તેમણે તેમનું સમગ્ર જીવન પુરુષો તથા મહિલાઓને એ દર્શાવવામાં સમર્પિત કરી દીધું કે આ દુનિયામાં ખુશ થવા યોગ્ય એક માત્ર વસ્તુ છે, કે આપણે માત્ર અન્યોને ખુશી આપીને જ ખુશી મેળવી શકીએ છીએ.

એક દિવસ એક ગરીબ યુવાન છોકરાએ એક સપાટ હોડી પર મીસીસીપી નદીમાં મુસાફરી શરૂ કરી. આ યુવાન એક લાકડાંની ઝૂંપડીમાં જનમ્યો હતો જેનું તળિયું માત્ર ધૂળનું બનેલું હતું.

ન્યુ ઓર્લીન્સમાં તેણે ગોરા માણસને એક કાળા માણસને ગુલામ તરીકે વેચતો જોયો. તેની *કલ્પના*એ કામ કરવાનું શરૂ કરી દીધું. કાળા સ્ત્રી પુરુષો ગુલામ તરીકે વેચાતાં હતાં તે તેને યોગ્ય ન લાગ્યું.

તેની *કલ્પના*એ તેને કહ્યું કે આવા પ્રકારના મુક્ત દેશમાં પુરુષો તથા સ્ત્રીઓને વેચવા તે ખોટું હતું. ઘણા વર્ષો પસાર થઈ ગયાં. આ નાનો ગામડીયો પુરુષ બની ગયો. તેણે તેનાં બાઈબલમાં આ મહાન ઉપદેશક વિશે વાંચ્યું જે એક

તબેલામાં જનમ્યા હતા. તેને તે ઉપદેશકે "અન્યો તમારી સાથે જેવું કરે તેમ ઈચ્છતા હો તેવું તેમની સાથે કરો" વિશે શું કહ્યું હતું તે યાદ આવ્યું.

ગુલામોનું વેચાણ ઈસુ ખ્રિસ્તે જે શીખવ્યું છે તે મુજબનું છે તેમ તેને ન લાગ્યું. તેણે અમેરિકામાં ગુલામોનું વેચાણ અટકાવવાનો નિર્ધાર કરી દીધો. છેવટે આ માણસનો વારો આવ્યો. અમેરિકાના લોકોએ તેને તેમનો રાષ્ટ્રપતિ બનાવ્યો. પછી તેણે કાળા લોકોને ગુલામ તરીકે વેચવા પર પ્રતિબંધ લાદ્યો. આ માણસ, લીંકને આપણા બધાને અનુસરવા માટે સારું ઉદાહરણ પૂરું પાડ્યું. તેણે તેનું જીવન આ દેશને પૃથ્વી પરનો સૌથી મુક્ત દેશ બનાવવા માટે આપી દીધું.

લીંકન બધા માટે ન્યાયમાં શ્રધ્ધા રાખતા હતા. તેઓ માનતા હતા કે આપણે એક બીજા તરફ પ્રમાણિક તથા સત્યવાદી રહેવું જોઈએ. તેઓ માનતા હતા કે આપણે દુકાનો તથા સ્ટોર્સમાં જ્યાં માણસો એકબીજાને મળે ત્યાં સોનેરી નિયમનું પાલન કરવું જોઈએ. આપણને ક્યારેય લીંકન કરતાં વધુ સારા રાષ્ટ્રપતિ નથી મળ્યા. તેઓ માનતા હતા કે અમેરિકામાં દરેકને સ્વતંત્રતાનો અધિકાર છે. તેઓ માનતા હતા કે માણસને તેના પોતાના શ્રમનું ફળ મેળવવાનો અધિકાર છે, પછી ભલે તે ગોરો હોય કે કાળો. તેઓ માનતા હતા કે દરેક વ્યક્તિ જ્યાં સુધી સારું વર્તન કરે ત્યાં સુધી આ મહાન દેશમાં તેને સુરક્ષાનો અધિકાર છે.

તમારી કલ્પના નો ઉપયોગ કરો અને કદાચ તમે એવું કંઈક કરશો જે તમારું નામ એવા અમર લોકોમાં મૂકી દેશે જેઓ મધ્યમવર્ગીતાથી ઉપર ઉઠ્યા છે.

નિશાની ૫

ઉત્સાહ

સફળતાના માર્ગ પરની પાંચમી નિશાની છે *ઉત્સાહ* !

બધાને એવી વ્યક્તિ ગમે છે જે ઉત્સાહી તથા આનંદી હોય. *ઉત્સાહીપણું* તમારું કામ હળવું હોય તેવું લગાડે છે. તેને કારણે તમારા કામના કલાકો જાણે ટૂંકા થઈ ગયા હોય તેવું લાગશે.

ઉત્સાહીપણું "ચેપી" છે. જ્યારે એક વ્યક્તિને તે વળગે છે ત્યારે તેની આસપાસની બધી વ્યક્તિને તે વળગે છે કોઈ પણ વેચાણકર્તા તે જે વેચતો હોય તેના વિશે ઉત્સાહી બન્યા વગર ચીજ વેચી શકે જ નહીં.

એરીઝોના રાજ્યની જેલમાં એક યુવાન છે જેને ત્યાં આજીવન કેદ માટે મોકલાયો હતો. જેલમાં જતાં પહેલાં તે એક બદમિજાજ માણસ હતો જે ક્યારેય તેનાં કામ પ્રત્યે ઉત્સાહી ન હતો. તે હંમેશાં મુશ્કેલીમાં હતો અને ક્યારેય કોઈ વસ્તુમાં સફળ ન થયો. જ્યારે તેને આજીવન કારાવાસમાં બંધ કરી દેવામાં આવ્યો ત્યારે તરત જ તેણે જોયું કે જે માણસમાં જરા પણ *ઉત્સાહ* ન હોય તેને માટે જેલ એકદમ જ એકાકી સ્થળ બની જવાનું છે, આથી તેણે એવો દેખાડો કરવાનું શરૂ કર્યું કે તે તેનાં કામ પ્રત્યે *ઉત્સાહી* હતો. તે ચહેરા પર સ્મિત સાથે તેનાં કામ પર જતો અને જાણે તે કામ માટે તેઓ તેને પૈસા ચૂકવવાના હોય તેમ તે ખૂબ મહેનતથી કામ કરતો. થોડા જ વખતમાં તેને તે રમતો હતો તે "ઉત્સાહીપણા"ની રમત ગમવા લાગી. આ બાબતે જેલના અધિકારીઓનું ધ્યાન આકર્ષ્યું અને તેમણે તેને વધારે છૂટછાટ આપી. તેના ખાલી સમય દરમિયાન તેણે પોતાનું ધ્યાન લખવા તરફ વાળ્યું. તેણે વેચાણ માટેના પત્રો લખવાનો મહાવરો શરૂ કર્યો. થોડા જ વખતમાં તે આમાં એટલો કાર્યદક્ષ બની ગયો કે તેણે વેપાર કરતા લોકોનું ધ્યાન ખેંચ્યું જેમણે તેના પત્રો ખરીદી લીધા.

તેના પત્રો રસપ્રદ હતા કારણ કે તેમને લખવામાં તેણે *ઉત્સાહ* રેડ્યો હતો. જેલના અધિકારીઓએ તેને હજી વધારે છૂટછાટ આપી અને આજ સુધી

તે તેનાં લખાણમાંથી સારી આવક રળે છે. આ બાબતે જેલમાં નથી તેવા આપણા જેવા કેટલાકને *ઉત્સાહીપણા* વિશે વિચારવાની ફરજ પાડવી જોઈએ. કોઈક દિવસ આ કેદીને માફી આપવામાં આવશે અને તે બહારની દુનિયામાં જશે અને ઘણી જ સફળતા મેળવશે. તમારા કામમાં ઉત્સાહી બનો અને તમે માત્ર તેને વધારે માણશો તેટલું જ નહીં, તમે વધારે પૈસા પણ બનાવશો.

થોડાં વર્ષો પહેલાં એડવીન સી બાર્નેસ ન્યુ જર્સીનાં ઓરેન્જમાં માલની હેરફેર માટેનું વાહન ચલાવતો હતો. ત્યાં તે થોમસ એ.એડીસન પાસે ગયો અને કામ માગ્યું.

તેને નોકરી તો મળી ગઈ પરંતુ શરૂઆતમાં સારો પગાર અપાતો ન હતો. કામ સહેલું ન હતું પરંતુ મિ. બાર્નેસે નક્કી કરી લીધું હતું કે ભલે શરૂઆતમાં તેણે ગમે તે પ્રકારનું કામ કરવું પડે તોપણ તે મિ.એડીસન માટે જ કામ કરવાનો છે.

મિ.બાર્નેસે *ઉત્સાહપૂર્વક* તે કામને સંભાળ્યું. તેણે એવી રીતે કામ કર્યું જાણે તે કામ માટેનો તેને ઉત્તમ પગાર મળતો હોય. તે પોતાનાં મોઢાં પર સ્મિત સાથે કામ કરતો. એડીસનને ત્યાં કામ કરતા બધા લોકોને તે ગમવા લાગ્યો. તેનું કામ અઘરું અને પગાર ઓછો હતો છતાં તે ત્યાં દટ્યો રહ્યો અને પોતાની જાતને ઉપયોગી બનાવી.

આ બહુ વર્ષો પહેલાં બનેલી વાત નથી. મિ.બાર્નેસ હજી યુવાન છે પરંતુ તેણે તેનાં કામમાં એટલો બધો ઉત્સાહ દેખાડ્યો કે તેને ઘણી વખત બઢતી અપાઈ. હવે તેની પાસે ન્યુયોર્ક, સેન્ટ લુઇસ તથા શિકાગોમાં તેની પોતાની ઑફિસો છે જ્યાં તે "એડીફોન" ડીક્ટેટ કરતાં મશીનો વેચે છે. તે એક શ્રીમંત માણસ છે અને ફ્લોરીડાના બ્રાડેનટાઉનમાં તેનું સુંદર મજાનું ઘર છે.

એક યુવાન, જે એટલો બધો ગરીબ હતો કે તેની પાસે રેલ્વેની ટિકિટ ખરીદવાના પૈસા ન હોવાથી તે ન્યુજર્સીનાં ઓરેન્જમાં માલની હેરફેર કરતાં વાહનમાં મુસાફરી કરતો હતો, તેને માટે આ ઘણો મોટો કૂદકો છે. બાર્નેસની સફળતા તથા સમૃદ્ધિ તરફ ઉત્થાન માટે તેના કામ પ્રત્યેના તેના *ઉત્સાહ*નો ઘણો ફાળો છે. તમારાં કામ પ્રત્યે અણગમો રાખો તો તે તમારા પર ચડી બેસશે, પરંતુ તેના માટે *ઉત્સાહી* બનો અને તમે તેમાં નિપુણ બની જશો. જો મિ.બાર્નેસે મિ.એડીસનને તેની શરૂઆતમાં જે અઘરાં કામ અને ઓછા પગારથી શરૂઆત

કરાવી હતી તેને લાત મારી દીધી હોત તો તેમનું શું થયું હોત તે તમે જોઈ શકો છો. તેણે તે અઘરી નોકરીમાં ઉત્તમ કામ કર્યું અને થોડા જ વખતમાં ઊંચા પગારે વધુ સારી નોકરી તેને મળી ગઈ.

આવતા મહિના દરમિયાન તમારું કામ જાણે તમે એક રમત રમતા હો તેવી રીતે કરો. તમે તમારું કામ ગમતું હોય કે નહીં, તેને *ઉત્સાહપૂર્વક*, જાણે તે તમને ગમતું જ હોય તેમ કરો.

પેલા એરીઝોના રાજ્યની જેલમાંના આજીવન કેદીએ તેને જે કામ કરવાનું દબાણ કરવામાં આવ્યું હતું અને જેને માટે તેને કોઈ વળતર નહોતું મળતું તેણે પોતાનાં કામ પ્રત્યે *ઉત્સાહી* થવાની રીત શોધી કાઢી હતી તેને યાદ કરો. એ પણ યાદ રાખો કે આ ઉત્સાહીપણાને કારણે જ જેલના અધિકારીઓએ તેને વધારે છૂટછાટ આપી અને તેનામાં રસ લીધો. જેલની કાળી દિવાલોની અંદર બંધ કરી દેવાયેલ તે માણસ કરતાં તમારી પાસે ઘણી વધારે સગવડો છે, આથી તે જે *ઉત્સાહીપણા*ની રમત રમ્યો હતો તે રમવાનું તમને ઘણું વધારે સરળ પડશે.

તમે બીજાને ભલે ગમે તે કરતા જુઓ, આ ઉત્સાહીપણાની રમત રમવાનું એક મહિના સુધી ચાલુ રાખો. તમે શા માટે તેમ કરો છો તે વિશે કોઈને કશું જ ન કહો. આ રમતમાંથી તમને પુષ્કળ આનંદ મળશે. તમારા ધ્યાન પર આવશે કે લોકો તમારામાં વધારે રસ લેવા લાગશે. તમે જોશો કે તમારો માલિક તમારા પર નજર રાખવા માંડશે, પરંતુ તમારે તમારી પોતાની રીત ચાલુ જ રાખવી અને તમારી રમત મુજબ આગળ વધવું. તમારે એ હકીકત તમારાં મગજમાં રાખવી કે તમે સફળતાના માર્ગ પર છો, અને તે માર્ગ પરની નિશાનીઓએ તમને એક આખો મહિનો *ઉત્સાહીપણા* ની રમત રમવાનું કહ્યું છે.

તમને આ *ઉત્સાહીપણા* ની રમત રમવાની સૂચના શા માટે અપાઈ છે તે તમે ન પણ જાણતા હો, પરંતુ મહિનાના અંતના ઘણા સમય પહેલાં તમે જોશો કે આ સૂચનાઓને અનુસરવાનું વળતર મળ્યું છે.

એક અંધારી વરસાદી રાત્રે બે હોબોઝ એક બોક્ષ કારમાં મળ્યા. તેમાંથી એક, એક સેલ્સમેન હતો જેના કામના કલાકો સવારે ૧૦ થી સાંજે ૪ સુધીના હતા, અને બીજા પાસે તો કોઈ પૈસા જ ન હતા.

તેમણે તેમના પોતાના વિશે વાત કરવાનું શરૂ કર્યું. એક બીજાને કહ્યું,

"હું એક પેઢી માટે કામ કરતો હતો જેઓ મને નિયમિત કલાકો આપવા માગતા હતા. તેમણે *ઉત્સાહીપણા* વિશે ઘણી બધી વાત કરી, પરંતુ મને તેમાં ક્યારેય ખાસ રસ ન પડ્યો. મેં તેમને કહ્યું કે હું કાંતો મારી રીતે કામ કરીશ અથવા કરીશ જ નહીં. તેમને મારી રીત ન ગમી, આથી હું મારી હેટ ઉઠાવીને ચાલતો થયો."

બીજો માણસ એક સમયે એક ચતુર માણસ હતો, પરંતુ દારુ અને જુગારે તેને બરબાદ કર્યો હતો. તેણે થોડી વાર તેના સાથીદારને સાંભળ્યો. પછી આ પ્રશ્ન પૂછ્યો : *"બીલ, એવું કેમ છે કે એક તારા જેવો માણસ, જે તેના માલિકનો ધંધો સંભાળવા વિશે આટલું બધું જાણે છે, તે એક પુલમેન કોચને બદલે એક બોક્ષ કારમાં ફરે છે?"*

તે પ્રશ્ન ચોંકાવનાર હતો ! તમે એવા લોકો નથી જોયા જેમાં જે માણસ નિષ્ફળ હોય તે સામાન્યપણે જે સફળ થતો હોય તે માણસની આલોચના કરે ?

તમે જોશો કે સફળ માણસો *સફળ થવામાં* એટલા વ્યસ્ત હોય છે કે તેઓ તેમના દેશ, તેમની સરકાર, તેમના સાથી કાર્યકરો કે તેમના માલિકોની ટીકા કરવામાં તેમનો સમય બગાડતા નથી. તમે જોશો કે જે લોકો સફળ થઈ રહ્યા હોય છે તેઓ તેમનાં કામ પ્રત્યે *ઉત્સાહી* હોય છે, અને તમે ક્યારેય તેમને તેમણે કેવી રીતે નોકરી ગુમાવી તે કહેતા નહીં સાંભળો.

તમે એ પણ જોશો કે જે લોકો *ઉત્સાહ* ને તેમનાં કામ સાથે ભળેવી દે છે તેમનું કામ હંમેશાં શ્રેષ્ઠ હોય છે અને તેઓ સૌથી વધારે પગાર મેળવે છે. તમે એ પણ જોશો કે જે વ્યક્તિ કોઈ પણ બાબતમાં જરા પણ ઉત્સાહ નથી દેખાડતી અને હંમેશાં તેના કામ ખૂબ મુશ્કેલ હોવા વિશે, અને તેનો પગાર નાનો હોવા વિશે ફરિયાદ કરતી રહે છે તે જ્યારે કામ ધીમું પડી જાય ત્યારે કાઢી મૂકાનારમાં પહેલી હોય છે.

નિશાની ૬

ક્રિયા

સફળતાના માર્ગ પરની છઠ્ઠી નિશાની છે *ક્રિયા.*

માણસ કદમાં એક માખી કરતાં લગભગ એક અબજ ગણો મોટો છે, પરંતુ બુધ્ધિમાં માખી માણસ કરતાં લગભગ એક અબજ ગણી મોટી છે.

માણસ તેના હાથ પરનાં કામ તરફ, દૂર દેખાતાં આકાશને આંબતી ઈમારતો તરફ ગર્વથી નજર કરે છે, અને પોતાની જાતને કહે છે - "જો, હું કેવો અદ્ભુત છું; જુઓ મેં કેવાં મહાન મકાનો બનાવ્યાં છે; જુઓ માનવવંશ માટે કેટલી ઉત્ક્રાંતિ થઈ છે; જુઓ મેં કેટલી સંપત્તિ સર્જી છે."

મધપૂડાનાં પ્રવેશદ્વારની ચોકી કરતી ઊભેલી બુદ્ધિશાળી મધમાખી માણસના ફાંકા સાંભળે છે અને જવાબ આપે છે - "હા, એ સાચું છે કે પૃથ્વીની સપાટી પર તેં અદ્ભુત ફેરફારો કર્યા છે; તેં જમીનને ગગનચુંબી ઈમારતોમાં ફેરવી નાખી છે; તેં શક્તિશાળી એન્જિનો બનાવ્યાં છે; તેં હવા પર માલિકી મેળવી છે અને તેં તારાઓ સુધીનું અંતર માપી લીધું છે; પરંતુ તારી આ બધી સિદ્ધિઓ છતાં તેં એક વસ્તુ નથી કરી, તે છે તારાં મસ્તકની અંદર રહેલી શક્યતાઓ શોધવાની. બીજી જે વસ્તુ તેં નથી શોધી તે છે સમુદાયનો જુસ્સો ! હજી તારે દુનિયામાં કામ કરવા માટે કંઈક એવું શોધવાનું છે જે તારા પોતાનાં કલ્યાણ કરતાં વધુ મહાન છે."

"તું તારા સાથી કાર્યકરોએ જે મેળવ્યું છે તે તેમની પાસેથી લઈ લેવાના સ્વાર્થ માટે કામ કરે છે. તેં હજી અમે નાનકડી મધમાખીઓ જેનું પાલન કરીએ છીએ તે "મધપૂડાનો જુસ્સો" નથી જોયો. અમે મધપૂડાનાં ભલાં માટે, કલ્યાણ માટે મધ એકઠું કરીએ છીએ, જ્યારે તું પૈસાનો સંગ્રહ કરે છે, જેના વડે તારા સાથીકાર્યકરોનું ગળું ઘોંટી નાખે છે અને તારી વ્યક્તિગત પ્રાપ્તિ માટે તેના પર કાબુ રાખે છે."

કેવું અદ્ભુત નાનકડું જંતુ !

જો આપણે માત્ર તેનું નિરિક્ષણ કરીએ, તેની આદતોનું વિશ્લેષણ કરીએ અને વિચારીએ તો તે આપણને કેવો અદ્ભુત પાઠ શીખવી શકે !

આ પૃથ્વી પર મધમાખી એક માત્ર એવી વસ્તુ છે જે જન્મ પહેલાં જ જાતિ નક્કી કરી શકે છે તથા તેનું નિયંત્રણ કરી શકે છે !

માણસ, તેનાં બધાં ડહાપણમાં, તેની બધી જ પ્રગતિ સાથે, જીવશાસ્ત્ર તથા શરીરશાસ્ત્રનાં તેનાં બધા જ જ્ઞાન સાથે પણ, નથી જાતિનું પૂર્વનિર્ધારણ કરી શકતો કે નથી તેના પર નિયંત્રણ કરી શકતો !

નાનકડી મધમાખી નર-માદાનું નિયંત્રણ કરી શકે છે !

મધમાખી પરનું એક પુસ્તક બહાર જઈને લઈ આવો અને તેનો અભ્યાસ કરો. એક મધપૂડા પાસે જાવ, તેની સામે સૂઈ જાવ અને મધમાખીઓને તેમનું કામ કરતી જુઓ. તે એક નાનકડું બુદ્ધિશાળી જંતુ છે, જેની પાસેથી તમે ઘણું શીખી શકો, જેની તમને કિંમત હોય.

દરેક મધપૂડામાં ત્રણ પ્રકારની માખીઓ હોય છે. એક રાણી છે જે માતા છે અથવા માદા મધમાખી છે. તેં ઇંડાં મુકે છે અને વંશને જીવતો રાખે છે. તે તેની એક માત્ર ફરજ છે. પછી છે ડ્રોન અથવા નર માખી. તેની એક માત્ર ફરજ માદાએ મૂકેલાં ઈંડાંને ફળાવવાની છે. પછી છે કાર્યકર્તા - શ્રમિક માખીઓ - પેલા નાનકડા બુદ્ધિશાળી જીવો. જેઓ આખા મધપૂડાના ઉપયોગ માટે ફૂલોમાંથી મધ એકઠું કરે છે અને તેનો સંગ્રહ કરે છે. તેઓ નથી નર કે નથી માદા.

દરેક મધપૂડામાં માત્ર એક જ રાણી અથવા માદા મધમાખી હોય છે. જો એક છોકરો મધપૂડા પર પથ્થર ફેંકીને રાણીને મારી નાખે અથવા અન્ય કોઈ કારણસર તે મૃત્યુ પામે તો, અન્ય માખીઓ, *માત્ર માખીઓને જ ખબર છે તેવી એક પ્રક્રિયા દ્વારા*, તરત જ એક ઇંડાંને ફળાવે છે જેમાંથી ઘણા જ ટુંકા સમયમાં એક રાણી નીકળે છે.

નર માખી કુદરતે તેનું જેને માટે સર્જન કર્યું છે તે કામ કરી લે એટલે શ્રમિક માખીઓ તેના પર કૂદી પડે છે અને તેને ડંખ મારીને મારી નાંખે છે. "માખીપણામાં એક ફરમાન છે કે કામ ન કરે તે બધાએ બહાર નીકળી જવું ! વિચાર ખોટો નથી !"

તમે જોશો કે દરેક મધપૂડામાં મોટાભાગની માખીઓ શ્રમિકો હોય છે ! આ કાંઈ માત્ર કુદરત વડે થયેલ અકસ્માત નથી. તેણે માખીઓને તેઓ નક્કી

કરે તે પ્રમાણમાં નર, માદા તથા શ્રમિક માખીઓ પેદા કરી શકવાની એક પદ્ધતિ પૂરી પાડી છે.

પરંતુ માણસ મધમાખી પાસેથી શીખી શકે તેવો સૌથી મહાન બોધપાઠ છે નિઃસ્વાર્થપણું !

મધમાખીઓ સમુદાયના જુસ્સા વડે કાર્ય કરે છે. તેઓ તેમના દરેકના પોતાના વિશે કરતાં કંઈક વધારે ઉચ્ચ વસ્તુ સમજે છે. તેઓ તેમની સાથી માખીઓ માટે કામ કરે છે, તેમની વિરુદ્ધ નહીં.

તેઓ મધને એક કોમન કોઠારમાં એકઠું કરે છે, જેમાંથી આખો મધપૂડો ખાઈ શકે છે.

સ્વાર્થી, ડંખીલા, ઘમંડી માણસને આવું કરતો કલ્પી જુઓ માણસને તેના શ્રમ વડે કરેલ ઉત્પાદનને તેના સાથી કાર્યકરો સાથે વહેંચતો કલ્પી જુઓ, સિવાય કે તે *આપે* તેના કરતાં તે વધારે *મેળવતો* હોય !

અમુક બાબતોમાં માનવે મધમાખીઓ કરતાં ઘણી વધારે પ્રગતિ કરી છે. પરંતુ શું એ શક્ય નથી કે જ્યારે તેણે “સમુદાયનો જુસ્સો” છોડી દીધો અને તેણે તેના સાથી કાર્યકરોએ જે સંપાદિત કર્યું હતું તેમાંથી તેમને હરાવવાનું તથા તેમને ધૂતી લેવાનું શરૂ કર્યું ત્યારે તેને કુદરતનાં આયોજનમાંથી વિખૂટો પાડીને તગેડી મૂકી શકાય ?

કુદરતનું આયોજન શું છે તે આપણે કહી કે જાણી ન શકીએ પરંતુ આપણે દઢતાપૂર્વક શંકા કરી શકીએ કે માણસ અહીં તેને માટે ઉપલબ્ધ છે તે આશીર્વાદોને માણી શકે તે પહેલાં તેણે લોભ, *આપ્યા* વગર *મેળવવાની* વૃત્તિમાંથી બહાર આવવું જોઈએ અને “મધપૂડા” માટે કામ કરવાની મધમાખીની આદત પર પાછા આવવું જોઈએ !

આ લેખક શંકાના કોઈ સવાલ વગર જાણે છે કે તે જે ખરી ખુશી માણે છે તે એ છે જે તેના સાથીદારોની સેવા કરવામાંથી મળે છે, અને આપણે એ બાબત શંકા ન કરવી જોઈએ કે અન્ય ઘણા લોકોએ આ સત્ય શોધ્યું છે.

તમારાં દુઃખનાં કારણ માટે તમે દરેક જગ્યાએ નજર કરી લો પછી, તમારી નજર તમારાં પોતાનાં હૃદય તરફ વાળો, તમે જેમાં પરોવાયેલા છો તે વિચારો ને ચકાસો, અને કદાચ તમને તે કારણ મળી આવે.

સોનેરી નિયમ એક સિધ્ધાંત દર્શાવે છે જે માત્ર એક ઉપદેશ કરતાં વધારે

છે. તે તમને બહાર નીકળવા અને પહેલાં કંઈક આપી ને પછી કાંઈ પણ મેળવવા કહે છે.

આપણે જાણતા નથી કે ગોલ્ડન રૂલ - સોનેરી નિયમમાં અપાયેલ સંદર્ભ માણસે મધમાખી પાસેથી મેળવ્યો છે, કે પછી "મધપૂડાના જુસ્સા" માટેનો વિચાર મધમાખીએ સોનેરી નિયમમાંથી લીધો છે, પરંતુ આપણે એટલું જાણીએ છીએ કે સોનેરી નિયમની ફિલોસોફીની હેઠળનો નિયમ ગુરુત્વાકર્ષણના નિયમ જેટલો જ અફર છે જે ગ્રહો તથા વિશ્વને તેનાં સ્થાને રાખે છે.

અને એક માણસ આ હકીકત તરફ સભાન હોય કે નહીં, તેણે તેના સાથીઓ તરફ કરેલી ક્રિયા અનેકગણી થઈને તેની પાસે પાછી આવે છે. તમે સતતપણે એવા માણસો તથા બળોને તમારા તરફ આકર્ષતા રહો છો જે તમારા પોતાના વિચારો તથા કાર્યો સાથે એકદમ સંવાદી હોય. આ હકીકતથી કોઈ છૂટકારો નથી. તે બ્રહ્માંડના નિયમ સાથે એકરૂપ છે.

આ બધા લડાઈ-ઝઘડામાં, કહેવાતા "મૂડી" અને "શ્રમ" વચ્ચે ચાલે છે તે અસ્તવ્યસ્ત ખળભળાટમાં, આપણે "મધપૂડાના જુસ્સા"ની બરાબર વિપરિતતા જોઈએ છીએ.

નમ્ર, નાનકડી મધમાખી પાસેથી બંને બાજુઓ શીખી શકે તેવો કેવો નફાકારક બોધપાઠ !

અમે ફરી કહીએ છીએ કે અમે માનીએ છીએ કે એક સાચી સફળતા માત્ર ઉપયોગી સેવામાંથી આવે છે - સેવા જે અન્યોને નાણાકીય સફળતા તથા ખુશી પ્રાપ્ત કરવામાં મદદ કરે છે. આ પ્રકારની સેવાથી કંઈ પણ ઓછું છે તે સફળતા નથી પરંતુ નિષ્ફળતા છે !

અમે માનીએ છીએ કે માનવજાત વધુ ઊંચે આગળ વધે તે પહેલાં તેણે "મધપૂડાનો જુસ્સો" વિકસાવવો જ જોઈએ દરેક બાજુએ આપણે *આપ્યા* વગર *મેળવવા* ની વૃત્તિ જોઈએ છીએ. આપણી પાસે *આપવા* માટે કંઈ પણ હોય તે પહેલાં અભ્યાસ તેમજ શ્રમ દ્વારા આપણે તૈયાર થવું જોઈએ; આપણે સમુદાયનો જુસ્સો વિકસાવવો જોઈએ.

અમારો મુદ્દો જ્યોર્જ હેરીસન ફેલ્પસની તાજેતરની નાનકડી પુસ્તિકા "ગો"માં તેમના શબ્દોમાં વધુ સ્પષ્ટતાથી કહેવાયો છે. આ વાર્તા બેન હર તથા તેની રથસ્પર્ધાની આસપાસ કેન્દ્રિત છે.

"આજની મહાન દોડ લગભગ પૂરી થઈ ગઈ છે. રથીઓ શાહી દરબારની સામે પૂરું થવાની રેખાના અંતિમ વળાંકની નજીક આવી રહ્યા છે. બધા આગળ ઝૂકી રહ્યા છે. વિશાળ શમીયાણામાં ઊડતા ઘોડાના સૂસવાટ, રથોના ઘડબડાટ અને રથીઓની ચીસો સિવાય કોઈ અવાજ નથી."

"ગતિ ભયાનક છે. બેન હર બીજા સ્થાન પર છે. તેઓ અંતિમ ખુણાની નજીક છે. આગેવાનો આગળ આવી ગયા છે. રથીઓ અને રથ અને ઘોડાઓ બધું બેન હરની સામે ઘુમી રહ્યું છે."

"એક ઝબકારાની જેમ, તે ધૂરાને બેવડી પકડે છે, જે ઘોડાને ખાસ્સા ઊંચા કરે છે, અને તેમને તેના માર્ગમાંના લોથપોથ થઈને પડેલાં શરીરોની ઉપરથી ઠેકીને હંકારી જાય છે."

તે મહત્તમ ગતિમાં આવે છે ત્યારે, શાહી બેઠકમાંથી આર્ટીમીડોરા તેના તરફ બૂમ પાડે છે : "આ શસ્ત્ર જેવા હાથ તને ક્યાંથી મળ્યા ?" તે જવાબમાં બૂમ પાડે છે : "વહાણનાં હલેસાંમાં ! વહાણનાં હલેસાંમાં !"

"યુદ્ધ જહાજની પકડમાં, બેન હરે તે શક્તિશાળી શસ્ત્રો મેળવ્યાં જે તેને વિજય સુધી લઈ ગયાં. વર્ષો સુધી તેણે અર્ધ ઉઘાડા અને પરસેવો નીતરતાં શરીરે, પીઠ પર વિંઝાતા કોરડા સાથે અન્ય સેંકડો ગુલામો સાથે મોટાં મોટાં હલેસાં ચલાવવાની ગુલામી કરી હતી.

"કામ કરો, તમને શક્તિ મળશે." એમરસને કહ્યું, "બેન હરનાં વર્ષોના અત્યંત કઠિન ગધ્ધા વૈંતરાં પછી ઘોડાઓને ભાંગેલા રથ પરથી ઊંચા કરીને તેમને આગલી હરોળ સુધી લઈ જવા તે તેને માટે એક સહેલું કાર્ય હતું."

"બધી મહાન વસ્તુઓ સહેલાઈથી પુરી થઈ જાય છે - જે ગણાય છે તે છે તૈયારીનાં વર્ષો, કલાકો અને ક્ષણો. થોમસ એડીસનને અગ્નિથી પ્રકાશિત પ્રકાશનું મુલ્ય સાબિત કરવામાં વીસ મિનિટ નહોતી લાગી - તેણે શ્રેષ્ઠ ફીલામેન્ટની શોધમાં તેનો જીવનકાળ વિતાવ્યો હતો. અબ્રાહમ લીંકને અંગ્રેજી ભાષાનું સૌથી મહાન ભાષણ 'ધ ગેટીસબર્ગ એડ્રેસ' તે રજુ કરવાના એક જ કલાક પહેલાં એક પરબીડીયાંની પાછળ લખ્યું હતું - છતાં ઊંડી સમજણ, વિષમ જુસ્સો, અનંત કરુણા, લીંકનનું આખું જીવન તેના શબ્દે શબ્દમાં રોમાંચ જગાડે છે.

"સતતપણે, ધૈર્યપૂર્વક, દરરોજ કરેલું કાર્ય - સર્વોચ્ચ અને શ્રેષ્ઠ તરફ તનતોડ મહેનતથી કરેલું કાર્ય. સર્વોચ્ચ ક્રિયાની ક્ષણો આપણે જેમને મહાન

કહીએ છીએ તેવા દરેક માણસ પાસે જેમ આવી છે તેમ જ તમારી પાસે પણ આવશે. સફળતાનો માર્ગ એ સંઘર્ષનો માર્ગ છે. તમે જે નાનાં કામ કરો તેમાં સંપૂર્ણતા માટે મથો, તો જ્યારે મહાન ક્ષણ આવશે ત્યારે તમે તૈયાર હશો. તમારા શરીરના પરસેવામાં, તમારા મનની વ્યગ્રતામાં - તમારા આત્માની મહાત્વાકાંક્ષામાં તમને તમારી શક્તિ મળશે."

"એક સ્પર્ધા જીતવા માટે સૌપ્રથમ તમારે એક વહાણના હલેસાં ચલાવનાર ગુલામ થવું પડે !"

અને જેનો અર્થ તમારે માટે સફળતા અથવા નિષ્ફળતા થવાનો છે તે સ્પર્ધા દોડવાનું તમે શરૂ કરો તે પહેલાં, તમે મધમાખી પાસેથી એક મહાન બોધપાઠ શીખી શકો - *તે છે મચ્યા રહેવું !*

માણસ ભલે ગમે તેટલી વાર માખીના મધના સંગ્રહમાં લૂંટ ચલાવે, તે ફરી નવેસરથી શરૂ કરશે અને મધનો પૂરવઠો ફરી ભરી દેશે. કોઈ માખીએ ક્યારેય કોઈક તેની મજૂરીનાં ફળ ચોરી ગયું તેવી રોકકળ કે ફરિયાદ કરી હોય તેવું ક્યારેય જણાયું નથી. આ બાબતમાં માખી માણસથી કેટલી જુદી છે. માખી જ્યાં સુધી મધ એકઠું કરવા સક્ષમ હોય ત્યાં સુધી ક્યારેય તેણે પ્રયાસ કરવાનું છોડ્યું નથી.

જીવનના આખા માર્ગમાં તમને અવરોધો મળશે - ઘણા બધા. સમયે સમયે નિષ્ફળતા તમારા મોઢાં પર આવીને અથડાશે - પરંતુ માત્ર આ યાદ રાખો કે તમે જે પણ અવરોધને વળોટો તેમાં અને તમે જેમાંથી બહાર આવો તે દરેક નિષ્ફળતામાં એક મહાન બોધપાઠ રહેલો છે. તમારા માર્ગમાં અવરોધો ગોઠવવા તે કુદરતનાં આયોજનનો ભાગ છે. આમાંના એકમાં પણ નિપુણ બનો તે દરેક વખતે ત્યાર પછીના અવરોધ માટે તમે વધુ મજબુત બનો છો અને વધારે સારી રીતે તૈયાર થાવ છો. અવરોધો એ જરૂરી રુકાવટો કરતાં કંઈ જ વધારે કે ઓછું નથી. જે તમને તાલીમ આપે છે અને જીવનની મહાન દોડ માટે તમને ચુસ્ત બનાવે છે !

જો તમે તમને જે કામ કરવા માટે પૈસા ચૂકવાય છે તેના કરતાં વધારે કામ તથા વધારે સારું કામ કરવાની દૃઢ પ્રતિજ્ઞા સાથે તમારું નવું વર્ષ શરૂ કરશો. તો આ વર્ષને તમે તમારું સૌથી વધારે સમૃદ્ધ વર્ષ બનાવશો.

જે માણસે ઘણી વિપરિતતાઓનો સામનો કર્યો છે અને જેણે અસંખ્ય અવરોધો પાર કર્યા છે તેના પર દયા ખાવામાં જરા પણ સમય બરબાદ ન કરો; તે તેની પોતાની સંભાળ રાખવા સક્ષમ હશે; પરંતુ, જો તમે સહાનુભૂતી વેડફી નાખવા માંગો છો, તો જે માણસ દોમદોમ સાહ્યબીમાં જનમ્યો છે, અને ભૂખ શું છે તે જેણે ક્યારેય નથી જાણ્યું, અને જેણે કોઈ પણ ઈચ્છા ક્યારેય વણસંતોષાયેલી રહેવા દેવાની જરૂરિયાત નથી જોઈ, તે માણસને તે સહાનુભૂતિ આપો. તે એ માણસ છે જેને તમારી સહાનુભૂતીની ખરેખર જરૂર છે, બીજા બધા તો પોતાની સંભાળ કેમ રાખવી તે જાણે છે કારણ કે

તેમણે તેમનું તાલીમ લેવાનું કામ વહાણના હલેસાં પર કર્યું છે !

કોઈ પણ મૂર્ખ વ્યક્તિ જ્યારે કંઈક ખોટું થાય ત્યારે નોકરી *છોડી* શકે છે, પરંતુ જે માણસમાં સાચી તાકાત છે તે એ અવરોધોમાં *નિપુણતા* પ્રાપ્ત કરે છે જેણે તે કામ છોડી જાય તેમ તેને ઈચ્છતો કર્યો હતો અને જ્યારે તેણે આ કામ કરી લીધું છે ત્યારે તે હવે છોડી જવા માગતો નથી.

નિશાની ૭

સ્વનિયંત્રણ

મારા છત્રીસ વર્ષના અનુભવની અંગત યાદી

આ સંપાદકિયમાં મિ.હિલ તેઓ તેમનાં બાળપણમાંથી લઈને અત્યાર સુધીમાં જે શીખ્યા તેમાંથી જે બોધપાઠોને મહાન ગણે છે તેમની સૂચિ આપે છે.

મેં ઘણી વાર એવી અભિવ્યક્તિ સાંભળી છે કે "જો મારે આજ જીવન ફરી જીવવાનું થાત તો તે હું અલગ રીતે જીવ્યો હોત !"

અંગત રીતે હું ખરેખર એમ ન કહી શકું કે જો મારે નવેસરથી જીંદગી જીવવાની થાય તો હું મારાં જીવનમાં જે બન્યું બધું જ બદલીશ. એવું નથી કે મેં કોઈ ભૂલો નથી કરી, કારણ કે ખરેખર તો એવું લાગે છે કે મેં એક સરેરાશ માણસ કરે છે તેના કરતાં વધારે ભૂલો કરી છે, પરંતુ આ ભૂલોમાંથી એક જાગૃતિ આવે છે જેણે મને અન્ય લોકોની આટલી ઝંખેલી મનની અવસ્થા મેળવવામાં મદદ કરવાની પુષ્કળ તક તથા ખરી ખુશી આપી છે.

હું જીવું છું તે દરેક વર્ષમાં મને વધારે એવું લાગે છે કે જીવનનો બગાડ આપણે જે પ્રેમ નથી આપ્યો તેમાં, જે શક્તિનો આપણે ઉપયોગ નથી કર્યો તેમાં, જેમાં કોઈ જોખમ નથી તેવા સ્વાર્થી દૂરંદેશીપણામાં અને જે તીવ્ર પીડા ખુશીને પણ ગુમાવે છે તેમાં પડેલો છે.

કોઈ શંકા વગર હું દૃઢપણે માનું છું કે દરેક નિષ્ફળતામાં એક મહાન બોધપાઠ પડેલો છે અને કે લાયક સફળતા મેળવી શકાય તે પહેલાં કહેવાતી નિષ્ફળતા સંપૂર્ણપણે જરૂરી છે.

હું એ વાત પણ માનું છું કે મનુષ્યના માર્ગમાં અવરોધો - રોડાં ફેંકવાં તે કુદરતનાં આયોજનનો ભાગ છે અને કે, વ્યક્તિનાં શિક્ષણનો સૌથી મોટો ભાગ પુસ્તકો કે શિક્ષકોમાંથી નથી આવતો, પરંતુ આ અવરોધોને જીતવા માટે

સતતપણે મથવામાંથી આવે છે.

હું માનું છું કે જેવી રીતે ઘોડાને તેની "ચાલ" માટે તાલીમ આપવા માટે તાલીમ આપનાર તેને કુદાવવા માટે અવરોધો તથા પાટાઓ મુકે છે તેવી જ રીતે કુદરત મનુષ્યના માર્ગમાં નડતરો મૂકે છે.

આજે મારો જન્મદિવસ છે !

આજે મારા વાચકો માટેનાં નાનાં ખાખી પરબીડીયાંવાળા સંદેશવાહકમાં, એવા કેટલાક બોધપાઠો મૂકીને હું ઊજવણી કરીશ, જે મારી નિષ્ફળતાઓએ મને શીખવ્યા છે.

હું મારા સૌથી મનપસંદ શોખથી શરૂઆત કરીશ, મારી એ માન્યતા કે કોઈ પણ વ્યક્તિ ક્યારેય પણ અનુભવ કરે તેવી એક માત્ર વાસ્તવિક ખુશી, તે ખુશી મેળવવા માટે અન્યોને કરેલી મદદમાંથી આવે છે.

એ એક યોગાનુયોગ જ હોઈ શકે કે મારાં છત્રીસ વર્ષમાંથી ખરેખર પચ્ચીસ વર્ષ મારાં દુઃખનાં વર્ષો હતાં અને મેં જે દિવસે અન્યોને ખુશી શોધવામાં મદદ કરવાનો નિર્ધાર કર્યો તે જ દિવસથી મને ખુશી મળવાની શરૂ થઈ, પરંતુ હું તેમ નથી માનતો. હું માનું છું કે આ યોગાનુયોગ કરતાં કંઈક વિશેષ છે - હું માનું છું કે આ બ્રહ્માંડના નિયમો સાથેની મજબૂત એકરૂપતા છે.

મારા અનુભવે મને શીખવ્યું છે કે એક માણસ જેવી રીતે વગડાઉ છોડ વાવીને ઘઉંના પાકની અપેક્ષા ન રાખી શકે તેવી જ રીતે દુઃખનો પાક વાવીને ખુશીનો પાક લણવાની અપેક્ષા ન રાખી શકે. ઘણાં વર્ષોના કાળજીપૂર્વકના અભ્યાસ અને વિશ્લેષણ દ્વારા હું શીખ્યો છું કે માણસ જે *આપે* છે તે અનેકગણું થઈને તેની પાસે પાછું આવે છે, એટલે સુધી કે તે વિચારો હોય કે છડેચોક કરેલું કાર્ય હોય.

એક ભૌતિક, આર્થિક દૃષ્ટિબિંદુથી, જે સૌથી મહાન સત્યો હું શીખ્યો છું તે પૈકીનું એક છે, તમને કામ માટે મળતા પૈસા કરતાં વધુ અને વધારે સારી સેવા આપો, કારણ કે જેવું તમે આમ કરો એટલે, ભલે એ સમયનો પ્રશ્ન છે પરંતુ ચોક્કસપણે વ્યક્તિને તેણે ખરેખર કર્યું હોય તેના કરતાં વધારે વળતર ચૂકવવામાં આવે છે.

ભલે ગમે તેટલું વળતર મળે, દરેક કાર્યમાં હૃદય પરોવી દેવાની આ એક આદત, હું ઉલ્લેખ કરી શકું તેવી અન્ય કોઈ પણ વસ્તુ કરતાં ભૌતિક, આર્થિક સફળતા પ્રાપ્ત કરવા તરફ આગળ જશે.

પરંતુ આપણા સાથીદારોએ આપણા વિરુદ્ધ કરેલ કોઈ પણ દુર્વ્યવહારને ભૂલી જવા જેવું તથા માફ કરવા જેવું મહત્વનું ભાગ્યે જ કંઈક છે. જેમણે આપણને ગુસ્સો આપ્યો છે તેમના તરફ "વળતો પ્રહાર" કરવાની આદત એક નબળાઈ છે જે ચોક્કસપણે તમને નીચે ઉતારશે અને જેઓ તે મુજબ કરે છે તે બધાંને નુકસાન કરવાનું કામ કરશે.

મેં માન્યું છે કે મારા જીવનના અનુભવે મને શીખવ્યો છે તેવો કોઈ પણ બોધપાઠ હું શાશ્વત રીતે મારા "અણુએ અણુ"વડે ચિવટપૂર્વક કામ કરવામાંથી શીખ્યો છું તેના કરતાં વધારે કિંમતી છે અને દરેક અન્યાય તથા અપમાન માટે અણગમો અનુભવવો તે મારી ફરજ છે તેમ મને લાગે છે.

હું સંપૂર્ણપણે વિશ્વસ્ત છું કે એક વ્યક્તિ જે સૌથી મહાન બોધપાઠો શીખી શકે તે પૈકીનો એક છે *સ્વનિયંત્રણ*. વ્યક્તિ જ્યાં સુધી સૌપ્રથમ પોતાની જાત પર નિયંત્રણ કરવાનું શીખી ન લે ત્યાં સુધી તે ક્યારેય અન્યો પર મોટા પ્રમાણમાં પ્રભાવનો ઉપયોગ કરી શકે નહીં. એ વિશિષ્ટ રીતે સૂચક લાગે છે કે જ્યારે હું અટકીને વિચારું છું કે દુનિયાના મોટાભાગના મહાન નેતાઓ એ પુરુષો હતા જેઓ ઝડપથી ગુસ્સે ન થઈ જતા, અને આટલા યુગોમાં બધા નેતાઓમાં મહાન નેતાઓ જેમણે દુનિયાની સૌથી મહાન ફિલોસોફીઓ આપી, જેમ સોનેરી નિયમમાં લખ્યું છે તે મુજબ, તેઓ સહનશીલતા તથા સ્વનિયંત્રણની વ્યક્તિ હતા.

હું મારા કઠોર પરિશ્રમ અને મારા શ્રેષ્ઠ નિર્ણયોની કવાયત કર્યા વગર તથા ખાસ્સું અગાઉથી આયોજન તથા કામ કર્યા વગર ક્યારેય કંઈ જ જીત્યો નથી. મારે માત્ર મારાં શરીરની બાબતમાં જ નહીં, પરંતુ મારા આત્મા તથા જુસ્સાની બાબતમાં પણ, મારી જાતને પીડા આપીને તથા પરિશ્રમપૂર્વક તાલીમ આપવી પડી હતી.

—થીઓડોર રુઝવેલ્ટ

મને વિશ્વાસ છે કે દુનિયાને સુધારવાનો અથવા માનવ વર્તણુકના સ્વાભાવિક ક્રમ બદલવાનો બધો ભાર તેના ખભા પર છે તેવી માન્યતા સાથે શરૂઆત કરવી તે કોઈ પણ વ્યક્તિ માટે વ્યથાકારક ભૂલ છે. હું માનું છું કે કુદરતનાં પોતાનાં આયોજનો જેઓ કુદરતને ઉતાવળ કરાવવાનો અથવા કોઈ પણ રીતે તેનો માર્ગ બદલવા પ્રયત્ન કરવાની ધૃષ્ટતા કરે છે. તેમની દખલ વગર

કુદરતનાં પોતાનાં આયોજનો ઘણી ઝડપથી કામ કરે છે. આવી ધૃષ્ટતાઓ માત્ર દલીલો, કલહ તરફ દોરી જાય છે.

ઓછામાં ઓછું મારા સંતોષ પૂરતું હું શીખ્યો છું કે એક માણસ જે તેના સાથીકાર્યકરો વચ્ચે કોઈ પણ કારણસર ઉશ્કેરાઈ જાય છે તથા ખરાબ લાગણી ઊભી કરે છે, તે જીવન માં કોઈ ખરેખર રચનાત્મક હેતુ માટે કામ આવતો નથી. કોઈને પછાડી કે તોડી નાખવાને બદલે આગળ વધારવા તથા ઘડવાથી તેનો બદલો મળે છે.

જ્યારે મેં આ સામયિકનું પ્રકાશન શરૂ કર્યું ત્યારે મેં જે ખંડનાત્મક છે તેને અવગણીને જે રચનાત્મક છે તેના માટે મારો સમય તથા મારાં સંપાદકીય પાનાંઓ સમર્પિત કરીને આ સિધ્ધાંતનો ઉપયોગ કરવાનું શરૂ કર્યું.

મારાં છત્રીસે વર્ષમાં મેં જે કાંઈ પણ કામ હાથ ધર્યું છે તેમાં મારાં આ નાનકડાં સામયિક પર થયેલાં કાર્ય જેટલી સાચી ખુશી મને કોઈ વસ્તુ એ નથી આપી અથવા કશું જ એટલું સફળ પુરવાર નથી થયું. પહેલી જ આવૃત્તિ ન્યુઝ સ્ટેન્ડ પર ગઈ લગભગ તે જ દિવસથી મેં ક્યારેય આશા કરી હોય તેના કરતાં પણ વધારે પ્રમાણમાં મારા પ્રયાસોને સફળતાએ તાજ પહેરાવ્યો છે. જરૂરી નથી કે માત્ર આર્થિક સફળતા, પરંતુ આ સામયિકે અન્યોને જે ખુશી મેળવવામાં મદદ કરી છે તેમાં જે પ્રગટ થઈ છે તે વધુ સૂક્ષ્મ, વધુ ઉચ્ચ સફળતા.

ઘણા વર્ષોના અનુભવમાંથી મેં જોયું છે કે કોઈ દુશ્મન અથવા જેને પૂર્વગ્રહ થયો છે તેવા કોઈ કોઈક તરફથી થયેલ કોઈ ટીપ્પણી બદલ એક માણસ જો પોતાની જાતને તેના એકાદ સહકાર્યકર વડે પ્રભાવિત થવાની છૂટ આપે તો તે નબળાઈની નિશાની છે. જ્યાં સુધી માણસ કોઈ બીજાનાં દૃષ્ટિ બિંદુથી નહીં પરંતુ વાસ્તવિક જાણકારીમાંથી તેના સાથીકાર્યકર વિશે મંતવ્ય બાંધવાનું ન શીખે ત્યાં સુધી તે સ્વનિયંત્રણ અથવા સ્પષ્ટતાપૂર્વક વિચારવાની પોતાની ક્ષમતાનો સાચો દાવો કરી શકે નહીં.

મારે મારી જે સૌથી હાનિકારક તથા વિધ્વંસક આદતને જીતવી પડી તે હતી જે પૂર્વગ્રહયુક્ત અથવા પક્ષપાતી હતી તેવી કોઈક વડે એક વ્યક્તિ વિરુદ્ધ પ્રભાવિત થવાની મારી જાતને છૂટ આપવી.

બીજી મહાન ભૂલ જે હું એકની એક ભૂલ વારંવાર કર્યા કરવાથી શીખ્યો છું તે *સકારણ* કે *અકારણ* વ્યક્તિના સહકાર્યકરને બદનામ કરવાની વ્યથાકારક ભૂલ. મારી જીભને વશમાં રાખવાથી મેં જે સંતોષનો અનુભવ કર્યો છે - સિવાય

કે મારા સાથીઓને માટે કંઈક માયાળુ શબ્દોનો ઉપયોગ કર્યો હોય - તેના જેવો ખરો સંતોષ મારી કોઈ ભૂલમાંથી મેં મેળવ્યો હોય કે તેનાથી મારો કોઈ અંગત વિકાસ થયો હોય તેવું મને યાદ નથી.

માણસ કાં તો મોઢાના શબ્દો દ્વારા અથવા ક્રિયા દ્વારા તે જે વાવે તે જ લણે તેવાં કાર્ય દ્વારા હું સંબંધોના નિયમને સમજવા લાગ્યો, ત્યાર પછી જ હું "શત્રુના ટુકડે ટુકડા કરી નાખવા"ની માનવની સ્વાભાવિક વૃત્તિ પર અંકુશ મેળવવાનું શીખી શક્યો. આ દુષ્ટતાને હું મારામાંથી દૂર કરી શક્યો છું તેવું નથી, પરંતુ ઓછામાં ઓછું મેં તેને જીતવા તરફ એક યોગ્ય શરૂઆત કરી છે.

મારા અનુભવે મને શીખવ્યું છે કે મોટાભાગના લોકો સ્વભાવે પ્રમાણિક હોય છે, અને જેમને આપણે સામાન્ય રીતે અપ્રમાણિક કહીએ છીએ તેઓ એવા સંજોગોના શિકાર હોય છે જેના પર તેમનો સંપૂર્ણ કાબુ નથી હોતો. આ સામયિકનું સંપાદન એ માહિતીના એક મહાન ફાયદાનો સ્ત્રોત બન્યું કે, લોકોની સ્વાભાવિક વૃત્તિ તેમના સાથીદારો તેમને જે પ્રતિષ્ઠા આપે તે મુજબ જીવવાની હોય છે.

મને વિશ્વાસ બેઠો છે કે દરેક માણસે તેના જીવનમાં ઓછામાં ઓછું એક વખત તેની નોકરી ગુમાવવાના તથા વર્તમાનપત્રો વડે હુમલો થવાના મુલ્યવાન અનુભવમાંથી પસાર થવું જ જોઈએ, કારણ કે જ્યારે એક માણસ પર વિપત્તિઓ ત્રાટકે છે ત્યારે જ તેના ખરા મિત્રો કોણ છે તે તે શીખે છે. મિત્રો સાથ આપે છે, જ્યારે "થનારા મિત્રો" પોતાનું આશ્રયસ્થાન શોધે છે.

માનવ સ્વભાવની અન્ય રસપ્રદ જાણકારીઓમાંથી હું શીખ્યો છું કે, એક માણસ તે જે લોકોને પોતાના તરફ આકર્ષે છે તે લોકોનાં ચારિત્ર્ય પરથી તેને બહુ ચોક્કસપણે માપી શકાય છે. જૂની કહેવાત, "સમાન પીછાંવાળાં પક્ષીઓ એક ઝૂંડમાં રહે છે." તે મજબૂત ફિલોસોફી છે.

સમગ્ર દુનિયામાં જેને કદાચ આકર્ષણનો નિયમ કહી શકાય તે, સમાન પ્રકારની વસ્તુઓને સતતપણે ચોક્કસ કેન્દ્રો તરફ આકર્ષે છે. એક મહાન ગુનાશોધકે એક વખત મને કહ્યું હતું કે ગુનેગારો તથા કાયદાનો ભંગ કરવાનો આરોપ જેમના પર લાગ્યો હોય તેવા લોકોને શોધવામાં આ આકર્ષણનો નિયમ તેઓનો મુખ્ય આધાર રહ્યો છે.

હું શીખ્યો છું કે જે માણસ જાહેર સેવક બનવાની મહત્વાકાંક્ષા રાખે છે તેણે ઘણું બધું બલીદાન આપવાની તથા તેના સાથીઓ માટે માન અથવા તેમનામાં

વિશ્વાસ ગુમાવ્યા વગર નિંદા તથા ગાળો ખાવાની તૈયારી રાખવી જોઈએ. જાહેર જનતાની સેવા કરવામાં પરોવાયેલ એવો માણસ ખરેખર ભાગ્યે જ મળે જેના હેતુઓ સામે એ જ લોકો વડે સવાલ ન ઉઠાવાયો હોય જેને તેના પ્રયત્નો વડે સૌથી વધારે ફાયદો મળતો હોય.

આ દુનિયાએ જાણ્યા હોય તેવા સૌથી મહાન સેવકે માત્ર તેના સમયના ઘણા બધા લોકોનું વૈમનસ્ય જ ન મેળવ્યું - એવું વૈમન્સ્ય જેના વર્તમાન યુગમાં ઘણા બધા માણસો વારસદાર થયા છે - પરંતુ આ વિનીમયમાં તેમણે તેમનું જીવન પણ ગુમાવ્યું. તેમણે તેમને ખીલા ઠોકીને ક્રોસ સાથે જડી દીધા, ભાલા વડે પડખાં ચીરી નાખ્યાં અને જ્યારે ધીમે ધીમે તેમનું જીવન સમાપ્ત થઈ રહ્યું હતું ત્યારે તેમના ચહેરા પર થુંકીને તેમને ઘાતકી રીતે ત્રાસ આપ્યો. તેમણે તેમના અંતિમ શબ્દોમાં આપણને અનુસરવા માટે એક મજબૂત સુંદર ઉદાહરણ આપ્યું. એ શબ્દો લગભગ આ મુજબ હતા : "હે પિતા, તેમને માફ કરો, કારણ કે તેઓ નથી જાણતા કે તેઓ શું કરે છે."

જ્યારે મારા સાથીઓ મારા માટે કાંઈ ખોટું કરે ત્યારે હું ગુસ્સાથી મારું માથું ધમધમી જતું અનુભવું ત્યારે હું એ મહાન ફિલોસોફરે જે રીતે તેમના પર ગુજારાતા ત્રાસને ધૈર્યપૂર્વક સહન કર્યો તેમાં મારો આરામ શોધું છું. જ્યારે તેમણે તેમને તેમના સાથીઓને ખુશી શોધવામાં કરેલી મદદ સિવાય ન કરેલા ગુના સબબ હળવેકથી મૃત્યુ આપ્યું હતું.

મારા અનુભવે મને શીખવ્યું છે કે જે માણસ તેણે પસંદ કરેલાં કાર્યમાં સફળ થવાનો મોકો ન આપવા બદલ, પોતાની તરફ આંગળી ચિંધવાને બદલે - દુનિયાને દોષ આપે છે તે ભાગ્યે જ તેનું નામ "હુઝ હુ"માં જોઈ શકે છે.

"સફળ થવાનો મોકો" એ કંઈક એવું છે જે દરેક માણસે તેના પોતાના માટે સર્જવો જોઈએ.

ચોક્કસ માત્રામાં લડાયકવૃત્તિ વગર એક વ્યક્તિ આ દુનિયામાં ખાસ કશું સિધ્ધ કરી શકે નહીં અથવા પ્રાપ્ત ન કરી શકે જે અન્ય લોકો ઘણી ઉચ્ચ રીતે ઝંખે છે. લડાયકવૃત્તિ વગર એક માણસ ગરીબી, દુઃખ તથા નિષ્ફળતા સહેલાઈથી મેળવી શકે છે, પરંતુ જો તે આનાથી વિરુદ્ધ પર તેની પકડ જમાવી દે તો તે તેના હક્કો માટે "ધમપછાડા" કરવા માટે તૈયાર હોવો જોઈએ !

પરંતુ, બરાબર ધ્યાન આપો કે અમે તેના "હક્કો" કહ્યું છે ! માણસ પાસે માત્ર એ "હક્કો" છે જે તેણે આપેલી સેવા, કરેલાં કામનાં વળતરરૂપે તેણે

પોતાને માટે *સર્જ્યાં* છે; અને, આપણે આપણી જાતને એ યાદ કરાવવું કે એ "હક્કો"નો પ્રકાર, બરાબર તમે બજાવેલી સેવાના પ્રકાર સાથે અનુરૂપ જ હશે, એમ માનવું તે કંઈ ખોટો વિચાર નથી.

મારા અનુભવે મને શીખવ્યું છે કે સંપત્તિના વિવેકહીન ઉપયોગને કારણે એક બાળક પર જે બોજ લદાય છે અથવા જે અભિશાપ તેને મળે છે તેના કરતાં વધારે ભારે બોજ કે વધુ મોટો અભિશાપ બીજો નથી. ઇતિહાસનું બારીકાઈથી કરેલ વિશ્લેષણ દર્શાવશે કે જનતા તથા માનવતાના મોટાભાગના મહાન સેવકો ગરીબાઈમાંથી ઊંચાં આવેલ લોકો હતા.

એક માણસને અમર્યાદ સંપત્તિ આપી દેવી અને તેના વડે તે શું કરે છે તે જોવું તે જ મારા મતે તેની સાચી કસોટી છે. એ સંપત્તિ જે તે વ્યક્તિ પાસેથી રચનાત્મક ઉપયોગી કાર્યમાં જોડાયેલા રહેવાના પ્રોત્સાહકો છીનવી લે છે, તે એ રીતે સંપત્તિનો ઉપયોગ કરનાર માટે અભિશાપરૂપ છે. સારા અથવા ખરાબ અંત માટે, ગરીબાઈ પર નજર રાખવાની જરૂર નથી, પરંતુ સંપત્તિ અને તે સંપત્તિ જે સત્તાનું સર્જન કરે છે તેના પર નજર રાખવાની જરૂર છે.

જ્યારે હું મોટો થયો ત્યારે હું ધનવાનો સાથે ઘણો નજીકથી જોડાયો હોવાથી, ગરીબાઈમાં જન્મ લેવા બદલ હું મારી જાતને ઘણો જ ભાગ્યશાળી સમજું છું કારણ કે આ રીતે મને આ બે પ્રમાણમાં અતિશય અલગ એવી સ્થિતિઓની અસરનું ઘણું જ યોગ્ય પ્રત્યક્ષીકરણ મળ્યું છે. હું જાણું છું કે જ્યાં સુધી જીવનની સામાન્ય જરૂરિયાતો મને સગવડભરી લાગે છે ત્યાં સુધી મારે ઘણી બારીકાઈથી મારી જાતનું નિરીક્ષણ કરતા રહેવાની જરૂર નથી, પરંતુ જો મને ઘણી વધારે સંપત્તિ મળે તો મારા સાથીદારોની સેવા કરવાની આકાંક્ષા મારી પાસેથી છીનવાઈ ન જાય તે જોવું મારે માટે અતિ આવશ્યક બની જશે.

મારા અનુભવે મને શીખવ્યું છે કે એક સામાન્ય માણસ માનવ મગજની મદદ દ્વારા એક માનવ સિદ્ધિ માટે શક્ય તેવું કાંઈ પણ સિધ્ધ કરી જ શકે છે. માનવ મન જે સૌથી મહાન બાબત કરી શકે છે તે છે *કલ્પના*! કહેવાતા જીનીયસ લોકો માત્ર એ વ્યક્તિ છે જેણે તેની કલ્પનાશક્તિ દ્વારા તેનાં મગજમાં કંઈક નિશ્ચિત વસ્તુનું સર્જન કર્યું છે અને પછી શારીરિક ક્રિયા દ્વારા, તે ચિત્રનું વાસ્તવિકતામાં રૂપાંતર કર્યું છે.

એક માણસ જ્યારે તેનાં કાર્યમાં તેનું હૃદય પરોવી દે અને ઉત્તમ રીતે તે કરે

ત્યારે તેને રાહત તથા આનંદ મળે છે; પરંતુ જો તેણે તેના કરતાં ઉલટું કર્યું કે કહ્યું છે તો તે બાબત તેને કોઈ શાંતિ નહીં આપે.

—એમર્સન

આ છેલ્લાં છત્રીસ વર્ષોમાં હું આ બધું અને થોડુંક વધારે શીખ્યો છું. પરંતુ હું જે સૌથી મહાન બાબત શીખ્યો છું તે યુગોથી આપણા દાર્શનીકોએ જે સૌથી પુરાતન સત્ય આપણને શીખવ્યું છે તે છે, કે ખુશી માલમત્તા કે કબજાની ભાવનામાં નહીં, પરંતુ ઉપયોગી સેવા કરવામાંથી મળે છે !

આ એવું સત્ય છે જે વ્યક્તિ પોતાને માટે તેની શોધ કર્યા પછી જ તેની કદર કરી શકે છે !

હું મારાં આ નાનકડાં સામયિકનાં સંપાદનમાં જે કામ સર્પિત કરું છું તેના બદલામાં જે ખુશી મેળવું છું તેના કરતાં વધુ મહાન ખુશી મેળવવાના ઘણા માર્ગો હોઈ શકે છે, પરંતુ નિખાલસતાપૂર્વક કહું તો મેં તે શોધ્યા પણ નથી કે નથી હું શોધવાની અપેક્ષા રાખતો.

મારી પાસે અત્યારે છે તેના કરતાં વધારે ખુશી લાવી શકે તેવી એક માત્ર વસ્તુ વિશે હું વિચારી શકું છું તે છે આ આનંદ તથા ઉત્સાહ આપનાર નાનકડા, ભૂખરાં પૂઠાંવાળા સંદેશવાહક દ્વારા વધારે સંખ્યામાં લોકોની હું સેવા કરી શકું.

હું જ્યારે થોડાં અઠવાડિયાં અગાઉ ટેક્સાસના ડલાસમાં એક સ્ટૉરમાં થોડીક ખરીદી કરી રહ્યો હતો ત્યારે મેં મારા જીવનની સૌથી સુખદ ક્ષણનો અનુભવ કર્યો તેમ હું માનું છું. મારી રાહ જોતો હતો તે યુવાન થોડો મળતાવડો, વાતોડીયો અને વિચારક પ્રકારનો યુવાન હતો. તેણે મને સ્ટૉરમાં શું ચાલતું હતું તે વિશે બધું જ કહ્યું - જે એક પ્રકારની પડદા પાછળની વાત જેવું હતું - અને એક વાત સાથે સમાપન કર્યું કે તે દિવસે તેના સ્ટૉર મૅનેજરે સ્ટૉર તરફથી તેના બધા લોકો માટે હિલના 'ગોલ્ડન રૂલ મેગેઝિન'નું લવાજમ ભરીને તથા "ગોલ્ડન રૂલ ક્લબ" સ્થાપવાનું વચન આપીને તેના બધા જ માણસોને ખૂબ જ ખુશ કર્યા હતા.

(ના, હું કોણ છું તે તેને ખબર ન હતી.)

આ બાબતમાં મને સ્વાભાવિક રીતે જ રસ પડ્યો, એટલે મેં તેને પૂછ્યું કે તે જેના વિશે વાત કરે છે તે આ નેપોલિયન હિલ કોણ છે. તેણે મને તેના ચહેરા પર પ્રશ્નવાળા ભાવ સાથે જવાબ આપ્યો : "તમે એમ કહેવા માગો છો કે તમે ક્યારેય નેપોલિયન હિલ વિશે સાંભળ્યું જ નથી ?" મેં કબુલ કર્યું કે મને તે નામ

જરાય પરિચિત નથી લાગતું, પરંતુ મેં તેને પૂછ્યું કે તેના સ્ટૉર મૅનેજરે તેના દરેક કર્મચારીને હિલના ગોલ્ડન રૂલનું વાર્ષિક લવાજમ આપ્યું તેની પાછળનું કારણ શું છે ? તેણે કહ્યું, "કારણ કે તે સામયિકના એક મહિનાના ઈસ્યુએ અમારા સૌથી અસંતુષ્ટ, ખીજાળ માણસને આ સ્ટૉરની શ્રેષ્ઠ વ્યક્તિમાં ફેરવી નાખ્યો છે, અને મારા ઉપરીએ કહ્યું કે જો આ સામયિક આ વસ્તુ કરી શકતું હોય તો તે અમે બધા તે વાંચીએ તેવું ઈચ્છશે."

મેં તે યુવાન સાથે હાથ મિલાવ્યા અને હું કોણ છું તે તેને જણાવ્યું ત્યારે મારા અહ્મભાવી સ્વભાવે મને ખુશ નહોતો કર્યો, પરંતુ એ તે હૃદયના ઉંડાણમાં પડેલી ભાવનાત્મક બાજુ હતી, જેનાથી દરેક માણસ, જ્યારે તેને ખબર પડે કે તેના કામથી અન્ય લોકોને આનંદ મળ્યો છે, ત્યારે જે બાબત તેને સ્પર્શી જાય છે તેવી ખુશી હતી.

આ એ પ્રકારની ખુશી છે જે સ્વાર્થીપણાની સર્વસામાન્ય માનવવૃત્તિ સુધારે છે અને માનવોમાં રહેલ માનવ અંતર્જ્ઞાનને પ્રાણીજ વૃત્તિથી અલગ તારવવાનાં તેનાં કાર્યનું મુલ્યાંકન કરવામાં સહાય કરે છે.

મેં હંમેશાં સ્વીકાર્યું છે કે એક માણસે તેનો આત્મવિશ્વાસ વિકસાવવો જોઈએ અને તે પોતાની જાતની એક સારી જાહેરખબર જેવો હોવો જોઈએ અને હું હિંમતપૂર્વક એ જાહેર કરીને એમ સાબિત કરવાનો છું કે આ વિષય પર હું જે ઉપદેશ આપું છું તે મુજબ જ આચરણ કરું છું કે સન્ડે ઈવનીંગ પોસ્ટ મેળવે છે તેટલો મોટો શ્રોતાગણ જો મને મળે, જેની હું આ નાનાં સામયિક દ્વારા દર મહિને સેવા કરી શકું, તો હું અન્ય બધાં જ વર્તમાનપત્રો તથા સામયિકોએ ભેગાં થઈને દસ વર્ષમાં લોકો પર નથી પાડ્યો તેટલો પ્રભાવ આ સોનેરી નિયમ દ્વારા આવતાં માત્ર પાંચ જ વર્ષમાં પાડી શકું.

શ્રમિકોએ ઔદ્યોગિક તથા રાજકીય બંને ક્ષેત્રમાં જે પ્રચંડ નવી શક્તિ પ્રાપ્ત કરી છે, તે બિનજરૂરી અટકાવ તથા હડતાળોના અવિચારી ઉપયોગ વડે વ્યર્થ થઈ શકે છે. જો શ્રમ વિશે ક્યારેય પણ રાષ્ટ્રમાં એક નિયંત્રણકર્તા બળ તરીકે વિચારાય તો તેણે પોતાના વિશે તેની પાસે અત્યાર સુધી જે ગુણવત્તા છે તે રીતે વિચારવાનું બંધ કરવું જોઈએ.

—ક્લીનેસ, ઈંગ્લીશ લેબર લીડર

ગોલ્ડન રૂલનો આ ડીસેમ્બરનો અંક અમારા પ્રથમ વર્ષનો અંત દર્શાવે છે,

અને જ્યારે હું મારા વાચકોને એમ કહું છું કે આ બાર મહિનાઓ દરમિયાન આ પાનાંઓ દ્વારા અમે જે બીજ વાવ્યાં છે તે આખા યુનાઈટેડ સ્ટેટ્સ, કેનેડા તથા અન્ય કેટલાક વિદેશોમાં અંકુરિત થવા લાગ્યાં છે, અને કે આ યુગના કેટલાક સૌથી મહાન દાર્શનિકો, શિક્ષકો, ઉપદેશકો તથા ઉદ્યોગપતિઓએ અમને માત્ર તેમનો હૃદયપૂર્વકનો નૈતિક ટેકો જ નથી આપ્યો, પરંતુ અમે જે શુભ લાગણીનો, જુસ્સાનો ઉપદેશ આપીએ છીએ તેને મજબૂત બનાવવામાં મદદ કરવા માટે અમારે માટે લવાજમ ઉઘરાવવા માટે તેઓ ખરેખર બહાર પડ્યા છે, તો હું જાણું છું કે તેનું એક આદર્શ આત્મસ્તુતિ તરીકે અર્થઘટન નહીં કરાય.

શું એમાં કોઈ આશ્ચર્ય છે કે તમારો આ નમ્ર સંપાદક ખુશ છે ?

એવા માણસો છે જેમની પાસે આ લેખક કરતાં તેમના છત્રીસ વર્ષના અનુભવ બદલ દર્શાવવા માટે ઘણી બધી દુન્યવી સંપત્તિ છે, પરંતુ મારા કામના પરિણામરૂપે હું જે ખુશી માણું છું તેના કરતાં વધારે મોટો ખુશીનો જથ્થો દર્શાવવા માટે તે બધાને પડકારવામાં મને કોઈ ડર નથી.

અલબત્ત, આ કદાચ એક અર્થહીન સંજોગ હોઈ શકે, પરંતુ મારે માટે એ ઘણું જ સૂચક છે કે મેં જે સૌથી મહાન તથા સૌથી ઊંડી ખુશીનો અનુભવ કર્યો છે તે મેં જ્યારથી આ સામયિક પ્રકાશિત કરવાનું શરૂ કર્યું છે ત્યારથી જ મને મળ્યો છે.

"માણસ જે વાવશે તેવું જ લણશે."

હા, આ બાઈબલનું વિધાન છે અને તે એવી મજબૂત ફિલોસોફી છે જે હંમેશાં કામ કરે છે અને મારા ત્રીસ વર્ષના અનુભવના નિચોડે સાબિત કર્યું છે કે મને તેમ મળ્યું છે !

લગભગ પંદર વર્ષ પહેલાં જ્યારે મને એક સામયિક શરૂ કરવાની તથા તેનું સંપાદન કરવાની લાગણી થઈ, ત્યારે મારો વિચાર જે ખરાબ છે તે બધા પર કુદી પડવાનો તથા મને પસંદ ન હતા તેવા બધા ટુકડાઓ ભેગા કરવાનો હતો. ભાગ્યના દેવતાઓએ તે સમયે મને આવું એક તંત્ર શરૂ કરવામાંથી અટકાવવા માટે હસ્તક્ષેપ કર્યો હશે, કારણ કે મારા છત્રીસ વર્ષના અનુભવમાં હું શીખ્યો છું તે બધું જ ઉપરના પ્રશ્નની ફિલોસોફીને સંપૂર્ણ ટેકો આપે છે.

જ્યાં સુધી તમે મહાન *આત્મનિયંત્રણ* ન વિકસાવો ત્યાં સુધી તમે ક્યારેય ન્યાયના ઉદ્દેશ માટે પ્રભાવશાળી વ્યક્તિ અથવા મહાન નેતા ન બની શકો.

કોઈ પણ ક્ષેત્રમાં તમે તમારા સાથીઓ માટે મહાન સેવા આપનાર બની શકો તે પહેલાં તમારે ક્રોધ, અધૈર્ય તથા આછકલાવેડાની માનવ સહજવૃત્તિ પર

નિયંત્રણ મેળવવું પડશે.

જ્યારે તમે બીજી વ્યક્તિને તમને ગુસ્સે કરવાની છૂટ આપો છો ત્યારે તમે તે વ્યક્તિને તમારા પર વર્ચસ્વ કરવાની તથા તમને તેના સ્તર સુધી નીચે પાડવાની છૂટ પણ આપો છો.

સ્વનિયંત્રણ વિકસાવવા માટે તમારે ગોલ્ડન રૂલ ફિલોસોફીનો ઉદાર તથા પદ્ધતિસરનો ઉપયોગ કરવો જોઈએ; તમારે જેઓ તમને ગુસ્સે કરે અથવા ચિડવે તેમને માફ કરી દેવાની આદત સાધવી જોઈએ.

અધૈર્ય તથા સ્વાર્થીપણું આત્મનિયંત્રણ માટેના ઘણા ખરાબ સાથીઓ છે. આ ગુણધર્મોને જ્યારે તમે એક જગ્યાએ ભેગા કરો છો ત્યારે તેમની વચ્ચે હંમેશાં ટકરાવ થાય છે. એક અથવા બીજાએ બહાર નીકળવું જ પડે.

જ્યારે એક ચાલાક વકીલ તેના સાક્ષીની ઉલટતપાસ કરવાનું શરૂ કરે છે ત્યારે સામાન્ય રીતે તે પહેલું કામ સાક્ષીને ગુસ્સે કરીને એ રીતે તે પોતાના પરનું નિયંત્રણ ગુમાવવાનું કારણ બને તેમ કરે છે.

ક્રોધ એ ચિત્તભ્રમની અવસ્થા છે !

એક સંતુલિત વ્યક્તિ એ એવી વ્યક્તિ છે જેને ભાગ્યે જ ગુસ્સો આવે છે અને જે તેની પ્રતિક્રિયામાં સ્વસ્થ તથા ગણતરીબાજ રહે છે. તે બધી સ્થિતિઓમાં શાંત અને ઇરાદાપૂર્વકના રહે છે.

આવી વ્યક્તિ બધા જ કાયદેસરનાં કાર્યોમાં સફળ થઈ શકે છે ! પરિસ્થિતિઓ પર કાબુ મેળવવા માટે, તમારે પ્રથમ પોતાની જાત પર નિયંત્રણ મેળવવું પડે ! જે વ્યક્તિ ખૂબ જ *આત્મનિયંત્રણ* ધરાવે છે. તે ક્યારેય તેના પડોશીની બદનક્ષી કરતો નથી. તેની વૃત્તિ ઘડવાની છે, તોડવાની નહીં. શું તમે સ્વનિયંત્રણની વ્યક્તિ છો ? જો નથી, તો તમે આ મહાન ગુણ શા માટે નથી વિકસાવતા.

નિશાની - ૮

તમને પૈસા ચૂકવાય છે તેના કરતાં વધુ કામ કરવાની આદત

સંઘર્ષ દ્વારા ગરીબાઈથી સંપત્તિવાન સુધી

સફળતાના માર્ગ પર આઠમી નિશાની છે *તમને ચૂકવાતા પૈસા કરતાં વધુ કામ કરવાની આદત.*

ન્યુજર્સીના ઈસ્ટ ઓરેન્જમાં પંદર કરતાં પણ ઓછાં વર્ષો પહેલાં, જેણે માલવાહક ટ્રેનમાં મુસાફરી કરી હતી તે એડવિન સી. બાર્નસે થોમસ એ.એડીસન પાસે નોકરી મેળવી અને ચાલીસ વર્ષની વયે હવે તે પોતાને જરૂરી એવા બધા પૈસા સાથે નિવૃત્ત થાય છે.

આ સફળતાની એક અન્ય વાર્તા છે જે સંઘર્ષમાંથી ઉદ્ભવી છે, વત્તા તે અમે આ સામયિકમાં દર મહિને જેના વિશે લખીએ છીએ તે સિધ્ધાંતોનું અમલીકરણ છે. આ સામયિકના સંપાદક એડવિન સી. બાર્નેસને ખૂબ આત્મીયતાથી જાણે છે, અને આથી તે એ ગુણો વિશે સત્તાવાર રીતે લખવા માટે લાયક છે, જેના દ્વારા મિ.બાર્નેસે તેમની ગરીબાઈ પર જીત મેળવી છે અને જેના દ્વારા તે પ્રમાણમાં સમયના ટુંકા ગાળામાં લોકોમાં ઉચ્ચ આદરનું સ્થાન મેળવી શક્યા છે.

—સંપાદક

દસ વર્ષ અગાઉ હું એક એવા વિષય પર એક સાદો પ્રશ્ન પૂછવા શિકાગો શહેરની એડવીન સી. બાર્નેસની ઑફિસમાં ગયો, જેમાં તેમને જરા પણ રસ ન હતો.

બન્યું એવું કે મિ.બાર્નેસ તેમના વેઈટીંગ રુમમાંથી તેમની ઑફિસમાં જવા પસાર થતા હતા ત્યારે હું તેમને વ્યક્તિગત રીતે મળ્યો.

જો હું દોઢસો વર્ષ સુધી જીવું તોપણ તેઓ જે રીતે થોભ્યા અને મારા પ્રશ્નોના જે રીતે પૂર્ણ વિગતવાર જવાબ આપ્યા તે તેમની રીત હું ક્યારેય નહીં ભૂલું.

હું એ જાણવા માગતો હતો કે શું મિ.એડીસનનું કારખાનું મારે માટે એવા ફોનોગ્રાફની શ્રેણીનું ઉત્પાદન કરી આપશે, જેનો મારા મનમાં જાહેર વકતાના અભ્યાસક્રમ શીખવા માટે ઉપયોગ કરવાનો વિચાર હતો.

ના મિ.બાર્નેસ નહોતા માનતા કે મિ.એડીસનનો પ્લાન્ટ આવી વિશિષ્ટ રેકોર્ડસ બનાવતો હોય, પરંતુ કદાચ તેઓ મને એવી કોઈ વ્યક્તિ પાસે મોકલી શકે જે મારી જરૂરિયાત પૂરી કરી શકે. આથી તેમણે પોતાની હેટ પહેરી, મને પોતાની કારમાં લઈ અને મને શહેરના બીજા ભાગમાં માઇલો દૂર આવેલ તેમના એક સ્પર્ધકને મળવા લઈ ગયા.

આ કાર્ય મિ.બાર્નેસ માટે વેપારી ફાયદામાં પરિણમે તેવી કોઈ પણ શક્યતા ન હતી, અને તેઓ તે સારી રીતે જાણતા હતા, આથી એમ ધારી લેવું યોગ્ય છે કે તેમણે મને પોતાની આ સેવા એટલા માટે આપી કે તેમને કોઈને પણ અને ક્યારેય પણ પોતાની સેવા આપવાની આદત હતી જેને માટે તેમને અંગત રીતે તરતમાં કે છેવટે પણ કોઈ વળતર મળે કે ન મળે.

સ્વાભાવિક રીતે મિ.બાર્નેસનો વિવેક મને પસંદ આવ્યો. મેં તેમનો અભ્યાસ કરવાનું નક્કી કર્યું. કારણ કે હું તેમને મુલ્યાંકન કરવા યોગ્ય માનતો હતો. મેં જોયું કે હાર્દિક સ્નેહ અને ઉત્સાહનું વાતાવરણ તેની ઑફિસમાં વ્યાપ્ત હતું. મેં જોયું કે તેના બધા જ સેલ્સમેન, તેના સ્ટૅનોગ્રાફર્સ અને તેને માહિતી પૂરી પાડનાર છોકરી તથા બાકીના બધા જ ત્યાં હોવાથી આનંદમાં હતા.

આ દસ વર્ષ પહેલાંની વાત છે. હું એ સૂચવવાનું સાહસ કરું છું કે આજે તમે મિ.બાર્નેસની કોઈ પણ ઑફિસ, તે શિકાગો શહેરની, સેન્ટલુઇસની કે ન્યુયોર્કની હોય, તેમાં જાહેર કર્યા વગર પહોંચી જાવ અને કોઈ મદદ માંગો તો મને દસ વર્ષ પહેલાં જે છાપ પડી હતી તે જ છાપ તમારા પર પણ પડશે; એટલે કે તમે એવી ઑફિસમાં છો જ્યાં વિવેક પ્રસરેલો છે અને જેમણે તે પ્રસરાવ્યો છે તેઓ તેમાં માનતા હતા.

મિ.બાર્નેસે થોમસ એ.એડીસનનો વિશ્વાસ જીત્યો અને મિ.એડીસનને તેમને નોકરી આપવા મજબૂર કર્યા હતા. જો મને બરાબર યાદ હોય તો પગાર અઠવાડિયાંના ૨૫ ડોલર્સ કરતાં ઓછો હતો. ત્યાર પછી થોડા જ વખતમાં તેમણે મિ.એડીસનનો વધારે વિશ્વાસ જીત્યો અને શિકાગો શહેર માટે 'એડીફોન' (એડીસન ડીક્ટેટીંગ મશીન)ની એજન્સી મેળવી. મને એ ચોક્કસ વ્યુહરચના નથી ખબર જેના દ્વારા તેમણે મિ.એડીસનને જીત્યા, પરંતુ મને ખાતરી છે કે

જેઓ મિ.એડીસનને ઓળખે છે તેઓ બધા હૃદયપૂર્વક સંમત થશે કે તેઓ પરિણામો રજુ કર્યા વગર તથા *તેમને કામ બદલ જે ચૂકવણું કરાતું હતું તેના કરતાં વધારે કામ કર્યા વગર તથા વધારે સારી સેવા* આપ્યા વગર તેઓ તેમને નહીં જ જીતી શક્યા હોય. મને એ વાતની ખાતરી છે કે શરૂઆતમાં તેમણે કલાકો કે પગાર વિશે ગલ્લાં તલ્લાં નહીં કર્યાં હોય અને મને એ પણ ખાતરી છે કે તેમણે જે સમય આપવાનું કબુલ્યું હશે તેના કરતાં ઘણો વધારે સમય આપ્યો હશે.

એકદમ શરૂઆતથી જ મિ.બાર્નેસે "એડીફોન" ડીક્ટેટીંગ મશીનની જ્યાં જરૂર ન હોય ત્યાં ન જ વેચવાની તથા ખરીદનારના વ્યવસાયને કાર્યક્ષમ રીતે સંભાળવા માટે એક જ મશીન પણ જરૂરિયાત કરતાં વધારે હતું ત્યાં ન જ વેચવાની નીતિ અપનાવી હતી. કેટલીક વાર તેના સેલ્સમેન રેકોર્ડસના ઢગલા કરવાની આતુરતામાં ગ્રાહકો સાથે વધુ પડતું ખરીદી લેવા માટે વાત કરતા. મિ.બાર્નેસ અચૂકપણે આવા વ્યવહારની ઝીણવટભરી ચકાસણી કરતા, ભૂલ શોધી કાઢતા અને તેઓ સેલ્સમેનને તથા તે જે પેઢી માટે કામ કરતો હોય તેને પોતાની સૂચિમાંથી કાઢી નાખે તે પહેલાં સોદો રદ કરવાનો એક મોકો આપતા.

એક ચકાચૌંધ કરતાં વ્યક્તિત્વના માલિક, મૈત્રીપૂર્ણ, સૌમ્ય અને ઉત્સાહપૂર્ણ મિ.બાર્નેસ સ્વાભાવિક રીતે જ એક સક્ષમ સેલ્સમેન હતા, પરંતુ તેમણે કરાર થયા કરતાં વધારે અને બહેતર સેવા આપવાનો જે અમલ કર્યો છે તેના વગર તેઓ ક્યારેય સફળ થઈ શક્યા ન હોત. આ સિધ્ધાંત જાણે સ્વાભાવિક રીતે જ તેમની સાથે આવ્યો હોય તેવું દેખાય છે. તે જાણે તેમનો જ અંશ હતો.

મિ.બાર્નેસનો વ્યાપાર સ્થાપવો તે સહેલું ન હતું. બાર-પંદર વર્ષ પહેલાં ડીક્ટેટીંગ મશીન એક નવીનતા હતી અને તે વેચવા માટે ઉચ્ચકક્ષાની વેચાણકળાની જરૂર હતી, અને તે વેચ્યા પછી લોકોને તેનો ઉપયોગ કરતાં શીખવવું તેને માટે વળી તેના કરતાં પણ વધારે ઉચ્ચ વેચાણકળા જરૂરી હતી. હકીકતમાં આ મશીનો, ખરેખર સ્ટેનોગ્રાફર્સનો અડધો સમય બચાવી લેતા હતાં, પરંતુ પૃથ્વી પરનાં દરેક બીજાં સંશોધનની માફક, સ્ટીમબોટથી લઈને એરોપ્લેન સુધી, લોકોને "દેખાડવું પડે."

એડવીન સી. બાર્નેસે ન્યુજર્સીના ઈસ્ટ ઓરેન્જમાં થોમસ એ.એડીસનના વિશાળ કારખાનામાં ઉત્પાદન કરાયેલ "એડીફોન"ના સંપૂર્ણ જથ્થાને હકીકતમાં વેચી નાખ્યો. જ્યારે હું તેમના વિશે વિચારું છું ત્યારે હું મેં થોડા વર્ષો પહેલાં

શિકાગોમાં જેમનો ઈન્ટરવ્યુ લીધો હતો તેવા સાત ડાઉન એન્ડ આઉટર્સ, જેમાંનો એક યેલ યુનિવર્સિટીનો સ્નાતક હતો, વિશે વિચારતાં મારી જાતને રોકી શકતો નથી.

આ છોકરાઓમાંના દરેકે ફરિયાદ કરી કે, "દુનિયા મને મોકો નથી આપતી."

જ્યારે હું આ ઈન્ટરવ્યુ લઈ રહ્યો હતો ત્યારે મેં એડવીન બાર્નેસ વિશે વિચાર્યું કે શું દુનિયાએ તેમને આ સાત લોકો કરતાં વધારે તક આપી હતી, જેઓ તેમની નિષ્ફળતા માટે દુનિયાને દોષી ઠેરવતા હતા !

ઈસ્ટ ઓરેન્જમાં તેનો પ્રવેશ ખાસ દોરદમામવાળો ન હતો. તે ત્યાં "ખાલી હાથે" પહોંચ્યો. મિ.એડીસનને શોધ્યા, પોતાની વાત સંભળાવી અને મિ.એડીસન પાસે એ સાબિત કરવાનો મોક ઝડપ્યો કે તે નહોતો માનતો કે દુનિયા તેને જીવવા દેવા માટે દાવેદાર છે.

મિ.બાર્નેસની વાત સફળ થયેલ દરેક બીજા માણસ જેવી જ છે. તેણે પહેલાં સેવા આપી છે અને ત્યાર પછી એકઠું કર્યું છે. દુનિયા તેની આસપાસ આવે અને તેને જીવવા માટેના પૈસા ચુકવે તેની રાહ જોવાને બદલે, તે બહાર ગયો અને દુનિયાને એક સેવા આપી, જે તેને માટે ભાગ્ય લાવી અને તે પણ ત્યારે કે જ્યારે તે પ્રમાણમાં ઘણો નાનો હતો.

મિ.બાર્નેસ પાસે કેટલું છે તે હું નથી જાણતો પરંતુ તે ખાસ્સી માત્રામાં છે. તે ફ્લોરીડામાં રહે છે જ્યાં તે મોટાભાગનું વર્ષ સરળતાથી જીવન જીવે છે. બાકીના સમયે તે તેના વેપારી સાથીદારોની મુલાકાત લે છે જેઓ હજી શિકાગો શહેરમાં, સેન્ટ લુઈસમાં તથા ન્યુયોર્કમાં તેનો "એડીફોન"ના માર્કેટીંગનો વ્યવસાય સંભાળે છે.

થોડા દિવસો પહેલાં એક રસપ્રદ બાબત બની, જે બાર્નેસની કામ કરવાની રીત પર થોડો પ્રકાશ ફેંકશે. હું શિકાગોથી અમારી ન્યુયોર્કની ઑફિસે આવ્યો, પરંતુ રસ્તામાં હું મિ.બાર્નેસને મળવા તેની લોઅર બ્રોડવેની ઑફિસ પર રોકાયો. મારી પાસે મારી હેન્ડબેગ હતી. હું ન્યુયોર્કમાં વસવા માટે આવ્યો હોવાથી, જ્યારે હું મારા કાયમી રહેઠાણની શોધમાં ગયો ત્યારે મેં તેને તેમની ઑફિસમાં મૂકી. હું જેવો નીકળવા લાગ્યો કે તેણે મને પાછો બોલાવ્યો અને કહ્યું : "અમે છ વાગે ઑફિસ બંધ કરીએ છીએ. જો તમે ત્યાં સુધીમાં પાછા નહીં આવો, તો જો તમે ક્યાં ઉતર્યા છો તે ફોન કરશો તો તમારી બેગને હું તમારી હોટેલ પર

પહોંચાડી દઈશ.''

અને તેઓ જે કહેતા હતા તેમ કરવાના હતા. તે વિશે વિચારો - આટલી સંપત્તિ, સ્થાન અને સફળતા ધરાવતો માણસ - મને મારી પાસેથી મારી હેન્ડબેગ લઈ લેવાની ઑફર કરતો હતો ! આ એ સિધ્ધાંતને ટેકો આપે છે કે આપણામાંથી જે મહાન છે તેણે પ્રથમ ઉત્તમ સેવક હોવું પડે છે. યોગ્ય જુસ્સાથી આપેલી સેવા, તે આપનાર વ્યક્તિને ઉપર લાવવામાં નિષ્ફળ જઈ શકે નહીં. માસ્ટરે બે હજાર વર્ષ પહેલાં આમ કહ્યું છે અને દરેક સફળ માણસ પણ તેમ કહી શકે છે. બાર્નેસ સફળ થયા છે કારણ કે તેમણે સારી રીતે કામ કર્યું છે. તેઓ અવરોધો પર સવારી કરતાં અથવા તેમનો ''મેસેજ ટુ ગાર્સીયા'' લઈ જવા માટે જે કરવું પડે તે કાંઈ પણ કરતાં ડર્યા નથી.

આપણે કીર્તિ મેળવવા માટે સંઘર્ષ કરીએ છીએ, અને તે મેળવીએ છીએ; અને લો ! એક ઊડી જતા શ્વાસની જેમ આપણે મૌનના શાસનમાં તે ગુમાવી દઈએ છીએ, જેનો શાસક તથા રાજા મૃત્યુ છે.

તાજેતરમાં થોમસ એ.એડીસન ઓર્ગેનાઇઝેશનમાં એક મિટિંગમાં જેમાં મિ.બાર્નેસ તથા એડીસનના અન્ય સો કરતાં પણ વધારે પ્રતિનિધિઓ હાજર હતા, એક ઘટના બની જે બાર્નેસ તથા એડીસન બંને પર રસપ્રદ પ્રકાશ પાડે છે.

યાદગીરીરૂપ રેશમના ધ્વજ સાથે હમણાં જ ''વિઝાર્ડ'' આપવામાં આવ્યા હતા. પ્રેઝન્ટેશનનું વક્તવ્ય ફીલાડેલ્ફીઆના જ્યોર્જ એમ.ઓસ્ટીને આપ્યું હતું. એડીસન જવાબ આપવાના હતા, પરંતુ તેમને બદલે તેમના પુત્ર ચાર્લ્સ એડીસને તેમનું ભાષણ વાંચ્યું. જ્યારે પુત્ર તેમનું વક્તવ્ય વાંચી રહ્યો હતો ત્યારે મિ.એડીસને તેમનો જમણો બુટ કાઢ્યો, એક છરી લીધી અને તળિયાંમાંથી લટકતો ચામડાંનો ટુકડો કાઢ્યો.

આ સંશોધકને નિહાળતું ટોળું સ્થિર થઈ ગયું અને પછી ખડખડાટ હસી પડ્યું.

સંશોધક પણ હાસ્યમાં જોડાયા અને કહ્યું :

નફાખોરનો પરાજય કરું છું.

''હું જોડા ખરીદવા ન્યુયોર્ક ગયો અને જોયું કે તેઓ એક જોડ જુતાના ૧૭ થી ૧૮ ડોલર્સ માગતા હતા. હું કોર્ટલેન્ડ સ્ટ્રીટ ગયો અને મેં જોયું કે એક ભંડકીયાંમાં

ઘણા બધા જોડા હતા. મેં એક જોડ જુતા જોયા જે મને ગમ્યા અને તે મેં ૬ ડોલરમાં ખરીદ્યા. હું લગભગ એક વર્ષથી તે જોડા પહેરું છું."

મિ. એડીસનની બાજુમાં ન્યુયોર્ક, શિકાગો તથા સેન્ટ લુઇસ વિભાગના વડા એડવીન સી. બાર્નેસ ઊભા હતા.

એડીસને બાર્નેસને દેખાડીને કહ્યું :

"બાર્નેસે આ રીતે ન કર્યું હોત. તેઓ બ્રોડ વે ગયા હોત અને જુતાના ૧૭-૧૮ ડોલર્સ ચૂકવ્યા હોત."

"હા, પરંતુ મેં તે ત્રણથી ચાર વર્ષ પહેર્યા હોત" બાર્નેસે કહ્યું. એડીસને કહ્યું, "બાર્નેસ એક હેટ માટે ૬ થી ૭ ડોલર્સ ચૂકવે છે, જ્યારે હું ન્યુયોર્ક અથવા નીચે નેવાર્ક જઈને ૨.૭૫ ડોલર્સ ચૂકવું છું."

પછી એડીસને કેટલાંક પીળા રંગનાં કાગળીયા કાઢ્યા અને કહ્યું કે દર રાત્રે તેઓ પોતે શું કરવાનો ઈરાદો ધરાવતા હતા તેની સૂચિ બનાવતા હતા. આજની સૂચિમાં સત્તાવન જુદી જુદી બાબતો છે જે કરવાની તેઓ અપેક્ષા રાખે છે.

"જો દરેક વ્યક્તિ છ મહિના સુધી આમ કરે તો દસ કલાકમાં કેટલું કામ પૂરું કરી શકાય તે જોવું આશ્ચર્યજનક હશે." મિ.એડીસને કહ્યું.

તેની બધી જ સંપત્તિ, બધી જ સફળતા અને મિત્રોની સંખ્યા સાથે, જેમાં પૂર્વ રાષ્ટ્રપતિ થીઓડોર રુઝવેલ્ટથી લઈને નેપોલિયન હિલ સુધીના બધા આવી જાય છે. મિ.બાર્નેસ લોકતાંત્રિક છે અને જે કોઈ પણ તેમને મળવા ઇચ્છે તે દરેક માટે સુલભ રહે છે. એવું પણ નથી કે તેના અંગત સેક્રેટરી તેની ઑફિસનાં બારણાં અને સ્વાગત કક્ષની વચ્ચે ઊભા હોય. તેના સેક્રેટરી બાર્નેસને મળવા માગતા લોકોને અટકાવવા કરતાં અન્ય વધુ મહત્વનાં કામોનું ધ્યાન રાખવામાં વ્યસ્ત હોય છે. તેમનો સિધ્ધાંત છે કે જો કોઈ તેમને મળવા માટે તેમની ઑફિસમાં આવે છે તો તે વ્યક્તિ તેમ કરીને તેમને માન આપે છે. આથી, ભલે ગમે તે માંગણી હોય, તેઓ એક સારા ખેલાડી બનીને તેનું કહેવાનું ધ્યાનથી સાંભળશે.

હું બાર્નેસ વિશે વિચારું છું તે દરેક વખતે હું યુનાઇટેડ સ્ટૅટ્સના સેનેટ વિશે વિચારું છું. તે આપણે વોશિંગ્ટનમાં જેવા માણસને ઇચ્છીએ છીએ બરાબર તેવો જ છે. તે સેવા લેવાને બદલે સેવા કરવામાં માને છે અને જો ફ્લોરીડાનાં લોકો તેને સેનેટરશીપ સ્વીકારાવવા જેટલાં ભાગ્યશાળી હશે તો તેમને પોતાની

જાતને અભિનંદન આપવાનો લહાવો મળશે, કારણ કે તે જ્યારે વૉશિંગ્ટનમાં હશે ત્યારે તે ખરેખર એક સેવક બની રહેશે.

હું માનું છું કે એક સેનેટને થોડા વધુ સાચા નોકરો પોસાઈ શકે, જેમનામાં બાર્નેસ જેવી વેપાર ક્ષમતા હોય, અને જેની પ્રમાણિકતા વિશુધ્ધ હોય. મને લાગે છે કે જો સેનેટમાં થોડાક વધુ સફળ બિઝનેસમેન હોય અને થોડાક ઓછા વ્યાવસાયિક રાજકારણીઓ હોય કે જેમનો એક માત્ર હેતુ રાજકીય તરફદારીમાં વેપાર કરવાનો હોય છે - તે લોકોનાં હિત માટે કોઈ રીતે હાનિકર્તા નહીં હોય.

બાર્નેસ આવા માણસ હોઈ શકે. તેનામાં તે ક્ષમતા છે. માણસોના કોઈ પણ જુથમાં તેમની હાજરી વર્તાય તેવું તેમનું વ્યક્તિત્વ છે. તેમનામાં જ્યાં લડત આપવી જરૂરી હોય ત્યાં લડત આપવાની હિંમત તથા જ્યાં લડાઈને બદલે લેવડદેવડ કરવી વધુ સારી હોય ત્યાં તે કરવાની મુત્સદ્દીગીરી છે.

ફ્લોરીડાના નાગરીકો, અમે તમને તમારા નાગરિક ફ્લોરીડાના બ્રેડેન ટાઉનના એડવીન સી બાર્નેસ સોંપીએ છીએ અને સૂચવીએ છીએ કે જો તમે તેમને યુનાઈટેડ સ્ટેટ્સના સેનેટર તરીકે સેવા આપવા માટે સંમત કરી શકો તો તમે ખરેખર ભાગ્યશાળી હશો, કારણ કે તેમણે જેવી રીતે થોમસ એ.એડીસન માટે જેટલું સફળતાપૂર્વક કામ કર્યું છે તેટલી જ સફળતાપૂર્વક તથા તેટલી જ સારી રીતે તેઓ તમારે માટે કામ કરશે.

જો આ લેખકની ભૂલ ન થતી હોય તો, અંગત સેવા વેચવા માટેનો એક માત્ર ન્યાયી આધાર છે અને તે છે વળતરનો આધાર, જે અપાયેલી સેવાની ગુણવત્તા તેમજ જથ્થાના પ્રમાણમાં હોય છે.

એક માણસ લેથ પર કામ કરે છે અને તે કામ બદલ દિવસના ૫ ડોલર્સ મેળવે છે. તે કેટલાંક વર્ષોથી આ નોકરીમાં છે. બીજો માણસ નોકરીએ લાગે છે અને તેની બાજુની લેથ પર કામ શરૂ કરે છે. તે માત્ર થોડા જ દિવસોથી તે કામમાં છે તે પણ બરાબર તે જ શ્રેણીનું કામ કરે છે, પરંતુ તે ત્યાં જે માણસ કેટલાંક વર્ષોથી છે તેના કરતાં એક ચતુર્થાંશ વધારે કામ કરે છે.

કોને સૌથી વધારે ભથ્થું મળવું જોઈએ ?

જવાબ દેખીતો છે ! એક કર્મચારી કેટલા વખતથી કામ પર છે તેને તેણે કેટલું ભથ્થું મેળવવું જોઈએ તેની સાથે કોઈ લેવાદેવા નથી. જો એમ હોત તો જે ઈમારતમાં મારી ઑફિસ છે તેના વૃદ્ધ દરવાનને ઈમારતની સંભાળ રાખવા

બદલ સુપ્રીન્ટેન્ડન્ટ કરતાં વધારે પગાર મળવો જોઈએ, કારણ કે તે અહીં દસ વર્ષથી છે જ્યારે સુપ્રીન્ટેડન્ડન્ટ છ મહિના કરતાં પણ ઓછા સમયથી નોકરી કરે છે.

તમારી અંગત સેવાઓનાં માર્કેટીંગમાં તમારે યાદ રાખવા જેવી એક મહત્વની વાત છે, અને તે આ છે : *તમારાં કાર્યમાં તમારી કાર્યક્ષમતા અને તમારા નોકરીદાતા તરફ તમારું મુલ્ય તમારા પર જે નિરિક્ષણની જરૂર પડે છે તેની માત્રા વડે બહુ ક્ષતિરહીત રીતે નક્કી થઈ શકે છે.* જો તમારા પર ઘણી ઓછી દેખરેખ રાખવી પડે છે તો તમે ખાસ્સા કાર્યદક્ષ હશો. જો તમારા પર જરાય દેખરેખની જરૂર નથી તો તમે જે કાર્ય કરો છો તેમાં કદાચ તમે કાર્યક્ષમતાની ટોચ પર પહોંચી ગયા છો, આથી પછીનું પગલું જેમાં વધુ જવાબદારી હોય તેવું કામ હાથ પર લેવાનું છે.

તમારે એ પણ સમજવું જોઈએ કે જ્યાં સુધી તમે વધારે ભારે જવાબદારીઓ ઉઠાવવા માટે તૈયાર ન હો ત્યાં સુધી તમારી સેવાઓ માટે વધારે વળતર મેળવવાનું ઈચ્છવું ઉચિત નથી. મોટા પગારો એવા માણસોને ચૂકવાય છે જેઓ કાર્યક્ષમ રીતે તથા સંતોષજનક રીતે જવાબદારીઓ પોતાના ખભા પર ઉઠાવે છે અને અન્યોનું નેતૃત્વ કરે છે.

એક વ્યક્તિ માટે માત્ર પોતાના હાથ વડે વર્ષના ૨૫૦૦૦ ડોલર્સ કમાવું પણ અશક્ય છે પરંતુ જો તે અન્ય હજારો લોકોનું નેતૃત્વ ધારણ કરી શકે અને તેમને તેમની કાર્યક્ષમતામાં કંઈક ઉમેરો કરવામાં તથા તેમના હાથનો ઉપયોગ કરવાની ક્ષમતા વધારવામાં મદદ કરી શકે તો તે આ રકમ કરતાં ચારગણી રકમ મેળવવા પાત્ર છે.

એ બે મુખ્ય યોગ્યતાઓ, જેણે હજારો લોકોને તેમના ક્રમ તથા સામાન્ય મજૂરીમાંથી ઉપાડીને તેમને જવાબદાર કાર્યવાહકના હોદ્દા પર મુક્યા છે તે છે :

પ્રથમ : ભારે જવાબદારી ધારણ કરવાની ક્ષમતા તથા ઈચ્છાશક્તિ.

બીજું : અન્ય પુરુષો તથા મહિલાઓને તેમના પ્રયાસોમાં બુદ્ધિપૂર્વક માર્ગદર્શન આપીને તેમને વધારે કાર્યક્ષમ રીતે કામ કરવામાં મદદ કરવાની ક્ષમતા.

આ માત્ર એક આદર્શવાદી સ્વીકૃત સત્ય નથી - *આપણે જે આપીએ છીએ તે જ પામીએ છીએ !* આ એક મજબૂત મૂળભુત સત્ય છે જેના પર દરેક સફળ માણસ કામ કરે છે. જે માણસ તેની અંગત સેવાઓ વડે તેના વેચાણમાંથી મોટાભાગનું *મેળવે* છે તે એ માણસ છે જે એવા લોકો માટે સૌથી વધારે *આપે*

છે, જેને માટે તે કામ કરે છે, પછી ભલે તેનું કામ ઓછા અથવા સાવ નિરીક્ષણ વગર પોતાનું વ્યવસ્થાપન કરવાનું હોય કે પછી અન્યોને તેમના પ્રયાસોમાં બુદ્ધિપૂર્વક મદદ કરીને દિશા આપવાનું હોય.

જેને વધુ ઊંચા કામ માટે શોધવામાં આવ્યો છે તે એ વ્યક્તિ નથી જે મોટાભાગનાં કાર્યો તેના પોતાના હાથ વડે પૂરાં કરી શકે છે, તે એ માણસ છે જેનામાં બીજાને કામ સંભાળતા કરવા માટેની ક્ષમતા વત્તા સારી નિર્ણયશક્તિ છે. જો તમે એક "વધુ ઊંચી" નોકરીનું ધ્યેય રાખતા હો તો તમારાં વર્તમાન કાર્યની વિગતોને કેવી રીતે સંભાળવી તે અત્યારે જ અન્યોને શીખવવાનું ચાલુ કરવું તે તમારા માટે સારું નહીં હોય ?

જો તમે લાંબા સમયથી એક જ હોદ્દા પર છો અને એક સમાન પગાર જ મેળવો છો તો એ પૂરી શક્યતા છે કે તમે વધારે જવાબદારી લેવાની તક નથી શોધી તથા એ પણ ઘણી શક્યતા છે કે તમારે ભૂતકાળમાં હતી તેવી જ રીતે અત્યારે પણ વધુ દેખરેખની જરૂર છે. જો તમે જોશો તો આ બે ગુણધર્મો માર્ગદર્શક તરીકે કામ કરે છે. તેમના વડે તમે તમારી જાતને એકદમ ક્ષતિરહીતતાથી માપી શકશો.

જ્યાં સુધી તમે તમારી પોતાની કાર્યક્ષમતાને એક ઊંચાં નિશાન સુધી નહીં લાવો ત્યાં સુધી તમે વધુ મોટી જવાબદારીઓ ધારણ કરવા માટે તથા અન્ય શ્રમિકોને દિશા નિર્દેશ આપવા માટે તૈયાર નહીં થાવ. જ્યાં સુધી તમે પોતે વધારે કામ અથવા વધુ સારું કામ કરવાનો મહાવરો ન કરો ત્યાં સુધી તમે બીજાઓને તેમ કરતા ન કરી શકો !

તમે અન્યો માટે તેઓ અનુસરી શકે તેવાં જે સારાં ઉદાહરણો મૂકો છો તેમાંથી નેતૃત્વ વિકસે છે. જ્યારે તમે તમારા સહકાર્યકરોની કામની ગુણવત્તા તથા પ્રમાણમાં આગેવાની લેવાનું શરૂ કરો છો ત્યારે તમે વધુ સારા પગારે અને વધારે મોટી જવાબદારીઓ સાથે એક વધુ મોટી નોકરીના માર્ગ પર છો.

જ્યારે જુસ્સો ઊકળી ઉઠે છે ત્યારે મુશ્કેલીઓ ક્યારેય પોતાનું સ્થાન નથી જમાવી શકતી. સત્તા વડે એક પક્ષને અધીનસ્થ કરી શકાય, પરંતુ ખોટું કર્યાની ભાવના ચાલુ રહેશે; જુસ્સાની આગ પહેલી તકે ફરી ફાટી નીકળવા માટે તૈયાર અવસ્થામાં સુષુપ્ત પડેલી રહેશે. આપણે ગોલ્ડન રૂલને માર્ગદર્શક તરીકે લઈએ

અને દુશ્મનાવટ માટેનાં બધાં કારણો દૂર થઈ જશે, બધા વિખવાદો ટળી જશે, અને માનવતા તેનું કામ કરવા માટે તથા યોગ્ય વળતર લણવા માટે હાથમાં હાથ પરોવીને નીકળી પડશે.

આપણને કોઈ માણસને એક કૂદકે મોટા કાર્યપાલકની નોકરીનાં સ્થાને મૂકી દેવાયો હોય તેવું યાદ નથી. પરંતુ આપણે એવા સેંકડો કાર્યપાલકોના નામ આપી શકીએ જેઓ ક્રમશઃ તેમની પોતાની કાર્યક્ષમતા વધારીને તથા તેમનાં કામની ગુણવત્તા તથા પ્રમાણમાં સુધાર લાવીને ધીમે ધીમે, ક્રમશઃ તેમના હોદ્દા પર પહોંચ્યાં હોય.

જ્યારે હું તમને *જે વળતર ચૂકવાય છે તેના કરતાં વધારે કામ અને વધારે સારું કામ* કરવાની જરૂરિયાત વિશે અપીલ કરું છું ત્યારે હું આદર્શવાદી કારણોસર તેમ નથી કરતો, પરંતુ કારણ કે હું જાણું છું કે આ સિધ્ધાંત તમારા માટે સારો વ્યવસાય છે. તે મજબૂત અર્થતંત્ર છે તે મજબૂત તથા સ્થિર છે કારણ કે તે *તમારા નોકરીદાતા સહિત, તમે જેમની સાથે કામ કરો છો તેમની શુભેચ્છા તથા સહકારને તમારા તરફ આપોઆપ જ આકર્ષશે.* જો તે તમારા વર્તમાન નોકરીદાતાનું ધ્યાન ન ખેંચે (જેવું કદાચ બનશે) તો તે અન્ય કોઈ નોકરીદાતાને તમારા તરફ આકર્ષશે જે તમને શોધી કાઢશે અને તમને વધુ મોટી તથા વધુ સારી નોકરી આપવાની ઑફર કરશે.

જો મારી ભૂલ ન થતી હોય તો સૌથી મોટા ફાયદા માટે અંગત સેવાનું માર્કેટીંગ કરવા માટેની આ પૃથ્વી પરની સૌથી સારી રીત એક સરેરાશ કાર્યકર કરતાં વધુ સારું હોય તેવું કામ કરીને તે કામના આધારે નોકરીદાતાને આકર્ષવાનું છે. જ્યારે એક નોકરીદાતા તમને શોધી કાઢે ત્યારે કદાચ તમને એવી ખાતરી થઈ જાય કે તમે તેને શોધ્યા હોત ત્યારે જે પગારની માગણી કરી શક્યા હોત તેના કરતાં તમે વધારે પગારની માગણી કરી જ શકશો, અને એક નોકરીદાતાને તમને શોધવાનું કારણ આપવાની એક માત્ર રીત છે ગુણવત્તા તથા પ્રમાણમાં સરેરાશ કરતાં વધુ ઉપર હોય તેવી સેવા આપવી.

આ વસ્તુ જે માણસ નાની નોકરીમાં છે અને તે જ નોકરીદાતા પાસેથી વધુ મોટી નોકરીની ઈચ્છા ધરાવે છે તેને પણ એટલી જ લાગુ પડે છે જેટલી તે એ માણસને લાગુ પડે છે જે નોકરીદાતા બદલવા ઈચ્છે છે.

મને એવા માણસોની ઈર્ષા થાય છે જેઓમાં એ જોઈ શકવાની મજબૂત નિર્ણયશક્તિ છે કે તેને જે કામ કરવા માટે પૈસા ચૂકવવામાં આવે છે તેના કરતાં

વધુ કામ કરવાથી તથા વધુ સારું કામ કરવાથી તથા જવાબદારીઓને અન્ય કોઈ તરફ ધકેલી દેવાને બદલે તેની પૂર્ણ ક્ષમતા સાથે જવાબદારીઓ ઉઠાવવાથી વળતર મળે જ છે. હું તેની ઈર્ષા કરું છું કારણ તે દસ હજાર લોકોમાં એકાદ જ હોય છે. આથી જ તે તેનાં કામમાં તળિયે હોવાને બદલે શિખર પર હોય છે. આથી જ તે વેતનને બદલે પગાર મેળવે છે. આથી જ તેને અન્યોના વડા તરીકે સ્થાન અપાય છે.

મારી ઑફિસની બાજુની જ ઑફિસમાં એક યુવાન છે જે આ સામયિકના બિઝનેસ મૅનેજરની નોકરી કરે છે જ્યારે તે નોકરી મેળવવા આવ્યો ત્યારે તેણે "આ નોકરીમાં કેટલો પગાર મળશે ?" "કામના કલાકો કેટલા હશે ?" "આ નોકરીમાં કોઈ શક્યતાઓ છે ?" "મને ક્યારે બઢતી મળશે ?" "આમાં રાતપાળી કરવાની આવશે ?" વગેરે જેવા કોઈ મૂર્ખ પ્રશ્નો નહોતા પૂછ્યા.

ના, તેણે આવા કોઈ પ્રશ્નો નહોતા પૂછ્યા !

એ હકીકત છતાં કે આ સામયિકનો પ્રથમ ઇસ્યુ ન્યુઝ સ્ટેન્ડ પર મૂકાયે હજી એક જ દિવસ થયો હતો, તેણે તે ખરેખર આ સામયિક વિશે કેટલું જાણે છે તે વાત કરીને મને ઊભો કરી દીધો. તેણે કહ્યું કે તે ગોલ્ડન રૂલ પર કામ કરવા માટે આવ્યો હતો, અને સિવાય કે હું તેને ઑફિસની બહાર ફેંકી દઉં, તે જે કામ માટે આવ્યો હતો તે કરાવાનો ઈરાદો ધરાવે છે. તેણે મને વિશ્વાસ અપાવ્યો કે તે એ કામ ઈચ્છતો હતો કારણ કે તે તેની પાછળ રહેલાં કાર્યમાં શ્રધ્ધા ધરાવતો હતો.

તેણે હું તેને એક સહાયક ક્યારે આપીશ તેમ ન પૂછ્યું, પરંતુ તેને બદલે તેણે પૂછ્યું, *"મારે સૌ પ્રથમ શું કરવાનું છે ?"*

તેનું નામ ડબલ્યુ. એચ. હેગેમ છે !

તમારે યાદ રાખવું હોય તો તે નામ યાદ રાખો, પરંતુ હું જેઓ સતત જીવંત વાયરની શોધમાં છે તેમને કહીશ કે તે માણસને મારાથી દૂર લઈ જવાના પ્રયત્નમાં ગોલ્ડન રૂલની ઑફિસની આસપાસ "ફરકશો" પણ નહીં. હા, તમે તેને ઈચ્છતા હશો - પરંતુ એક મિનિટ થોભો - *તેની આ વર્ષની કમાણી ૧૦,૦૦૦ ડોલર્સ કરતાં પણ આગળ થઈ શકે છે !*

હા, તે તેને લાયક છે, અને તે એ મેળવવાથી જેટલો ખુશ હશે તેટલો જ હું તેને તે આપવા માટે ખુશ છું. હું જેઓ લોકોને કામે રાખે છે તે બીજા બધા જેવો જ છું - *મને સૌથી શ્રેષ્ઠ સેવા જોઈએ છે, અને મારા કોઈ પણ સાથી*

કાર્યકરો જે કામ આપી શકે તે બધાં જ કામ માટે હું પૈસા ચૂકવવા તૈયાર છું. હું તેઓ વાસ્તવમાં જેટલું રજૂ કરે તેના કરતાં વધારે ચૂકવવા માટે પણ ઇચ્છુક હોઈ શકું, પરંતુ આર્થિક કારણોસર હું અમર્યાદિત સમય સુધી તેમ ચાલુ ન રાખી શકું. કોઈ માણસ તે તેના ધંધામાંથી પેદા ન કરતો હોય તેટલા વેતન કે પગારના પૈસા ચૂકવી પણ ન શકે કે તેને અનિર્ણિત સમય સુધી ચાલુ પણ ન રાખી શકે. જો ઝરણાંમાં સતત પાણી આવતું ન રહે તો તે થોડા જ વખતમાં સુકાઈ જાય છે.

જો મારા એમ્પ્લોયરે તમને તમે મેળવો છો તેના કરતાં વધારે પૈસા ચૂકવવા જોઈએ તેવું તમને લાગે છે તો એવો એક માત્ર ન્યાયી આધાર છે જેના પર વધારાના પૈસા માંગી શકાય અને તે છે પ્રથમ તમારા કામના પ્રકાર મુજબ ચાર્જ કરવો અને તેને તમારા એમ્પ્લોયર માટે વધુ વળતર પેદા કરતું બનાવવું.

કદાચ તમે એક બુક કીપર છો અને તમે કેવી રીતે વધુ પ્રમાણમાં તથા વધુ સારી ગુણવત્તામાં તમારી સેવા આપી શકો તે સમજતા નથી. તમે પહેલાંથી જ લાંબા કલાકો કામ કરો છો, અને તમે તમને ખ્યાલ છે તેવું શ્રેષ્ઠ કામ કરો છો.

તમે એવું શું કરી શકો જે તમને તમે મેળવો છો તેના કરતાં વધુ મેળવવા હકદાર બનાવે ?

પ્રક્રિયાની એક ડઝન પંક્તિઓ છે, અને તેમાંની કોઈ પણ આ પ્રશ્નનો જવાબ આપશે, પંરતુ એક ડઝન માર્ગને અનુસરવાનો પ્રયત્ન કરવો તે કોઈ પણ માર્ગને ન અનુસરવા બરાબર છે. તમારે ખરેખર જરૂર છે માત્ર પ્રક્રિયાના એક જ માર્ગની.

તમે બુક કીપર છો. તમે હિસાબનાં માસિક સ્ટેટમેન્ટ બનાવો છો અને તેમને ઇ-મેઇલ કરી દો છો. શું એ શક્ય નથી કે તમે એક એવી કલેક્શન પદ્ધતિ બનાવો જે તે ખાતાંઓને તેઓ જેવા ઉપયુક્ત થાય કે તરત જ તૈયાર રોકડામાં ફેરવી નાખે ? જો તમે આ કરી શકો તો શું એ સંભાવના નથી કે તમારા એમ્પ્લોયર તમને તમે જે પરિણામ મેળવો તેના પ્રમાણમાં પગાર ચૂકવવા રાજી થઈ જાય ?

તમે માત્ર બુક કીપીંગ કરવાને બદલે સ્વૈચ્છિક રીતે વધારે કામ કરીને તમારી જવાબદારીઓનો અવકાશ વિસ્તૃત કરી શકો છો. તમે કોઈ પણ રીતે તમારા બુકકીપીંગના કાર્યમાં તમારી કાર્યક્ષમતા ઘટાડ્યા વગર આ કામ કરી શકો છો. ઉઘરાણીના પત્રોની એક શ્રેણી તૈયાર કરો જે તમારા એમ્પ્લોયર માટે શુભેચ્છા સર્જશે અને સાથે સાથે તેમના લેણા પૈસા પણ ઉઘરાવશે.

મોટાભાગના લોકો તેમને જ્યારે કંઈક કરવાનું કોઈક તેમને કહે અને તે કેમ કરવું તે દર્શાવે ત્યારે તે કામ કરી શકે છે. પરંતુ જે માણસ પગારપત્રક બનાવે છે તે એવો માણસ ઈચ્છે છે જે શું કરવાનું છે તે જોઈ શકે અને કોઈના કહ્યા વગર તેમાં આગળ વધી શકે છે.

માગ અને પુરવઠાનો નિયમ એક ચોક્કસ સરેરાશ પગાર નક્કી કરે છે, જેની એક બુક કીપર માગ કરી શકે. આના કરતાં વધુ મેળવવા માટે તો કોઈ એવું કામ કરવું પડે જે સામાન્ય રીતે એક "સામાન્ય" બુક કીપર ન કરતો હોય. ટૂંકમાં, તેણે પોતાને તે "સામાન્ય" વર્ગમાંથી બહાર કાઢવો જોઈએ અથવા તો તેણે તે "સામાન્ય" વેતનથી સંતોષ માનવો જોઈએ.

આ જે કામ કરવા માટે *પૈસા ચૂકવાય છે તેના કરતાં વધુ કામ કરવું અને વધુ સારું કામ કરવા*ના આ અભ્યાસ વિશે કશું જ લાગણીજનક નથી. તે માત્ર મજબૂત વેપારની રીત છે. અલબત્ત, જો તમે તમારું કામ એક આનંદી, ઉત્સાહપૂર્વક જુસ્સામાં કરો તો કદાચ તમે વધુ ઝડપથી લોકોને તમારા તરફ આકર્ષી શકો.

જો તમે *તમને જે કામ માટે પૈસા ચૂકવાય છે તેના કરતાં વધુ કામ કરવાની તથા વધુ સારું કામ કરવાની આદત*ની સાથે સાથે સાથે એક આકર્ષક, પ્રસન્નકર વ્યક્તિત્વ વિકસાવશો તો તમે મોટી રીતે સફળ થવા માટે વધુ ઉચિત છો. હકીકતમાં, એક પ્રસન્નકર વ્યક્તિત્વને કોઈ પણ કામ - જે એક વ્યક્તિ બીજા માટે કરે છે તેમાં સફળતા માટેની જરૂરી લાયકાત તરીકે મૂકી શકાય.

નિશાની ૯

આકર્ષક વ્યક્તિત્વ

સફળતાના માર્ગ પરની નવમી નિશાની છે *આકર્ષક વ્યક્તિત્વ.*

જે માણસ નોકરીની શોધમાં શેરીઓમાં ભટકે છે તેના પર મારું હૃદય આવી જાય છે. કોઈ માણસે ક્યારેય પણ કર્યું હોય તેવું આ સૌથી નાહિંમત કરનાર કાર્ય છે. હું હૃદયપૂર્વક ઈચ્છું છું કે હું એવા દરેક પુરુષ તથા સ્ત્રી પાસે પહોંચી શકું જેઓ બેકાર છે અને તેઓ જે કોઈ પણ જગ્યા ભરવા માટે તૈયાર થયેલા છે તેને માટેની ચાવી તેમને આપી શકું.

હું તમને આ ચાવી શું છે તે બરાબર એ જ શબ્દોમાં કહીશ જે મેં મને આજે મળવા આવેલા ગોલ્ડન રૂલ ના એક વાચકને આપી છે. તે નોકરીમાંથી નીકળી ગયો હતો. એક ડઝન કરતાં વધારે પેઢીઓએ તેને બોલાવ્યો હતો પરંતુ તે બધાએ તેને નિરાશ કર્યો હતો.

જ્યારે તેણે નોકરી. માગી ત્યારે તેણે બરાબર શું કહ્યું હતું તે મેં તેને મને કહેવા કહ્યું. તેણે એમ કહીને તેનાં ચિત્રનું વર્ણન કર્યું કે માત્ર તે ઑફિસોમાં ગયો અને કોઈ જગ્યા ખાલી છે કે કેમ તે પૂછ્યું. કોઈ જવાબ મેળવ્યા પહેલાં તેણે કહ્યું કે તે બેકાર હતો અને શરૂઆતમાં તે કોઈ પણ વાજબી પગાર સ્વીકારવા ઈચ્છુક હતો.

તેણે જેટલી ઝડપથી અરજી કરી તેટલી જ ઝડપથી તેને વળાવી દેવામાં આવ્યો.

કારણ દેખીતું છે. હું કેમ એમ માનું છું તે મેં તેને જે કહ્યું તેમાં પ્રગટ કરેલું છે. સૌ પહેલાં મેં તેને ઊભા થવાનું કહ્યું જેથી હું તેને એવી રીતે જોઈ શકું જેવી રીતે તેણે જેની પાસે કામની અરજી કરી હતી તે વ્યક્તિએ તેને જોયો હતો. તેણે તળિયેથી ઘસાઈ ગયેલા બુટ પહેર્યા હતા. તેણે એક ટોપી પહેરી હતી. અન્યથા તેનાં કપડાં ઉચિત હતાં.

મારાં તેને માટે આ સૂચનો હતાં : બહાર જા અને મોચી પાસે બુટનાં

તળિયાં સરખાં કરાવ. તે તને વધુ આત્મવિશ્વાસની લાગણી આપશે, જેની તને જરૂર પડશે. એક શોભાસ્પદ હેટ ખરીદ અને તારી ટોપી ફેંકી દે. આ બાબત તને એક છોકરાને બદલે એક પુરુષ હોવાની લાગણી આપશે અને તને જેની જરૂર પડશે તેવો ગૌરવભર્યો દેખાવ આપશે.

તું કઈ પેઢી માટે કામ કરવા માંગે છે અને તેમાં પણ બરાબર કયો હોદ્દો મેળવવા માગે છે તે નિર્ણય કર. બહાર નીકળ અને તે પેઢી વિશે જાણી શકાય તે બધું જ જાણ અને તું ઇચ્છે છે તે સ્થાન પર તું કામ કરી શકે તેવું તું શા માટે માને છે તેનાં થોડાં સારાં કારણો આપવા માટે તૈયાર રહે.

પછી તે પેઢીમાં જા અને આમ કહે :

"મેં તમારી કંપનીમાં એક હોદ્દો સ્વીકારવાનું નક્કી કર્યું છે. તમને તે ખબર નથી. પરંતુ હું અહીં તેને માટે આવ્યો છું. હું એક આવા-આવા પ્રકારનો હોદ્દો ઇચ્છું છું જે મને ખબર છે કે તમને નફાકારક હોય તેવી રીતે હું તે જગ્યા પૂરી શકીશ. જો તમે હું મારી હેટ તથા કોટ ક્યાં લટકાવી શકું તે મને કહેશો તો હું અત્યારે જ કામે ચડી જવા તૈયાર છું અને હા, *પગાર ! તમે મને અઠવાડિયાં સુધી સજ્જ થઈને કામ કરતો જુઓ ત્યાં સુધી કદાચ આપણે તે બાબતને ભૂલી જઈ શકીએ. પછી જો તમને એમ લાગે કે મેં કંઈક કમાણી કરી છે તો તમે તેને મારા પગારનાં પરબીડીયાંમાં મૂકી શકો છો."*

તે મારાં સૂચનોને અનુસર્યો. બે કલાક કરતાં પણ ઓછા સમયમાં તે ફરી મારી ઑફિસમાં હતો. તેનાં બુટના તળિયાં સંધાઈ ગયા હતાં. તેણે વાળ કપાવી લીધા હતા. તેણે તેના ચહેરા પરની નાપસંદગીને સ્મિતમાં બદલાવી લીધી હતી. મેં તેને કસોટી માટે તૈયાર જાહેર કર્યો. તે ગયો અને કલાક કરતાં પણ ઓછા સમયમાં તેણે મને ફોન કર્યો કે તે તેની નવી નોકરીમાં કામે ચડી ગયો હતો.

સફળતા શું છે તેના વિશે જુદા જુદા વિચારો છે, પરંતુ જો સફળતા વિશેનો તમારો વિચાર સંપત્તિ એકઠી કરવી તે અથવા માનવજાતને કોઈ મહાન સેવા આપવી તે, અથવા બંને છે, તો તમે કદાચ તે નહીં મેળવો, સિવાય કે તમારી પાસે નકશો બનાવેલ પ્રક્રિયાનું એક ચોક્કસ આયોજન હોય.

મને લાગે છે કે પાછલાં દસ વર્ષોમાં મેં સો કરતાં વધારે લોકોને આ વિચાર આપ્યો છે, અને મને પરિણામ વિશેની કોઈ જાણકારી છે ત્યાં સુધી, દરેકે

દરેક કિસ્સામાં તેણે સફળતાપૂર્વક કામ આપ્યું છે.

હું તમને કહું છું કે વ્યાપારની દુનિયા એવા માણસને શોધે છે જેનામાં આ શરતો સાથે કામ પર જવા માટે તેની પોતાની જાતમાં પૂરતો આત્મવિશ્વાસ છે. સો માંથી નવ્વાણુ કિસ્સામાં એક માણસ તેના સંભવિત એમ્પ્લોયરને તેને શક્ય તેટલા મોટા પગારે નોકરીએ રાખવા માટે આગળ વધવા માટે મંત્રણા કરશે, દલીલો કરશે અને તેનાથી શક્ય હોય તે બધું જ કરશે.

અંગત સેવા માટે વળતરરૂપ પૈસાની ચૂકવણી માટે માત્ર એક જ સાચો આધાર છે, અને તે આ છે : એક માણસ તે જે સેવા આપે છે તેની ગુણવત્તા તથા પ્રમાણ મુજબ તે વળતર મેળવવા માટે હક્કદાર છે. તેની પાસે જે અનુભવ છે, તેની ઉંમર, તેની ક્ષમતા તથા તેના આધાર એ બધાંને તેણે કેટલો પગાર મેળવવો જોઈએ તેની સાથે કંઈ જ લેવા-દેવા નથી. તે *જે સેવા આપે છે* તેનાથી વધુ બીજું કંઈ જ ગણાતું નથી.

જે માણસ એમ કહે છે કે "મને આ કામ કરવાના પૈસા નથી અપાતા, તેથી હું તે નહીં કરું." તેનાથી સ્પર્ધાનો કોઈ ડર રાખવાની તમારે જરૂર નથી. તે ક્યારેય તમારાં કાર્ય માટે ભયજનક સ્પર્ધક નહીં હોય; પરંતુ જે માણસ તેનું કામ પૂરું ન થાય ત્યાં સુધી તેની ખુરશી પર ટકી રહે છે તેના પર નજર રાખો - આવી વ્યક્તિ "તમારા હોદ્દા માટે તમને પડકારે નહીં અને તમારાથી આગળ નકીળી ન જાય." તે વાત માટે તેના પર નજર રાખો.

અત્યારે છે તેવા સમૃદ્ધ સમયમાં કોઈ માણસ માટે નોકરી વગર શેરીમાં આંટા મારવાનું બિલકુલ કારણ નથી. આ આયોજનના ઉપયોગ દ્વારા, પછી તે અંગત રીતે અમલમાં મુકાય કે પત્ર દ્વારા, જેને તમે આપી શકો છો તેવા પ્રકારનાં કામની જરૂર છે તે તમને એક તક આપવા માટે સૌથી વધારે ઉચિત છે.

અને અજમાયેશ એ છે જે તમે ઇચ્છો છો. ભલે તમે આ આયોજન હેઠળ કામ પર ગયા હો કે પછી એક નક્કી થયેલ પગાર પર ગયા હો, જો તમે સારું કામ નહીં કરો તો તમને દરવાજો દેખાડી દેવામાં આવશે.

ઘણા કાબેલ માણસો જ્યારે એક નોકરી માટે અરજી કરે ત્યારે આ પ્રશ્ન વડે ધરાશાયી થઈ જાય છે : "તારી પાસે શું અનુભવ છે ?" હવે તેની પાસે ઘણો અનુભવ ન પણ હોય, પરંતુ તેનાં હૃદયનાં ઉંડાણમાં તે જાણે છે કે તે કામ કરી શકશે અને સારી રીતે કરી શકશે. સચ્ચરિત્રની માગ છે કે તે સાચો જવાબ આપે

જેનો સામાન્ય રીતે અર્થ થાય છે કે ઈન્ટરવ્યુ ત્યાં જ પૂરો થઈ જાય.

હવે જો તમારે ક્યારેય આવા પ્રકારની પરિસ્થિતિનો સામનો કરવાનો થાય તો ધારો કે તમે કહો : "હવે જુઓ - તમે એવું નથી માનતા કે હું *મારા વિશે કંઈ પણ કહું* તેના કરતાં મારા કામનો એક નમુનો તમારા પ્રશ્નનો વધુ સારી રીતે જવાબ આપી શકશે ? સ્વાભાવિક રીતે હું મારા પોતાના માટે પૂર્વગ્રહ ધરાવું છું, પરંતુ જો તમે મને મારી હેટ તથા કોટ લટકાવવાનું એક સ્થળ દેખાડશો તો હું કામમાં કુદી પડીશ અને હું શું કરી શકું છું તે તમને દેખાડીશ, અને જો તમને મારું કામ ન ગમે તો તમે મને તેને માટે એક પૈસો પણ ન ચુકવતા."

ત્યાં વાત પુરી થઈ જાય છે. મોટાભાગના લોકો તમે માગો છો તે મોકો તમને આપશે.

જો તમને શંકા છે કે આ આયોજન કામ કરશે કે નહીં તો તમે તેને અજમાવી જુઓ અને પોતાની જાતને વિશ્વાસ અપાવો કે તે કામ કરશે. શક્ય તેટલી જુદી જુદી પેઢીઓને એક ડઝન પત્રો લખો. પહેલા ફકરામાં કેવા શબ્દો લખવા તે હું તમને કહીશ અને બાકીના પત્રમાં તમે કેવા શબ્દો લખશો તેનાથી કોઈ ફરક નહીં પડે. તેને નીચે મુજબ લખો :

"મેં તમારે માટે કામ કરવાનું મન બનાવી લીધું છે અને મારા ગુણો પૈકીનો એક એ છે કે હું બુલડોગની જેમ જેની પાછળ પડું તેમાંથી પાછા આવવાના દઢાગ્રહનો આશીર્વાદ પામેલો છું. હું .... હોદ્દો મેળવવા ઈચ્છું છું અને શરૂઆત કરવા માટે મારો પગાર શૂન્ય રહેશે અને જ્યાં સુધી હું મારી જાતને એટલી મુલ્યવાન ન બનાવું કે તમે મને રાખવા માગો અને હું જે *કામ કરું તેની ગુણવત્તા તથા માત્રા* ના પ્રમાણમાં મને પગાર આપવા માગો ત્યાં સુધી મારો પગારનો આંકડો શુન્ય જ રહેશે."

ઉપરનું લખાણ એ વધતો ઓછો અંશ છે જેણે તમારા પત્રની શરૂઆત કરવી જોઈએ. તે પરિણામ લાવશે. જો તમે આ પત્રો જેમને મોકલો છો તેની પસંદગી કરવામાં કાળજી લેશો તો તમે મોકલેલા બાર પત્રોમાંથી છ તરફથી તમે સ્વીકૃતિ મેળવશો જ.

અલબત્ત, તમારા પત્રના અંતિમ ફકરામાં તમે તમારે લગતી સંપૂર્ણ માહિતી આપશો, શા માટે તમે ઈચ્છો છો તે જગ્યા તમે પૂરી શકશો તેમ તમે માનો છો તેના સંદર્ભો આપશો વગેરે. આ બાબત સમય બચાવશે અને

બિનઉપયોગી આદાન-પ્રદાન ટાળશે.

બાર વર્ષ અગાઉ એક માલગાડી જે પાસ અથવા ટિકિટ વગર તેમાં ચડી ગયો હતો તેવા એક મુસાફરને લઈને ન્યુજર્સીના ઈસ્ટ ઓરેન્જમાં પ્રવેશી. તે એક ચોક્કસ હેતુ સાથે ન્યુજર્સી આવ્યો હતો, અને તે હેતુ હતો થોમસ એ.એડીસન સાથે કામ કરવું.

તે જેની પાછળ પડ્યો હતો તે તેણે મેળવ્યું ! તેનું નામ છે એડવીન સી. બાર્નેસ.

તેનું વેતન અઠવાડિયાના ૨૫ ડોલર્સથી શરૂ થવાનું હતું પરંતુ એ આંકડો લાંબો સમય રહેવાનો ન હતો. એડીસને પોતે જોયું કે બાર્નેસમાં એક એવો ગુણ હતો જે તેને માત્ર એક વિભાગના મૅનેજર તરીકે જ નહીં, પરંતુ મહાન એડીસન ઈન્ડસ્ટ્રીઝના એક ભાગીદાર તરીકે ઈચ્છવા યોગ્ય બનાવતો હતો.

એ ગુણ એ જ છે જેનો ઉલ્લેખ આ લેખકે આ સામયિકના જાન્યુઆરીના અંકનાં પ્રથમ પાનાં પર સંપાદકીયમાં કર્યો છે - વ્યક્તિને સોંપાયેલ કામ કરવા માટે જે રકમ ચૂકવાતી હોય તેના કરતાં વધારે કામ કરવાની આદત.

એડવીન સી. બાર્નેસ તમારા સંપાદકના નજીકના અંગત મિત્ર છે, એક એવા મિત્ર જેને તે ખૂબ જ ચાહે છે, પરંતુ આ કોલમમાં મિ.બાર્નેસનો ઉલ્લેખ કરવાનું કારણ એ નથી. તેમનો ઉલ્લેખ એટલા માટે કરાયો છે કે તેઓ વળતરના બદલામાં વધારે કામ આપવાની નીતિની મજબૂતાઈનું જીવંત ઉદાહરણ છે.

જ્યારે મિ.બાર્નેસ તેમને શહેરમાં લાવનાર "બ્લાઈન્ડ બેગેજ" માંથી ઉતર્યા પછી તરત જ પોતાની જાતને એડીસનની સામે રજુ કરી, ત્યારે તેમને માટે કોઈ નોકરી ખાલી ન હતી. તેમના ઈન્ટરવ્યુ દરમિયાન તેમણે મિ.એડીસનને કંઈક એવું કહ્યું જે તેમને દુનિયાના સૌથી મહાન વૈજ્ઞાનિક તથા સંશોધકના ભાગીદાર બનવાની તક છીનવી શકતું હતું, પરંતુ તે એક એવા પ્રભાવમાં ફેરવાઈ ગયું જેણે તેમને "અજમાયેશની તક" અપાવી. વાતચિત દરમિયાન તેણે મિ.એડીસનને કહ્યું :

"તમે જાણો છો, મારે કામ કરવાની જરૂર નથી" - અને મિ.એડીસન તેમને બહાર જવાનો રસ્તો દેખાડવા માટે દરવાજો ખોલવા જ જતા હતા ત્યાં બાર્નેસે વાક્ય પૂરું કયું, "હું ભૂખ્યો મરી જઈ શકું છું." આ વાક્યએ એડીસનને ચમકાવ્યા. તેમણે જોયું કે જે માણસ ભૂખ્યા પેટે આવી રમુજ કરી શકતો હોય તે

ભરેલા પેટે ઘણો સારો કાર્યકર બની પણ શકે, આથી આગળ પ્રશ્નો પૂછ્યા વગર તેણે તેને કામ પર રાખી લીધો.

મિ.બાર્નેસની અંગત આવક કેટલી છે તે હું નથી જાણતો, પરંતુ હું એટલું જાણું છું કે એડીસન એન્ટરપ્રાઇસમાં તેનો હિસ્સો વધુ નહીં તોપણ સહેલાઈથી ૧૦૦,૦૦૦ ડોલર્સનો તો છે જ. આ તેના બાર વર્ષના સમયગાળામાં તેની સેવા બદલ મળેલ વળતર દર્શાવે છે. તે કેટલાક માણસોએ જે કર્યુ છે તેટલું સારું નથી, પરંતુ તે ઘણા બધા માણસોએ કર્યું છે તેના કરતાં ઘણું વધારે સારું છે.

મિ.બાર્નેસ સંખ્યાબંધ સેલ્સમેનને નોકરી આપે છે જેઓ "એડીફોન" વેચે છે. તેની એક માન્યતા છે કે કોઈ સેલ્સમેને મશીન વેચવું જ પડે તેવું નથી, સિવાય કે ખરીદનારને તેની જરૂર હોય. તે ઉપરાંત, એ વાત પર ધ્યાન રાખવાને તેણે પોતાનું કામ બનાવ્યું છે કે કોઈ સેલ્સમેન કોઈ પેઢી અથવા વ્યક્તિને કરકસરપૂર્વક ઉપયોગમાં લઈ શકાય તેના કરતાં વધારે મશીન ન વેચે.

જ્યારે એક "એડીફોન"નું ઇન્સ્ટોલેશન થઈ જાય પછી શું બાર્નેસ તે મશીન પરનો નફો એડીસન સાથે વેચી લઈને પછી તરત જ તે વ્યવહાર વિશે ભૂલી જાય છે?

તમારા સમ, તે એમ નથી કરતા !

તેનો વિચાર એવો છે કે જ્યાં સુધી ખરીદનારને તેનાં સ્વાભાવિક જીવન દરમિયાન એ મશીન સંતોષકારક રીતે કામ ન આપે ત્યાં સુધી તે ડીક્ટેટીંગ મશીન વેચાયું કહેવાય નહીં, અને આમ થતાં ઘણાં વર્ષો લાગે છે. દર મહિને બાર્નેસ ઉપયોગમાં હોય તે દરેક "એડીફોન"ની તપાસ કરવા અને ખરીદનારને તે સંતોષજનક રીતે કામ આપે છે તે જોવા માટે એક માણસ મોકલે છે.

બજારમાં બીજાં ડીક્ટેટીંગ મશીનો પણ છે - જે કદાચ "એડીફોન" જેટલાં જ સારા પણ છે - પરંતુ આ લેખક અંદાજ કાઢી શક્યા છે ત્યાં સુધી એક માત્ર "બાર્નેસ એડીસન સર્વિસ" જ ડીક્ટેટીંગ મશીનો વેચી શકી છે.

એડીસન ડીક્ટેટીંગ મશીન ઇન્ડસ્ટ્રીના ભાગીદાર તરીકે મિ.બાર્નેસ માત્ર ત્રણ જ શહેરો - શિકાગો, ન્યુયોર્ક તથા સેન્ટ લુઇસમાં કામ કરે છે. યુનાઇટેડ સ્ટેટ્સમાં ઓછામાં ઓછાં બીજાં એક ડઝન શહેરો છે જે એડવીન સી બાર્નેસના આવવાની અને જેમ તેમણે ઉપરનાં ત્રણ શહેરોમાં કર્યું છે તેમ, તેમને થોમસ એ.એડીસનના ભાગીદાર તરીકે વિકસાવવાની રાહ જુએ છે.

ઈસ્ટ ઓરેન્જમાં માલગાડીઓ આવવાનું ચાલુ છે. મિ.એડીસન હજી પણ ત્યાં વેપારમાં છે. જો તમે ખરેખર તમને કામ કરવા માટે આપતાં વળતર કરતાં વધારે કામ આપવામાં માનો છો અને જો તમે બાર્નેસે શરૂઆત કરી તેવી રીતે શરૂઆત કરવા ઈચ્છુક છો તો તમે એડીસનના ભાગીદાર બની શકો છો. એવું હોઈ શકે કે તમે મિ.બાર્નેસ જે ધંધામાં છે તેમાં તમે પ્રવેશવા ન માગતા હો. કદાચ લોખંડના ધંધામાં ચાર્લ્સ એમ.શ્વાબ સાથેની ભાગીદારી તમને વધુ માફક આવે. અથવા તેલના ધંધામાં, રોકફેલર સાથેની ભાગીદારી, અથવા બેંકીંગના વેપારમાં મોર્ગન સાથેની ભાગીદારી. જો તમે આમાંનું કાંઈ પણ કરવાનું મન બનાવી લો તો તમે આમાંથી કોઈ પણ મહાન એન્ટરપ્રાઈસમાં ઘૂસી શકો.

એવું પણ બને કે તમારી વર્તમાન નોકરીમાં પણ આમાંથી કોઈમાં પણ છે તેટલી જ મહાન શક્યતાઓ હોય તમે એડીસન સાથે કામ કરવા ગયા વગર પણ એડવીન સી.બાર્નેસની નકલ બની શકો. ડીક્ટેટીંગ મશીનો વેચવા તે સૌથી અઘરા પ્રકારનું વેચાણ છે. તે મુશ્કેલ છે કારણ કે તમારે એક સ્ટૅનોગ્રાફરને ગળે એ વાત ઉતારવી પડે કે આ મશીન જે કામ તમે તેના વગર એક દિવસમાં કરો છો તેના કરતાં ઓછામાં ઓછું તમને બમણું કામ કરવા સક્ષમ બનાવશે અને કે તેનો પગાર પણ છેવટે કદાચ તેને તે મુજબ કરી આપવામાં આવશે. પછી તમારે તે મશીન માટે જે માણસ પૈસા ચૂકવે છે તેને પણ સમજાવવું પડે કે એક વર્ષના વેપારી ઉપયોગની તેને કંઈ કિંમત પડતી નથી, પરંતુ ખરેખર તો તે તેની મૂળ કિંમત કરતાં અનેકગણ પૈસા બચાવી આપે છે.

આમાંથી એક પણ કામ પૂરું કરવું સહેલું નથી, આથી કદાચ તમે જ્યાં છો ત્યાં જ રહેવા વધુ ઈચ્છુક હોઈ શકો છો. જો તમારા એમ્પ્લોયર એડીસન જેટલા સફળ નથી તો કદાચ આ સ્થિતિ તમને તમારી મોટી તક આપે છે. તેમને ભાગીદાર બનાવવા માટે એડીસનને કેવી રીતે મનાવવા તે બાર્નેસને કોઈએ કહ્યું નથી, અને તમારા એમ્પ્લોયરને કેવી રીતે મનાવવા તે તમને પણ કોઈ નહીં કહે, પરંતુ જો ત્યાં પહોંચવા માટે તમે દૃઢ નિશ્ચય કરી લેશો તો તમે તેમ કરશો, બરાબર જેમ બાર્નેસે કર્યું તેમજ, તમે માર્ગ શોધી લેશો.

હું એડવીન સી. બાર્નેસને આત્મીયતાપૂર્વક જાણું છું. તેની પાસે જેઓ આનાથી અડધું કામ પણ નથી કરતા તેમના કરતાં જરા પણ વધારાનું મગજ કે ક્ષમતા નથી. વધુ સારું મગજ એ તેમની સફળતાનું રહસ્ય નથી, કે નથી "પુલ"

કે નથી "નસીબ" પરંતુ કોઈ પણ કામ માટે તે કેટલા પૈસા મેળવે છે તેની પરવા કર્યા વગર કરી શકાય તેટલું ઉપયોગી કાર્ય કરવાની તેની આદત તેની સફળતા માટે કારણભૂત છે.

આ લેખક પ્રથમ વખત મિ.બાર્નેસને મળ્યા તે માત્ર એક અકસ્માત હતો. હું કેટલીક માહિતીઓ માગવા માટે તેમની ઑફિસમાં ગયો અને તેઓ તેમની ઑફિસમાંથી બહાર આવતા મળી ગયા. તેમણે મને માત્ર હું ઈચ્છતો હતો તે માહિતી જ ન આપી, પરંતુ તેમની મોટરમાં મને એવા માણસને મળવા લઈ ગયા જેની પાસે હું જે માહિતી માગતો હતો તે વિષયમાં મિ.બાર્નેસ કરતાં વધારે જાણકારી હતી. તેમણે અગાઉ ક્યારેય જેને જોયો પણ ન હતો અને કદાચ ફરી ક્યારેય જોવાની અપેક્ષા પણ નહોતા રાખતા તેવા એક માણસને સગવડ આપવા માટે તેઓ તેમના પોતાના માર્ગથી ઘણે દૂર સુધી આવ્યા.

પરંતુ તે બાર્નેસની રીત હતી ! આ એ રીત હતી જેણે એડીસનને તેમના તરફ આકર્ષ્યા. આ એ રીત હતી જેણે ડીક્ટેટીંગ મશીનના અન્ય સેલ્સમેનો વડે મજબૂત સ્પર્ધા છતાં પણ "એડીફોન"ના ઘણા મોટા ખરીદદારોને તેમના તરફ આકર્ષ્યા છે.

જ્યારે એક માણસ બાર્નેસ પાસેથી "એડીફોન" ખરીદે છે ત્યારે તે જાણે છે કે તે એક યાંત્રિક રચના કે જે ગમે તે ગતિએ અને દિવસના ગમે તેટલા કલાક વધુ સચોટ રીતે ડીક્ટેશન લે છે તેના કરતાં વધારે મેળવે છે, તે જાણે છે કે તે એવી સેવા મેળવે છે જે તે મશીનનું મુલ્ય ઘણું બધું વધારી દે છે. ભલે તમે તમારી સેવા કરીયાણાની દુકાનમાં કે કોલસાની ખાણમાં કે કોઈ અન્ય સ્થળે વેચતા હો, તમે તેને એવી રીતે આપી શકો કે ખરીદનારને લાગે કે તે તમારી પાસેથી કંઈક એવું મેળવી રહ્યો છે જે તે અન્ય કોઈ વ્યક્તિ પાસેથી નહીં મેળવે.

એ લાગણી એ એક મુખ્ય કારણ છે કે જેને લીધે કોઈ માણસ તમને તેના ધંધામાં ભાવિ ફોરમેન, ડીપાર્ટમેન્ટ મૅનેજર, સુપ્રીન્ટેન્ડન્ટ અથવા ભાગીદાર તરીકે લેવા ઈચ્છશે.

તમે સફળ થવા માગો છો !

આપણે બધા ઈચ્છીએ છીએ. તો પછી, સફળતા શું છે ? આ લેખકના અંદાજ મુજબ સફળતા એ જીવનમાં વ્યક્તિના મુખ્ય ધ્યેયની પ્રાપ્તિ છે. તે પૈસા મેળવવાનું હોઈ શકે અથવા તે કોઈ મહાન ઉદ્દેશનું નેતૃત્વ પ્રાપ્ત કરવાનું હોઈ

શકે જે માનવજાતને ફાયદો કરાવે.

મુશ્કેલીઓનું એક ટોળું મારી પાસેથી પસાર થયું
જ્યારે હું હિંમતપૂર્વક તેની રાહ જોતો હતો;
મેં કહ્યું, "ક્યાં ઊડી જાય છે તમારી મુશ્કેલીઓ
જ્યારે તમે આ રીતે મોડા પડો છો ?"
"અમે જઈએ છીએ" તેમણે કહ્યું, "એમની પાસે જેઓ ઉદાસ છે
જેઓ નિર્લેપ થઈને જીવન તરફ જુએ છે.
જેઓ નબળા થઈને આશાને આવજો કહે છે -
અમે જઈએ છીએ જ્યાં અમારી આશા રખાય છે."

નિશાની ૧૦

સચોટ વિચાર

સફળતાના માર્ગ પરની દસમી નિશાની છે *સચોટ વિચાર*.

કીર્તિ મેળવવા માટે અથવા મોટું ભાગ્ય એકઠું કરવા માટે તમારા સાથીદારોનો સહકાર જરૂરી છે. વ્યક્તિ ગમે તે હોદ્દો ધરાવતી હોય અને તેણે ગમે તેટલા પૈસા મેળવ્યા હોય, તેને કાયમી ધોરણે તેણે બધું તેના સાથીદારોની પરવાનગીથી મળવું જોઈએ.

પડોશીઓની શુભેચ્છા વગર તમે આદરપાત્ર સ્થાન પર રહી ન શકો, અને તમારા સાથીઓની સંમતિ વગર ઘણા બધા પૈસા ધરાવવા તે અશક્ય બનશે. માત્ર તે પકડી રાખવા તે જ નહીં, પરંતુ સૌ પહેલાં તો તે મેળવવા, સિવાય કે તમને તે વારસામાં મળે.

પૈસા અથવા હોદ્દાને શાંતિપૂર્વક માણવાનું ચોક્કસપણે તમે કઈ હદે લોકોને તમારા તરફ આકર્ષો છો તેના પર આધાર રાખે છે. જે માણસ તે જેની સાથે સંપર્કમાં આવે છે, જેની શુભેચ્છા માણે છે તેનામાં તે જે માણસો સાથે જોડાય છે તે લોકોની ઉદારતા હોઈ શકે તે જોવા માટે કોઈ દીર્ઘદષ્ટિ ધરાવતા દાર્શનિકની જરૂર નથી.

તો પછી, કીર્તિ તથા ધન, અથવા બેમાંથી એક તરફનો માર્ગ, સીધો વ્યક્તિના સાથીદારનાં હૃદયમાંથી લઈ જાય છે.

વ્યક્તિના સાથીદારોની શુભેચ્છા મેળવવા માટે સંબંધોના નિયમ સિવાયના અન્ય માર્ગો પણ હોઈ શકે, પરંતુ જો તેવા માર્ગ છે, તો આ લેખકને તે ક્યારેય મળ્યા નથી.

લો ઑફ રીલેશન (સંબંધોના નિયમ) દ્વારા તમે લોકોને તમે જે આપો તે તમને પાછું વાળવા પ્રેરી શકો. આના વિશે કોઈ અનુમાન, શક્યતાનું કોઈ તત્વ, કોઈ અનિશ્ચિતતા નથી.

આ નિયમને કેવી રીતે સજાવવો જેથી તે આપણા વિરુદ્ધ કામ કરવાને

બદલે આપણા માટે કામ કરે, તે જોઈએ. શરૂ કરવા માટે અમારે તમને એ કહેવાની જરૂર નથી કે માનવહૃદયની વૃત્તિ વળતો પ્રહાર કરવાની, પાછું વાળવાની, ઘા ની સામે ઘા કરવાના દરેક પ્રયત્નો કરવાની છે, પછી ભલે તે સહયોગની ક્રિયા હોય કે દુશ્મનાવટની હોય.

એક વ્યક્તિ તરફ દુશ્મનાવટ કરો, અને જેમ બે વત્તા બે ચાર જ થાય છે તેમ તે વ્યક્તિ તે જ રીતે બદલો લેશે. એક વ્યક્તિ સાથે મૈત્રીપૂર્ણ રહો અથવા તેના પર કોઈક પ્રકારની માયાળુતા વરસાવો, તો તે તે રીતનું સામું વર્તન કરશે.

જે વ્યક્તિ આ સિધ્ધાંત મુજબ પ્રત્યાઘાત ન આપે તેને ભૂલી જાવ. તે માત્ર એક જાણીતો અપવાદ છે. સરેરાશના નિયમ મુજબ મોટાભાગના લોકો એકદમ બેધ્યાનપણે પ્રત્યાઘાત આપશે.

જે માણસ ખભા પર પડેલા કચરા સાથે બહાર નીકળે છે તેને એવા ડઝન માણસો મળે છે જેને તે કચરો હટાવવામાં આનંદ મળે છે, આ એવી હકીકત છે જે જો તમે ક્યારેય પણ કપડાં પર કચરો લઈને બહાર જવાનો પ્રયત્ન કર્યો હશે તો જોઈ હશે. તમારે સાબિતીની કોઈ જરૂર નથી કે જે માણસ તેના ચહેરા પર સ્મિત લઈને જાય છે અને જેના મોઢામાં હંમેશાં તે મળે છે તે બધા માટે માયાળુ શબ્દો હોય છે તે વૈશ્વિક રીતે પસંદ કરાય છે, જ્યારે તેનાથી વિરુદ્ધ પ્રકારના લોકોને સામાન્ય રીતે નાપસંદ કરાય છે.

તમારા શબ્દો તમારી ઈચ્છાના ગુલામ છે. તમારા પોતાનાં ઘરમાં તમે માલિક છો, અને તમે તમને ગમે તે મહેમાનોનું મનોરંજન કરી શકો છો. જેવી રીતે એક શિલ્પી ટપલીઓ મારીને ઘાટ આપે છે તેવી રીતે માણસ તેના વિચારો વડે પોતાને ઘાટ આપે છે સફળતા વિશે વિચારો તો તમે સફળ થશો - જો માત્ર તમે તેને માટે પૂરતી મજબૂતાઈથી, પૂરતી સ્થિરતાથી અને પૂરતા લાંબા સમય માટે વિચારશો તો.

આ સંબંધોનો નિયમ એક શક્તિશાળી બળ છે જે સતતપણે આકર્ષતો કે અપાકર્ષતો, આખા બ્રાહ્માંડને સ્પર્શે છે. તમે તેને જમીન પર પડતાં એકોર્ન (ઓક વૃક્ષનું બીજ)નાં હૃદયમાં જોઈ શકશો અને સૂર્યપ્રકાશની હૂંફના પ્રત્યાઘાતમાં અને બે નાનકડાં પાંદડાં ધરાવતી વસંત ઋતુમાં જે છેવટે એક મોટું મજબૂત ઓક વૃક્ષ બનાવવા માટેનાં જરૂરી તત્વોને આકર્ષે છે તેમાં તેને જોઈ શકશો.

કોઈએ ક્યારેય એક એકોર્ન પોતાના તરફ કોઈ પણ વસ્તુને આકર્ષતું હોય તેવું સાંભળ્યું નથી, સિવાય કે એ કોષો જેમાંથી ઓક વૃક્ષ ઊગે છે. કોઈએ ક્યારેય એવું વૃક્ષ નથી વાવ્યું જે અડધું ઓક હોય ને અડધું પોપ્લાર. એકોર્નનું કેન્દ્ર માત્ર એ તત્વો સાથે જ તદાતમ્ય બનાવે છે જે એક ઓક વૃક્ષ બનાવે છે.

માનવ મનમાં ઊગે છે તે દરેક વિચાર તેના જેવા જ પ્રકારનાં તત્વોને આકર્ષે છે, પછી તે વિધ્વંસક હોય કે રચનાત્મક, દયાના હોય કે દયા વિહોણા હોય. તમે તમારાં મનને ધિક્કાર તથા અણગમા પર એકાગ્ર કરીને તેનાથી વિરુદ્ધ પ્રકારના પાકની આશા ન રાખી શકો, અને તો પછી તમે એક એકોર્ન એક પોપ્લાર વૃક્ષમાં વિકસે તેવી આશા પણ ન રાખી શકો. તે સંબંધોના નિયમ સાથે સંવાદી નથી.

દુનિયા તમારા તરફ હસે તો વાંધો નહીં, તમારી જાતને ગંભીરતાપૂર્વક લો. ટોળું તે જે નથી સમજતું તેના તરફ હસે છે, તે જે સમજી નથી શકતા તેની ઠઠ્ઠા ઊડાવે છે. ઘણા બધા માણસો, જેમની અંદર બુધ્ધિની આગ હોય છે તેઓ તેને જ્વાળામાં બદલાવા નથી દેતા કારણ કે તેઓ ટોળાના હાસ્યથી ડરે છે. બીજા શું વિચારશે તે ભૂલી જાવ. તમે તમારા પોતાના વિશે શું વિચારો છો અને તમે તમારી જાતમાં શ્રધ્ધા રાખો છો તેનું જ મહત્વ છે.

સમગ્ર બ્રહ્માંડમાં પદાર્થના રૂપમાં છે તે બધી જ વસ્તુ આકર્ષણનાં ચોક્કસ કેન્દ્રોને આકર્ષે છે. સમાન બુધ્ધિ તથા વૃત્તિઓવાળા લોકો એકબીજા તરફ આકર્ષાય છે. માનવ મન માત્ર બીજાં એવાં મન સાથે જ આપ્તભાવ બનાવે છે જે સંવાદી હોય અને જેમની સમાન વૃત્તિઓ હોય. આથી તમે લોકોના જે વર્ગને આકર્ષશો તે તમારા પોતાનાં મનની વૃત્તિઓ પર આધાર રાખશે. તમે આ વૃત્તિઓ પર નિયંત્રણ મેળવો અને તમે ઇચ્છો તે લોકોને તમારા તરફ આકર્ષી શકશો અને તમે પસંદ કરશો તે લાઇનમાં તેમને વાળી શકશો.

આ કુદરતનો નિયમ છે. આ એક અચલ નિયમ છે અને તમે સભાનપણે તેનો ઉપયોગ કરો કે ન કરો, તે કામ કરે જ છે.

જે વ્યક્તિ ગંદા વિચારો વડે મનને ઝેર આપે છે તે જે વ્યક્તિ પીવાનાં પાણીને ઝેરી બનાવે છે તેના કરતાં વધુ મોટું પાપ કરે છે, કારણ કે એક ઝેરી મગજ બીજાં મગજમાં પોતાની પ્રતિકૃતિ બનાવે છે.

માનવ મનની ટૂંકી વાર્તા

જન્મ સમયે મગજ ખાલી હોય છે; એક મોટી સંગ્રહ માટેની જગ્યા જેમાં અવકાશ સિવાય કશું જ નથી.

જોવાની, સાંભળવાની, સ્વાદની, ઘ્રાણની તથા સ્પર્શની પાંચ ઈન્દ્રિયો દ્વારા આ મહાન કોઠાર ભરાય છે.

બાર વર્ષની વય પહેલાં જે છાપ આ કોઠારમાં પહોંચે છે તે આખી જીંદગી ત્યાં રહે છે, પછી તે મજબૂત હોય કે ઢીલું.

બાળકનાં નાનાં, પ્લાસ્ટિક જેવાં મનમાં જે વિચારો તથા માન્યતાઓ રોપવામાં આવે છે તે બાળકનો અંશ બનવાનાં છે અને આખી જીંદગી તેની સાથે જ રહેશે.

આ રીતે એક બાળકનાં મગજમાં એટલી પ્રભાવશાળી રીતે એક આદર્શ દાખલ કરવાનું શક્ય છે કે આ આદર્શ તે બાળકને તેની આખી જીંદગી નૈતિક વર્તન કરવામાં માર્ગદર્શન આપશે. બાર અથવા ચૌદ વર્ષની ઉંમર પહેલાં બાળકનાં મનમાં એટલું સંપૂર્ણપણે ચારિત્ર્ય ઘડતર કરવાનું શક્ય છે કે, તે બાળક માટે તે ચારિત્ર્યને અવગણવાનું તથા પાછલી જીંદગીમાં ખોટાં કામ કરવાનું તદ્દન અશક્ય છે.

મગજ એક મોટાં, ફળદ્રુપ ખેતર જેવું છે તેમાં એક પ્રકારનાં બીજ વાવ્યા પછી તે તેવો જ પાક પેદા કરે છે, આનો અર્થ એવો છે કે મગજમાં કોઈ પણ વિચાર મૂકવામાં આવે અને ત્યાં તેને દઢપણે સ્થાપવામાં આવે, તો તે છેવટે મૂળિયાં પકડી લેશે અને વિકસશે અને તે વ્યક્તિની શારીરિક ક્રિયાઓ તે વિચારના પ્રકાર મુજબની હશે. જેવી રીતે ખેડ્યા વગરની ફળદ્રુપ જમીનમાં જંગલી છોડનાં બીજ ઊગી નીકળે છે તેવી જ રીતે જેમણે મગજમાં રચનાત્મક વિચારો નહીં રોપ્યા હોય તેવા મગજમાં વિધ્વંસક વિચારો તેમના માર્ગ કરી લે છે.

મન ક્યારેય નવરું રહી શકતું નથી. તે હંમેશાં કંઈક પેદા કરવા મથે છે, અને એ ખૂબ જ સ્વાભાવિક છે કે તે આપણાં વાતાવરણ, આપણા અન્યો સાથેના કરાર, આપણે જોઈએ છીએ તે દશ્યો, આપણે સાંભળીએ છીએ તે અવાજ, વગેરેનાં પરિણામરૂપે આપણા મગજમાં પડેલ સામગ્રી સાથે મળીને કાર્ય કરે છે.

આપણા મનનો સૌથી શક્તિશાળી સિધ્ધાંત છે ઓટો-સજેશન (સ્વયં સૂચન). જેની મદદ દ્વારા આપણે આપણા પોતાનાં મનમાં સતતપણે એક વિચારને રોપ્યા કરીએ છીએ અને જ્યાં સુધી તે એટલી હદે આપણો એક અંશ ન બની

જાય કે તે આપણી ક્રિયાઓ પર વર્ચસ્વ ન કરવા લાગે અને આપણા શરીરના હલનચલનને દિશાનિર્દેશ આપે ત્યાં સુધી આપણે તેના પર એકાગ્ર થઈ જઈએ છીએ.

જો તમારે એવા શત્રુઓ છે જેઓ મૂર્ખપણે તમને નીચે પાડવાનો પ્રયાસ કરે છે, તો સહનશીલતા સાથે તેમના તરફ સ્મિત આપો અને તેમણે તમારા માટે ખોદેલા ખાડામાં તેમને ગબડતા જુઓ.

માનવ મનની બીજી ખાસીયત એ હકીકત છે કે તે એક પ્રકારનું ચુંબક બની જાય છે કે જે આપણા તરફ એવા બીજા લોકોને આકર્ષે છે જેઓ આપણી જેમ જ વિચારે છે, માને છે તથા ક્રિયા કરે છે. માનવ મનનું એક મજબૂત વલણ એવાં બીજાં મગજો સુધી પહોંચવાનું તથા તેમની સાથે તદાતમ્ય સાધવાનું છે જેની સાથે તે એક અથવા બીજા વિષય પર સંવાદી હોય છે.

આખા વિશ્વમાં "સમાન સમાનને આકર્ષે છે" તે નિયમ દ્વારા કાર્ય થાય છે. આ નિયમ એવી પદ્ધતિમાં તરત જ કામ કરતો જોઈ શકાય છે જેમાં એક મગજ તેની સાથે સંવાદી હશે તેવાં બીજાં મગજને આકર્ષશે.

જો આ સાચું વિધાન છે તો, અને આપણે જાણીએ છીએ કે તે છે જ, તો શું તમે જોઈ નથી શકતા કે તે કેટલું શક્તિશાળી બળ છે અને તમે જોઈ નથી શકતા કે જો તમે તેને કેળવો અને તેનો રચનાત્મક રીતે ઉપયોગ કરો તો તે કેવી પ્રચંડ સહાય બની શકે ?

જેવી રીતે પાણી પોતાનું સ્તર શોધી લે છે, બરાબર તેવી જ રીતે માનવ મગજ તેનું સ્તર શોધી લે છે, અને જ્યાં સુધી તે પોતાનું સ્તર શોધી ન લે ત્યાં સુધી તેને સંતોષ નહીં થાય. આપણે સાહિત્યીક રૂચિ તથા વલણ ધરાવતા માણસનાં મનમાં આ સિધ્ધાંત કામ કરતો જોઈ શકીએ છીએ જે તેના જેવાં જ મગજનો સાથ શોધે છે; એવા સંપત્તિવાન માણસનાં મનમાં જોઈ શકીએ છીએ જે ધનવાનની સોબત ઇચ્છે છે; અને એ ગરીબમાં જે ગરીબની જ સંગત ઇચ્છે છે.

જો આ નિયમ ન હોત તો એક એકોર્નમાંથી ક્યારેય એક ઓક વૃક્ષ ઊગે છે તે ક્યારેય પૂરતી સંખ્યામાં તેનાં કેન્દ્ર તરફ ન આકર્ષાત જે વૃક્ષ ઊગાડે.

જો આ નિયમ મુજબ ન હોત તો, માનવ શરીર ક્યારેય પુખ્ત ન બનત, કારણ કે રસાયણો, ખોરાક તથા પોષક દ્રવ્યો ક્યારેય વિકાસ તથા વિસ્તરણ માટેના યોગ્ય સ્થાનોએ આકર્ષાત નહીં કે તેની વહેંચણી થાત નહીં.

જો આ નિયમ મુજબ ન હોત તો, જેમાંથી આંગળીના નખ બને છે તે પદાર્થ વાળનાં મૂળને અથવા શરીરના કોઈ અન્ય ભાગને વહેંચી દેવાત જ્યાં તેની જરૂર ન હોત.

આ નિયમ ગુરુત્વાકર્ષણના નિયમની જેમ જ અચલ છે જે આ પૃથ્વીને તેના માર્ગ પર રાખે છે અને બ્રહ્માંડના દરેક ગ્રહને તેનાં યોગ્ય સ્થાને રાખે છે.

તમારા મિત્રોનું વિશ્લેષણ કરો. જો તમને તેમને માટે ગર્વ નથી તો તમને કોઈ ચોક્કસ શ્રેય નથી જતું કારણ કે *તમે* એ ચુંબક છો જેણે તેમને આકર્ષ્યાં છે. *તમારા* મગજનાં તરંગ તથા વલણ એ આકર્ષણ છે જેણે તમારી આસપાસ એ મગજોને એકઠા કર્યા છે, જે તમારા પોતાનાં મગજ સાથે સંવાદી છે. જો તમારા તરફ આકર્ષાયા છે તેઓ તમને નથી ગમતા, તો જેણે તેમને આકર્ષ્યાં છે તે ચુંબકને બદલી નાખો અને મિત્રોનો બીજો ગણ ઉપાડો.

તમારાં મગજને ચુંબકત્વ આપવાની એક શક્તિશાળી સુંદર રીત સર્વોચ્ચ ધોરણવાળા માનવમનોને તમારા તરફ આકર્ષી શકે, તે છે તમારા મગજમાં એવો આદર્શ સ્થાપો જે તમે જેને સૌથી વધારે પસંદ કરો છો તે માણસમાંથી ઉદ્ભવ્યો હોય.

જેના દ્વારા આ કરી શકાય છે તે વ્યુહરચના ઘણી સાદી છે, અને *ઘણી અસરકારક* પણ ! તમે તમારાં પોતાનાં મગજમાં એ આદર્શ ઘડવા માટેની સામગ્રી માટે અન્ય ભિન્ન લોકોનાં ચારિત્ર્યમાંથી તે ખેંચી શકો, જે તમારે માટે એવું ચુંબક બને જે તેની સાથે સંવાદી હોય તેવા લોકોને તમારા તરફ આકર્ષે.

ઉ.ત. વોશિંગ્ટનમાંથી તમને સૌથી વધારે પસંદ છે તે ગુણો લો, લીંકનમાંથી તમે જેની સૌથી વધુ પ્રશંસા કરો છો તે ગુણો લો; જેફરસનમાંથી તમે જેની સૌથી વધુ પ્રશંસા કરો છો તે ગુણો લો; એમર્સનમાંથી તમે જેની સૌથી વધુ પ્રશંસા કરો છો તે ગુણો લો; વગેરે વગેરે. આ ગુણોનાં સંયોજનમાંથી એક આદર્શ ઘડો – બીજા શબ્દોમાં કહીએ તો આ આદર્શ સાથે સંવાદી ન હોય તેવા કોઈ પણ વિચાર અથવા ક્રિયાને પસાર થવા દેવાની છૂટ આપ્યા વગર, તમે આ બધા ગુણોની પ્રક્રિયા કરો તે જુઓ, અને *તમે જે પ્રથમ વસ્તુ જાણશો તે એ હશે કે તમે તે આદર્શ જેવા થવા લાગશો, અને તેનાથી પણ મહત્વનું એ છે કે તમે આ આદર્શ સાથે જેઓ સંપૂર્ણપણે અથવા આંશિક રીતે સંવાદી છે તેવા લોકોને તમારા તરફ આકર્ષવાનું શરૂ કરશો.*

સમય ભૂલો, નિષ્ફળતાઓ તથા વ્યથાઓનો મલમપટ્ટો છે. જો તમે પ્રયત્ન કર્યો છે અને નિષ્ફળ ગયા છો, તો થોભો ! જો તમે તમારા પોતાનામાં વિશ્વાસ રાખશો તો સમય ભાગ્યનું ચક્ર ફરી સફળતા તરફ ફેરવશે.

આ માત્ર એક સિધ્ધાંત નથી. આ લેખક જાણે છે કે આ આયોજન કામ કરે છે - એક માત્ર કારણસર કે દરેક માણસ બધું જ જાણે છે - કારણ કે તેણે તે જાતે જ અજમાવી જોયું છે !

તમે તમારાં મગજમાં સામગ્રી ભરો, અને પેલો મહાન અદશ્ય સંયોજક તેને આકાર આપે છે, જે તમારું ચારિત્ર્ય અને એક વ્યક્તિત્વ ઘડે છે જે બરાબર તમે પૂરી પાડેલ સામગ્રીના પ્રકારનું જ હોય છે.

હવે તમે સામગ્રી કેવી રીતે એકઠી કરવી તે જાણો છો !

તમે જે બનવા માગો છો બરાબર તેવા જ કેવી રીતે બનવું તે તમે જાણો છો, અને આ લેખક આ સિધ્ધાંતની મજબૂતાઈ માટે સંપૂર્ણ જવાબદારી લે છે. આ સિધ્ધાંત કામ કરશે જેથી તમે, અથવા જે સૌથી બિનઅનુભવી અને અશ્રધ્ધેય માણસ પણ જોઈ શકશે કે તે તમે કામ પર તમારાં મનને કેટલું એકાગ્ર કરો છો, તમે ઘડેલ આદર્શ અથવા તમે ઘડો છો તે વ્યક્તિનાં ચિત્રને કેટલી હદ સુધી *સ્પષ્ટતાપૂર્વક* જોઈ શકો છો તેના આધારે, થોડા કલાકોથી લઈને થોડા મહિનાઓમાં તે સમયસર કામ કરે છે.

આ એ સ્વયંસૂચન છે જેના વિશે આપણે લખીએ છીએ !

આ એ સિધ્ધાંત છે જેના દ્વારા તમે તમારી જાતને ઘડી શકો, અથવા જેના દ્વારા તમે તમારી જાતને વ્યવસ્થિત ઘડી શકો. આ સિધ્ધાંત દ્વારા તમે નાહિંમત, ચિંતા, ડર, ધિક્કાર, ક્રોધ, સ્વનિયંત્રણના અભાવ તથા બાકીના નકારાત્મક ગુણોની લાંબી શ્રૃંખલાને જીતી શકો છો જે મોટાભાગના લોકો અને જે તેમનો હક્ક તથા વારસો છે તેવી સંપૂર્ણ, ખુશ, આનંદી જીંદગીની વચ્ચે આવે છે. આ ગુણધર્મો એ નકામા છોડ છે જે ખેતરની ફળદ્રુપ જમીનમાં ઊગી નીકળે છે જ્યારે તે ખેતરોને ખેડવામાં, કેળવવામાં નથી આવ્યાં હોતાં.

આ ધર્મની કોઈ નવી બ્રાન્ડ નથી જેના વિશે તમે વાંચો છો; આ એક તરંગ કે ધૂન પણ નથી; આ એક અસમતોલ, ઝનૂની મનનો પ્રસ્ફોટ પણ નથી. આ એક સ્વસ્થ, વૈજ્ઞાનિક હકીકત છે જેને માનસશાસ્ત્રના કોઈ પણ પ્રોફેસર ટેકો આપશે.

આ તમારા મનના ઘણા પ્રાથમિક સિધ્ધાંતો પૈકીના માત્ર થોડાક જ છે જેને એવા શબ્દોમાં કહેવામાં આવ્યા છે, એટલા સાદા રાખવાનો ઈરાદો છે કે શાળાનો એક છોકરો કે છોકરી પણ તેમને સમજી શકે. તમે તમારાં માથામાં જે અદ્‌ભુત મશીન ધરાવો છો તેના વધુ વિગતવાર અભ્યાસ માટે પુસ્તકાલયમાં જાવ અથવા સારા પુસ્તકભંડારમાં જાવ અને એપ્લાઈડ સાયકોલોજી પર થોડાં પુસ્તકો ખરીદો.

તમારે માટે અથવા કોઈ પણ બીજા માટે જે એક માત્ર વસ્તુ ખરેખર ઈચ્છવા યોગ્ય છે તે છે *મગજ* ! આ વૃદ્ધ શરીર, જેને આપણે આપણી સાથે લઈને ફરીએ છીએ તેનું ખાસ મુલ્ય નથી. તે માત્ર સાધન છે જેના દ્વારા મગજ કામ કરે છે. જ્યાં સુધી મગજ તેને નિર્દેશ ન આપે ત્યાં સુધી શરીર કે તેના અવયવો એક ઈંચ પણ હલી શકતા નથી. જો તમે તમારી જાતને સમજવા માગો છો તો પ્રથમ તમારાં મગજ વિશે કંઈક શીખો, અને જ્યારે તમે *તમારાં* મગજ વિશે ખાસ્સું શીખી લો ત્યારે તમે *બધાં મગજ* વિશે ઘણું બધું જાણી લેશો, કારણ કે તે બધાં જ એકદમ એક જ પદ્ધતિથી કાર્ય કરે છે.

નિશાની ૧૧

એકાગ્રતા

સફળતાના માર્ગ પરની અગિયારમી નિશાની છે *એકાગ્રતા.*

પંદર વર્ષ પહેલાં આ લેખકે જ્યોર્જ બાર મેકકુચેઓન વડે લખાયેલ "ગ્રાઉસ્ટાર્ક" પ્રથમ વખત વાંચી હતી. મેં વહેલી સાંજે તે વાંચવાનું શરૂ કર્યું અને આખી રાત વાંચ્યું. બીજી સવારે હું એટલો જ તાજોમાજો હતો જાણે ઊંઘીને ઉઠ્યો હોઉં. હું જરા પણ થાકેલો ન હતો. તે ઉપરાંત, મને ગ્રાઉસ્ટાર્ક વાત એટલી સ્પષ્ટપણે યાદ છે કે તે વાંચી તેના બીજા દિવસે હું તેની સાથે જેટલો અનુરૂપ થઈ શકતો હતો તેટલો જ આજે પણ થઈ શકું છું.

પછીનાં વર્ષોમાં જ્યારે હું કાયદાનો અભ્યાસ કરતો હતો ત્યારે "એવીડન્સ" પર ગ્રીનલીફ વાંચતી વખતે અને "કોમેન્ટ્રીઝ" પર બ્લેકસ્ટોનને વાંચતી વખતે જાગતા રહેવાના ભરપૂર પ્રયાસો કરતાં કરતાં અમે ઘણી રાતો બે એક કલાક માંડ વાંચીને વિતાવી. એકી બેઠકે એ વસ્તુઓ બે કલાક વાંચવી તેટલું જ અમે ટકી શકતા હતા, અને વિચિત્ર વાત એ છે કે, અમે જે વાંચ્યું હોય તે અમે બીજા દિવસ સુધી પણ ખાસ યાદ નહોતા રાખી શકતા.

આ બે પ્રકારનાં વાંચનમાં શો ફરક હતો ?

ફરક માત્ર આટલો જ હતો : પહેલી ઘટનામાં વાત ગળે ઉતરે તેવી, રસપ્રદ શૈલીમાં કહેવાઈ હતી. જે મગજને જાગ્રત રહેવાનું અને જે વાંચ્યું હતું તે બધું જ સ્વીકારવા માટે પોતાને ખૂલ્લું કરવાનું કારણ બની. બીજી ઘટનામાં વાંચન નિસ્તેજ અને શુષ્ક હતું. વાત એવા શબ્દોમાં કહેવાઈ હતી જે જીવન તથા ક્રિયા સાથે વાઈબ્રેટ નહોતી થતી. પરિણામે મગજને જગાડવા તથા જે વંચાયું હતું તે સ્વીકારવા તથા નોંધી લેવા માટે તેને તૈયાર કરવા માટે તેમાં કશું જ ન હતું.

માનવ મગજ એક સ્પોંજ (વાદળી) જેવું હોઈ શકે. તમે જાણો છો કે એક સૂકું સ્પોંજ પાણીને ઝડપથી નહીં શોષે. તે ઝડપથી તેની ક્ષમતા ધારણ કરે તે

પહેલાં તેને પાણી નીચે ધરી રાખવું પડે અને સંતૃપ્ત થવાનો સમય આપવો પડે. તો માનવ મગજ સાથે પણ આવું છે. તેને જગાડવું પડે અન્યથા તે શ્રવણ, ઘ્રાણેન્દ્રીય, સ્વાદ, દૃષ્ટિ તથા સ્પર્શની ઈન્દ્રિયોમાંથી આવતી લાગણીની છાપને ગ્રહણ નહીં કરે.

ફ્રેએબેલે જ્યારે નાનાં બાળકોનાં મગજને જાગૃત કરીને તથા રમત દ્વારા તેમના રસને દૃઢતર કરીને શીખવવા માટેની કીન્ડરગાર્ટન પદ્ધતિની શોધ કરી ત્યારે તેણે આ સિધ્ધાંત શોધ્યો.

જો તમારી શાળામાં તમે એક આગળ પડતા શિક્ષક થવા માગતા હો તો તમારા વિદ્યાર્થીઓનાં મગજને રમત દ્વારા અભ્યાસ તરફ લઈ જવાની રીતો તથા માર્ગ શોધો. હાથમાંના વિષય પર તેમનાં મનને જાગ્રત કરો તો તેઓ ઘણા ઓછા સમયમાં અને એટલી હદે તે વિષયમાં નિપુણતા મેળવશે, જે અન્યથા શક્ય ન હોય.

જો તમે જેની દેખરેખ હેઠળ ઘણા પુરુષો તથા સ્ત્રીઓ કામ કરતાં હોય તેવા ફોરમેન છો, તો તેમનાં મનને જગાડવાના, હાથ પરનાં કામમાં તેમનો રસ વધારવામાં, તેઓ જે કામ કરે છે તેને તેમને ચાહતા કરવાના માર્ગો તથા રીતો શોધો, તો તમારા શ્રમિકોની કાર્યક્ષમતા માટે તમારી નોંધ લેવાશે. હરીફાઈ દ્વારા અથવા અન્ય શ્રમિક અથવા શ્રમિકોનાં જુથ કરતાં ઓછા સમયમાં સોંપાયેલ કાર્ય પૂરું કરે તે શ્રમિક અથવા શ્રમિકોને બોનસ આપીને તેમના કામમાંના રસને ઉત્તેજિત કરવાની રીતો તથા માર્ગો શોધો. આ બોનસ તમે જેમની સાથે વ્યવહાર કરો છો તે શ્રમિકોના વર્ગ માટે સૌથી યોગ્ય લાગતું હોય તે રીતે વધારાનું વળતર, વધુ ઊંચાં કામ માટે બઢતી, ઇનામો, કાર્યક્ષમતાનું સર્ટિફિકેટ અથવા અન્ય કાંઈ પણ હોઈ શકે.

દરેક કાર્યક્ષમ માણસ જે અન્યોને કામ આપે છે તે જાણે છે કે તેના કામગારોને કામ કરવા માટે સ્વચ્છ, આનંદી વાતાવરણ આપવું. તે માત્ર દાન, લાગણીવશતા અથવા આદર્શવાદની બાબત નથી, પરંતુ તે સ્વસ્થ વેપાર નિર્ણય છે.

દૂધનો ઉદ્યોગ ચલાવનારાઓ શીખી ગયા છે કે જ્યારે ગાયોને સ્વચ્છ કોઢારમાં તથા માખી તથા અન્ય જંતુઓની કનડગતથી દૂર રાખવામાં આવે તો તે વધારે દૂધ આપે છે. દરેક ડૉક્ટર જાણે છે કે સ્તનપાન કરાવતી માતા, તે પોતે ભલે ગમે તેટલો ખોરાક લેતી હોય તોપણ જો બધો સમય ચિંતા અથવા વ્યગ્રતાની સ્થિતિમાં રહેતી હોય તો તે તેનાં બાળકને યોગ્ય રીતે પોષણ આપી શકતી

નથી.

માનવ મન જ્યારે મુશ્કેલીઓના વિચારોને પંપાળ્યા કરતું હોય છે ત્યારે સૌથી જીવલેણ ઝેર બનાવે છે અને તેને લોહીમાં ફેંકે છે, અને જો આ વસ્તુ લાંબો સમય ચાલે તો તો તે યકૃતની લોહી શુધ્ધીકરણ ક્રિયાની ક્ષમતા પર ઘણું દબાણ વધારે છે અને લગભગ કોઈ પણ પ્રકારના રોગ શરીરમાં ફૂટી નીકળે છે તે નિશ્ચિત છે.

ખુશી, આરોગ્ય, આનંદ, ઇન્દ્રિયો વડે પડેલી છાપને જાળવી રાખવી અને ઇચ્છા મુજબ તેને ફરી યાદ કરવી, આ બધાની માનવ મગજ પર અસર હોય છે. મગજ વિશે એક વિલક્ષણ હકીકત એ છે કે આપણી શારીરિક ક્રિયાઓ આપણા વિચારોનું સ્વરૂપ અથવા રંગ લઈ લે છે. એક વ્યક્તિ કઈ બાબત વિશે સૌથી વધારે વિચારે છે તે મને કહો તો હું તે વ્યક્તિની તમારા તરફની ક્રિયાનું એકદમ સચોટ વિશ્લેષણ કરી આપીશ. તમે આખો વખત દુઃખ, યાતનાઓ, ગરીબાઈ તથા રોગો વિશે વિચારીને આબાદ, તંદુરસ્ત તથા ખુશ ન થઈ શકો. આ સંયોજન કોઈ રીતે ખરાબ માણસો સાથે સંમત થતું નથી.

જ્યારે શેક્સપીયરે લખ્યું : "તમારી પોતાની જાતને સાચી રાખો, અને દિવસ અને રાતની જેમ, તેને અનુસરો, તો તમે કોઈ પણ માણસ તરફ ખોટા ન થઈ શકો," ત્યારે તેઓ માત્ર એ કહેવા માગતા હતા કે જો આપણે આપણી પોતાની ચેતનાના અવાજને અનુસરીએ તો તો આપણે ખોટું કામ ન કરી શકીએ.

એવો સમય આવી રહ્યો છે જ્યારે જ્યાં માણસો કામ કરે છે તેવાં દરેક સ્થળ રમત-ગમત માટેનાં મેદાનો તથા દર થોડા કલાકે માનવ મગજને સંવાદી અવસ્થામાં રીઝવી શકાય તેવાં સાધનોથી સજ્જ હશે. રમત, કસરત તથા સ્વાસ્થ્ય પ્રાપ્તિ માટે વિરામનો સમય હશે. પછી તમારી હોસ્પિટલો, જેલો તથા પાગલખાનાંનો ઉપયોગ ઓછો થશે. લોકોમોટીવ એન્જિનની માફક માનવ શરીરને પણ કાળજી, આરામ, સમારકામ તથા ચકાસણી જરૂર પડે છે. આ પૃથ્વી પર તમને મશીનરીનો એક પણ ટુકડો મળશે, જે માનવ શરીરની જેમ લગભગ દરેક પ્રકારના અત્યાચાર થવા છતાં તથા ધ્યાન અપાયા વગર ટુકડા ટુકડા થયા વગર ટકી શકે ?

શું એ શક્ય નહીં હોય કે દુનિયાનો કોઈ બુદ્ધિશાળી સંશોધક તેના પ્રયાસોને માનવ મગજને કૃત્રિમ રીતે ઉત્તેજીત કરવાના તથા જગાડવાના તેને પોતાને

માટે નફાકારક તથા માનવજાત માટે અતિશય મુલ્યવાન માર્ગો તથા રીતો શોધે, જેથી તે વધારે સજાગ બને અને આથી તે ચિંતા, ડર તથા વ્યગ્રતાના નકારાત્મક, વિધ્વંસક વિચારોમાંથી હિંમત, ઉત્સાહ તથા આનંદના સકારાત્મક, રચનાત્મક વિચારો પર જવાનું શીખે ?

કીન્ડરગાર્ટનની શોધક ફ્રોએબલે એ શક્યતાઓની સપાટી શોધી જે વર્તમાન યુગના શિક્ષણવિદો માટે ખુલ્લી છે. ફ્રોએબેલની પદ્ધતિને ગતિ તથા લોકપ્રિયતા પ્રાપ્ત કરતાં લગભગ સો વર્ષ લાગ્યાં હતાં. જો એક શિક્ષણ શાસ્ત્રી અથવા અન્ય કોઈ આ સંપાદનમાં અપાયેલ ખ્યાલથી પ્રેરિત થઈને એક એવી પદ્ધતિ ઘડશે, જેના દ્વારા પુખ્તવયના લોકો તેમજ બાળકો તેમનાં કામને રમતમાં ફેરવી શકે તો આ લેખક તે વ્યક્તિને ઘણા ઓછા સમયમાં દુનિયાના નકશા પર મૂકી દેશે. આ સામયિકની કોલમો એવી દરેક વ્યક્તિ માટે ઉપલબ્ધ છે જે લોકોને એવી અંધશ્રધ્ધા તથા ખોટી માન્યતાઓમાંથી બહાર આવવામાં મદદ કરે તેવી રીતો તથા માર્ગો શોધશે, જેણે પથ્થર યુગના અવશેષની જેમ માનવ મન પર તેનાં પગલાંની છાપ પાડી છે.

કોઈ પણ એવી વસ્તુ, જે લોકોને રચનાત્મક વિચારો કરવાનું કારણ બને તે ઇચ્છનીય છે. કોઈ પણ વસ્તુ જે માનવજાતને મુક્ત વિચારક બનવામાં તથા સાંપ્રદાયિક વિચારો તથા અંધશ્રધ્ધાને ઉખાડી ફેંકવાનું કારણ બને તે ઇચ્છનીય છે. અલબત્ત, જે ક્ષણે તમે તમારી અંધશ્રધ્ધાની શૃંખલાને ફગાવી દો છો અને કોઈક વસ્તુમાં માનવાનું માત્ર એ કારણસર છોડી દો છો કે કોઈક બીજાએ તમને તે માનવાનું કહ્યું હતું, ત્યારે તમે આપોઆપ જ એ માનવ પરોપજીવીઓના ફાલની હત્યા કરો છો, જે જંતુઓની જેમ, તમારાં અજ્ઞાન તથા અંધશ્રધ્ધા પર જ તગડા બને છે. આ પરોપજીવીઓ તમે મુક્ત વિચારક બનો તેવું જોવા નહીં ઇચ્છે કારણ કે જે ક્ષણે તમે તેવા બનશો એટલે તમે તેમને અંજલી આપતા અટકી જશો. સામાન્ય રીતે કહીએ તો, જે કોઈ પણ માણસ પોતાની જાતને કોઈ વિષય પરની વાતનો અંતિમ સત્તાધારી ગણાવે તે માનવજાતની પ્રક્રિયામાં ધમકીરૂપ છે, અધિકારોને જબરજસ્તીથી ખુંચવી લેનાર છે જે સર્જનહારે કદાચ ક્યારેય તેમને આપવાનો ઇરાદો નહીં રાખ્યો હોય.

સામાન્ય રીતે આ વ્યક્તિઓ, જેઓ દુનિયાને અથવા તેના કોઈ પણ ભાગને અંધકારમાંથી પ્રકાશ તરફ લઈ જનાર શક્તિ તરીકેનો દાવો કરીને પોતાની જાતને વિશેષાધિકાર ધરાવતા આગેવાન તરીકે ઠોકી બેસાડે છે તેઓ એક અથવા

બીજા વિષય પર, અને ઘણી વાર તો બધા જ વિષયો પર ઓછા વત્તા અંશે ધર્માંધ સિવાય બીજું કંઈ જ નથી.

એ હકીકત વિશે પણ તમારે સારી રીતે વિચારવું જોઈએ કે માત્ર તમે તમારે પોતાને માટે જે કરશો તે જ, તમે જે વિચાર કરશો અથવા તમારાં પોતાનાં મનમાં જે ધારણા પર પહોંચશો માત્ર તેનું જ તમારે માટે કાયમી મુલ્ય હશે. ખુશી એ એવી વસ્તુ છે જેને તમે ખરીદી ન શકો. ઉધાર માગી ન શકો, યાચી ન શકો કે ચોરી ન શકો. તમારે તેને તમારાં પોતાનાં મગજમાં સર્જવી પડે, અને જ્યાં સુધી તમે તમારાં પોતાના મનનો અભ્યાસ ન કરો તથા તેને સમજો નહીં ત્યાં સુધી તમે તેમ કરી ન શકો.

તમારાં મગજનો અભ્યાસ કરવાનું શ્રેષ્ઠ સ્થાન, તથા તેના વડે તમે જે આશ્ચર્યો સર્જી શકો તે અમે દર્શાવેલ સાદા ખ્યાલો વડે જ થઈ શકે. જ્યારે તમે તમારાં અણગમતાં કાર્યમાં પરોવાયેલા હોવ, જ્યારે તમે જુઓ કે તમારું શરીર દરરોજ કરતાં ઓછા થાક સાથે બમણું કામ કરી શકે છે, ત્યારે તમે જોશો કે આ એ સિધ્ધાંત છે જે મહાન શક્યતાઓ આપે છે. તમે જોશો કે, તમને ગમે છે તે ક્ષેત્રમાં કામ કરવું; જે કામમાં તમે તમારાં હૃદય તથા આત્માને ઝોંકી દો છો તેવું કામ કરવું, તેનું વળતર મળે છે. તમે જોશો કે જે માણસ અન્યોને કામે રાખે છે તેને આ સિધ્ધાંત અપાર શક્યતાઓ આપે છે કારણ કે તે પોતાનાં કાર્યો દ્વારા તેમની કાર્યક્ષમતા વધારી શકે છે તથા તેમનાં જીવનનાં પર્યાવરણમાં, તેમની કમાવાની ક્ષમતામાં વધારો કરી શકે છે.

ઓછી વાચાળતા તથા વધુ પરિણામો !

તમે તમારાં રોજીંદા પર્યાવરણમાંથી જે છાપ એકઠી કરો છો તેમાંથી સતતપણે તમારું ચારિત્ર્ય ઘડો છો, આથી તમે ઇચ્છો તે મુજબ તમારું ચારિત્ર્ય ઘડી શકો છો. જો તમે તેને તમે જેમને સૌથી વધુ પસંદ કરો છો તેવા સ્ત્રી પુરુષોનાં જીવનચરિત્રોથી પોતાની જાતને ઘેરીને મજબૂત રીતે ઘડો છો એટલે કે તમારા રૂમની દીવાલો પર સકારાત્ક વિધાનોનાં લખાણો લટકાવો, જ્યાં તમે વારંવાર જતા હો તેવાં ટેબલ પર તમારા પ્રિય લેખકોનાં પુસ્તકો ગોઠવો, અને જે પંક્તિઓ તમને સૌથી ઉમદા વિચારો આપે તેની નીચે નિશાની કરવા માટે હાથમાં પેન્સિલ સાથે તેને વાંચો, સૌથી મહાન, સૌથી ઉમદા અને સૌથી ઉન્નતિકારક વિચારો વડે તમારું મગજ ભરી દો, તો તમે તમારાં પોતાનાં ચારિત્ર્યને થોડા જ વખતમાં તમે તમારે માટે જે વાતાવરણ સર્જ્યું છે તેના રંગમાં રંગાઈ

જતું હોવાનું જોશો.

મગજ અતલ ખાણ છે.

તમે તમારાં પોતાનાં મગજ વિશે શું જાણો છો ? બીજાં કોઈ પણ મગજ વિશે તમે શું જાણો છો ? એક વૃદ્ધા બાર વર્ષથી કોઈની મદદ વગર પડખું પણ ન ફરી શકાય તેટલી પથારીવશ હતી. એક દિવસ એ ઘરમાં એક માણસ આવ્યો, જે માનવ મન વિશે કદાચ ઘણું બધું તો નહીં, પરંતુ થોડુંક જાણતો હતો. તેણે તે વૃદ્ધાના બધા સંબંધીઓને પોતાની આસપાસ એકઠા કર્યા અને જો તેઓ બધા ઘર છોડી જાય, જેથી તે વૃદ્ધાને એવું લાગે તે સાવ એકલી જ છે, તેવું કરે તો તેણે તેને સાજી કરવાનું વચન આપ્યું. બધા લોકો બહાર નીકળી ગયા પછી તે માણસ છાનોમાનો તે વૃદ્ધાના રૂમમાં સરકી ગયો અને વૃદ્ધાના ખાટલાને આગ લગાડી દીધી. એક ચીસ પાડીને એક જ કૂદકે તે વૃદ્ધાએ પોતાનાં કપડાં સંભાળ્યાં અને એ રૂમમાંથી એવી રીતે ભાગી જાણે તેને ક્યારેય કાંઈ થયું જ ન હતું. તે દિવસથી તે પથારીની બહાર જ રહી. તે પોતાનાં મન સિવાય બીજી કોઈ જગ્યાએ પથારીવશ ન હતી, એવું પોતાના માટેનું સ્થળ જ્યાં આપણામાંના મોટાભાગનાં લોકો ગરીબાઈ, નિષ્ફળતા તથા દુઃખમાં રહે છે.

તમારાં અદ્ભુત મગજનો ઉપયોગ કરતાં શીખો.

માનવ મન ઘણા ગુણધર્મો તથા વલણોનું સંયોજન છે. તે ગમા તથા અણગમાઓ, આશાવાદ તથા નિરાશાવાદ, માયાળુતા તથા ક્રુરતા, ધિક્કાર તથા પ્રેમ, રચનાત્મકતા તથા વિધ્વંસકતા ધરાવે છે. મગજ આ બધા ગુણધર્મો તથા અન્ય ઘણી વસ્તુઓનું બનેલું છે. તે આ બધાનું મિશ્રણ છે. કેટલાક મગજ આમાંના કેટલાક ગુણધર્મોનું વર્ચસ્વ દર્શાવે છે તો અન્ય કોઈ બીજા ગુણધર્મોનું દર્શાવે છે.

વર્ચસ્વ ધરાવતા ગુણો મોટેભાગે વ્યક્તિના વાતાવરણ, તાલીમ, સાથીઓ તથા ખાસ કરીને વ્યક્તિના પોતાના *વિચારો* વડે નક્કી થાય છે ! મગજમાં સતતપણે રખાયેલ કોઈ વિચાર અથવા એકાગ્રતાપૂર્વક વસાવાયેલ અને ચેતન મગજમાં લવાયેલ કોઈ પણ વિચાર મોટેભાગે માનવમનના એ ગુણધર્મોને આકર્ષ છે જે સૌથી વધારે મળતા આવતા હોય.

એક વિચાર એક જમીનમાં વાવેલ બીજ જેવો છે જે તેના જ પ્રકારનો પાક પેદા કરે છે જે અનેક ગણો હોય છે અને તે વિકસે છે, આથી વિધ્વંસક હોય તેવા

કોઈ પણ વિચારને મગજમાં રાખવો તે ભયજનક છે. આવા વિચારો વહેલા કે મોડા, શારીરિક ક્રિયાઓ દ્વારા છૂટા કરી દેવા જોઈએ.

સ્વયંસૂચન - એટલે કે મનમાં રખાયેલા તથા જેના પર એકાગ્ર થવાયું છે તેવા - ના સિધ્ધાંત દ્વારા કોઈ પણ વિચારનું થોડી જ વારમાં ક્રિયામાં સ્ફટીકીકીરણ થવા લાગશે.

જો સ્વયંસૂચનના સિધ્ધાંતને સમજવામાં આવે અને જાહેર શાળાઓમાં તે શીખવવામાં આવે તો તે વીસ વર્ષની અંદર દુનિયાના બધા જ નૈતિક તથા આર્થિક ધોરણોને બદલી નાખશે. આ સિધ્ધાંત દ્વારા માનવ મગજ સતતપણે રચનાત્મક વલણો પર મંડરાતું રહીને તેની વિધ્વંસક વૃત્તિઓમાંથી પોતાને છૂટકારો અપાવી શકશે. માનવ મનના ગુણધર્મોને તેમને જીવતા રાખવા માટે પોષણ તથા ઉપયોગ સૂર્ય પ્રકાશની જરૂર છે. આખા બ્રહ્માંડમાં પોષણ તથા ઉપયોગનો નિયમ છે જે જે વસ્તુ જીવંત છે તથા વિકસે છે તે બધીને લાગુ પડે છે. આ નિયમે આદેશ આપ્યો છે કે દરેક જીવંત વસ્તુ, જેને પોષણ નથી અપાયું કે ઉપયોગ નથી કરાતો તેણે નાશ પામવું જોઈએ અને નિયમ આપણે ઉલ્લેખ કર્યો છે તે માનવમનના ગુણધર્મોને પણ લાગુ પડે છે.

મનના કોઈ પણ ગુણને વિકસાવવાની એક માત્ર રીત છે તેના પર એકાગ્ર થવું, તેના વિશે વિચારવું અને તેનો ઉપયોગ કરવો. મનની દુષ્ટ વૃત્તિઓને તેના *બિનઉપયોગ* દ્વારા તે મૃત્યુ પામે ત્યાં સુધી તેને ભૂખે મારીને ભૂંસી નાખી શકાય છે !

શું બાળકનાં નાનકડાં, પ્લાસ્ટિક જેવાં મગજ માટે કિંડરગાર્ટનની શરૂઆત સાથે જ જીવનની શરૂઆતમાં જ આ સિધ્ધાંત સમજવો તથા તેનો ઉપયોગ કરવાનું શરૂ કરવું તે યોગ્ય છે ?

સ્વયં સૂચનનો સિધ્ધાંત એ એપ્લાઇડ સાયકોલોજીના સૌથી મુખ્ય નિયમો પૈકીનો એક છે. આ સિધ્ધાંતની યોગ્ય સમજણ દ્વારા તથા લેખકો, દાર્શનિકો, શાળાના શિક્ષકો તથા ધર્મોપદેશકોના સહકાર વડે માનવ મગજનાં સમગ્ર વલણને વીસ અથવા તેથી ઓછાં વર્ષોમાં રચનાત્મક પ્રયત્નો તરફ વાળી શકાય.

આના વિશે તમે શું કરવાના છો ?

જ્યાં સુધી તમને વ્યક્તિગત રીતે લાગે વળગે છે ત્યાં સુધી, આ બાબતમાં સર્વ સામાન્ય શિક્ષણ માટેની ચળવળ શરૂ કરવા માટે કોઈકની રાહ ન જોવી અને તમારા માટે તથા જેઓ તમારાં છે તેમના લાભ માટે આ સિધ્ધાંતનો ઉપયોગ

હમણાં જ શરૂ કરી દેવો તે એક સારો વિચાર નથી ?

શાળામાં આ તાલીમ મેળવવા માટે તમારાં બાળકો કદાચ ભાગ્યશાળી નહીં હોય, પરંતુ તમારા ઘરમાં તમને તેમને આ તાલીમ આપતા કોઈ વસ્તુ અટકાવી નહીં શકે.

જ્યારે તમે શાળાએ જતા હતા ત્યારે આ સ્વયંસૂચનના સિધ્ધાંતનો અભ્યાસ તથા સમજણની તક તમને ક્યારેય ન મળી તેટલા તમે દુર્ભાગ્યપૂર્ણ છો, પરંતુ હવેથી તમને આ સિધ્ધાંતને સમજતા, તેનો અભ્યાસ કરતા તથા તમારા પોતાના પ્રયાસોમાં તેને લાગુ કરતાં કોઈ બાબત અટકાવી શકે તેમ નથી.

તમને એપ્લાઇડ સાયકોલોજીનો સંપૂર્ણ અભ્યાસક્રમ આ સામયિકમાં શ્રેણીવાર ચલાવાતો મળશે. જાન્યુઆરીના અંકથી તે શરૂ કરાયો છે. શરૂઆત તરફ પાછા જાવ અને આ અભ્યાસક્રમ વાંચો. તે એવી સમજાય તેવી તથા સાદી ભાષામાં લખાયો છે કે કોઈ પણ માણસ તે ગ્રહણ તથા લાગુ કરી શકે.

આપણે જેને માનવ મગજ કહીએ છીએ તે અદ્ભુત મશીન વિશે થોડુંક શીખો. તે તમારી શક્તિનો ખરો સ્ત્રોત છે. જો તમે ક્યારેય પણ તમારી જાતને નાની નાની ચિંતાઓ તથા નાણા મેળવવાની ઈચ્છાથી મુક્ત કરી શકશો તો તે તમારાં આ અદ્ભુત મગજ દ્વારા જ થઈ શકશે.

તમારો સંપાદક હજી એક યુવાન પુરુષ છે, છતાં તેની પાસે થોડા કલાકોથી લઈને થોડા મહિનાઓના નોંધપાત્ર રીતે ટુંકા ગાળામાં મહિલાઓ તથા પુરુષોનાં નિષ્ફળતામાંથી સફળતામાં રૂપાંતરણના હજારો કિસ્સાઓના સકારાત્મક પુરાવાઓ છે.

તમારા હાથમાં છે તે સામયિક જ એ દલીલની મજબૂતાઈનો નક્કર પુરાવો છે કે એક માણસ તેનાં આર્થિક ભાગ્યનું નિયંત્રણ કરી શકે છે, કારણ કે આ એ સફળતા છે જે પંદર વર્ષની નિષ્ફળતામાંથી ઘડાઈ છે !

જો તમે એપ્લાઇડ સાયકોલોજીના સિધ્ધાંતો સમજશો તથા બુદ્ધિપૂર્વક તેનો અમલ કરશો તો તમે તમારી ભૂતકાળની નિષ્ફળતાને સફળતામાં ફેરવી શકશો. તમે જીવનમાં જ્યાં પણ પહોંચવા માગતા હશો ત્યાં પહોંચી શકશો. એક વાર તમે આ સિધ્ધાંતમાં નિપુણ બની જાવ, તો તમે તરત જ ખુશી મેળવશો અને તમે જેટલા ઝડપથી સ્થાપિત આચારો તથા અર્થશાસ્ત્રના સિધ્ધાંતો સાથે આધિન થશો તેટલી જ ઝડપથી તમે નાણાકીય સફળતા ઊભી કરી શકશો.

માનવ મનની ગૂઢતાના પ્રભાવની બહાર હોય તેવું કંઈ જ નથી. તે ભૌતિક તેમ આર્થિક નિયમો તથા સિધ્ધાંતો સાથે સંવાદીતામાં કામ કરે છે. તમારું મગજ તમે ઇચ્છો તે રીતે કામ કરી શકે તે માટે તમારા પોતાનાં મગજનાં પ્રગટીકરણ માટે તમારે આ પૃથ્વી પર કોઈ પણ વ્યક્તિની સહાયની જરૂર નથી. તમારાં જીવનમાં તમે ગમે તે પડાવ પર હો, તમારું મગજ એવી કોઈક વસ્તુ છે જેનું તમે નિયંત્રણ કરો છો. પરંતુ તેમ તો જ થાય છે જો તમે હંમેશાં અન્યોને તમારે માટે તેમ કરવાની છૂટ આપ્યા વગર તમારી પોતાની મેળે જ તેમ કરો.

તમારાં મનની શક્તિઓ વિશે કંઈક જાણો. તે તમને ભય ના શ્રાપમાંથી મુક્ત કરશે અને તમને પ્રેરણા તથા હિંમતથી ભરી દેશે.

નિશાની ૧૨

દૃઢનિશ્ચય

સફળતાના માર્ગ પરની બારમી નિશાની છે *દૃઢનિશ્ચય.*

અમે એક મહત્વની શોધ કરી છે - એવી શોધ જે તમે કોઈ પણ હો અને સફળતા પ્રાપ્ત કરવા માટે તમારું ધ્યેય ગમે તે હોય તે કદાચ તમને મદદ કરે.

આ એવો કોઈ બુદ્ધિનો ચમકારો નથી, જેની કેટલાક લોકોને બક્ષિસ મળી હોય છે અને જે સફળતા લાવે છે !

આ તે સદ્ભાગ્ય નથી જે સંપત્તિને ખેંચી લાવે !

આ એ ખરી વસ્તુ છે જેના પર મોટાભાગનાં મહાન ભાગ્યો ઘડાયાં હતાં - એ વસ્તુ જે પુરુષો તથા મહિલાઓને દુનિયામાં કીર્તિ અને ઉચ્ચ સ્થાન પર ઉપર ઉઠવામાં મદદ કરે છે - તેને સહેલાઈથી આ રીતે વર્ણવી શકાય છે :

તે, શું શરૂ કરવું અને શું ન કરવું તે પ્રથમ જાણીને, વ્યક્તિ જે શરૂ કરે તે બધી જ વસ્તુઓને પૂરી કરવાની આદત છે.

તમારાં પાછલાં બે વર્ષોને આવરી લેતી તમારી જાત વિશેની સૂચિ તૈયાર કરો, અને આપણે શું જોઈએ છીએ ?

પચાસમાંથી એક વખત એવું બનશે કે તમારી પાસે ઘણા વિચારો હતા, ઘણાં આયોજનો શરૂ કર્યાં હતાં, પરંતુ તેમાંથી એક પણ પૂરાં નથી કર્યાં !

એપ્લાઇડ સાયકોલોજી પરના પાઠોની શ્રેણી જે આ સામયિકમાં શ્રેણીબદ્ધ રીતે ચાલે છે, તમે તેમાંથી એકમાં *એકાગ્રતા* નાં મહત્વ વિશે સમજાવતો પાઠ જોશો, જેમાં એકાગ્રતા રાખતાં બરાબર કેવી રીતે શીખવું તે વિશેની માહિતી સરળ-સાદી રીતે આપી છે.

તમે એ ચોક્કસ બોધપાઠો તરફ ફરી નજર કરશો અને તેનો ફરી અભ્યાસ કરશો - તમે હાથમાં લીધેલું બધું જ કામ કેવી રીતે પૂરું કરવું તે શીખવા માટે મગજમાં નવા વિચારો સાથે અભ્યાસ કરશો.

તમે યાદ રાખી શકો તેટલા મોટા થઈ ગયા ત્યારથી તમે મૂળભૂત

વાક્યરચનામાં કહેવાયેલું સાંભળ્યું છે કે "લાસરીયાવેડા એ સમયનો ચોર છે !" પરંતુ તે એક ઉપદેશાત્મક વાક્ય લાગતું હતું તેથી તમે તેના પર ધ્યાન ન આપ્યું.

તે કહેવત શબ્દસઃ સાચી છે !

જો તમે માત્ર તમે શું પૂરું કરવા માગો છો તે વિચારો અને પછી બેસી રહો અને કોઈ ધૈર્યપૂર્વકના, મહેનતુ પ્રયાસો વગર તે થઈ જાય તેની રાહ જુઓ તો તમે હાથમાં લીધેલ કોઈ પણ કામમાં સફળ થાવ તેવી શક્યતા નથી, પછી તે નાનું હોય કે મોટું, મહત્વનું હોય કે ન હોય.

લગભગ બધા વેપારો, જે તેના જેવા જ વેપારોના કરતાં ઊડીને આંખે વળગે તે રીતે આગળ રહે છે, એ એક નિશ્ચિત આયોજન અથવા વિચાર ઉપરની એકાગ્રતા દર્શાવે છે, જેમાં થોડુંક કંઈક અલગ હોય છે.

ધ યુનાઈટેડ સીગાર સ્ટોર્સ મર્ચેન્ડાઇઝીંગ પ્લાન એક ઘણા જ સાદા વિચાર પર, પરંતુ જેના પર એકાગ્રપણે કરાયેલ પ્રયાસો લગાડવામાં આવ્યા છે, તેના પર કરાયેલ છે.

ધ પીગી વીગી રીટેઇલ સ્ટોર્સ એકાગ્રતાના સિધ્ધાંત દ્વારા એક નિશ્ચિત આયોજન પર ઘડાયો છે. એ આયોજન પોતે અન્ય વેપાર પ્રકારો કરતાં સરળ અને અમલ કરવામાં સહેલો છે.

ધ રેક્ષલ ડ્રગ સ્ટોર્સ એકાગ્રતાની સહાય દ્વારા કરાયેલ એક આયોજન પર ઊભો કરાયો છે.

ધ ફોર્ડ ઓટોમોબાઈલ બિઝનેસ એક સાદાં આયોજન પર કરાયેલ એકાગ્રતા સિવાય બીજું કશું જ નથી. એ આયોજન જનતાને શક્ય તેટલા ઓછા પૈસે એક સેવા આપી શકે તેવી નાની કાર આપવાનો તથા તે ખરીદનારને જથ્થાબંધ ઉત્પાદનનો લાભ આપવાનો છે. પાછલાં બાર વર્ષોમાં આ આયોજન ભૌતિક રીતે બદલાયું નથી.

મહાન મોન્ટગોમેરી વાર્ડ એન્ડ કંપની તથા સીઅર્સ, રોબક એન્ડ કંપની મેઇલ ઓર્ડર હાઉસીઝ દુનિયાનાં સૌથી મોટાં મર્ચેન્ડાઇઝીંગ ઉદ્યોગો પૈકીના બે છે, તે બંને ગ્રાહકને જથ્થાબંધ ખરીદ વેચાણનો ફાયદો આપવાની તથા ગ્રાહકને "સંતોષ આપવાની" અથવા તેને તેના પૈસા પાછા આપવાની નીતિનાં સાદાં આયોજન પર ઘડાયા છે.

આ બંને મહાન મર્ચેન્ડાઇઝીંગ પેઢીઓ એકાગ્રતા દ્વારા એક નિશ્ચિત આયોજન પર હલ્લો કરવાના સિધ્ધાંતનાં પ્રચંડકાય સ્મારકનું પ્રતિક છે.

આ જ સિધ્ધાંત પર ઊભા થયેલ મહાન મર્ચેન્ડાઇઝીંગ સફળતાનાં અન્ય ઉદાહરણો પણ છે, જેણે એક નિશ્ચિત આયોજન અપનાવ્યું હોય અને પછી *અંત સુધી તેના પર તૂટી પડ્યા હોય !*

જોકે, આ સિધ્ધાંતના પરિણામ તરીકે, આપણે જેના તરફ આંગળી ચીંધી શકીએ તેવી દરેક મહાન સફળતા માટે, જ્યાં આવું કોઈ આયોજન અપનાવાયું ન હતું ત્યાં આપણે હજાર નિષ્ફળતા અથવા *લગભગ નિષ્ફળતા* જેવું જોઈ શકીએ.

આ લેખક આ સંપાદકીય લખવાના થોડા કલાકો પહેલાં એક માણસ સાથે વાત કરતો હતો - એક માણસ જે ઘણો તેજસ્વી છે, અને, ઘણી રીતે એક સક્ષમ બિઝનેસમેન છે, પરંતુ તે એક સાદાં કારણસર સફળ થતો નથી, કે તેની પાસે વધારે પડતા અર્ધ પકવેલ વિચારો છે અને તેમની યોગ્ય ચકાસણી કર્યા પહેલાં જ તે બધાને કાઢી નાખવાની રીતને તે અનુસરે છે.

આ લેખકે તેને એક સૂચન કર્યું જે કદાચ તેને માટે મુલ્યવાન હોઈ શકે, પરંતુ તેણે તરત જ જવાબ આપ્યો - "ઓહ, મેં તેના વિશે કેટલીક વખત વિચાર્યું છે, અને એક વખત મેં તેને અજમાવી જોવાનું શરૂ કર્યું હતું, પરંતુ તેણે કામ ન આપ્યું."

આ શબ્દો પર ધ્યાન આપો :

***"મેં એક વખત તેને અજમાવી જોવાનું શરૂ કર્યું, પરંતુ તેણે કામ ન આપ્યું."

આ જ જગ્યાએ તેની નબળાઈ પડેલી હતી. તેણે અજમાવી જોવાનું "શરૂ કર્યું" હતું.

ગોલ્ડન રૂલના વાચકો, આ શબ્દો નોંધો : *"જે સફળ થાય છે તે એ માણસ નથી જે માત્ર "શરૂ કરે" છે ! તે એ વ્યક્તિ છે જે શરૂ કરે છે અને નરકની યાતના ભોગવવા છતાં તે પૂરું કરે છે !"*

કોઈ પણ વ્યક્તિ એક કામ શરૂ કરી શકે છે. કહેવાતા બુદ્ધિશાળીએ તેણે જે કર્યું છે તે *પૂરું કરવા* માટે પૂરતી હિંમત, આત્મ વિશ્વાસ તથા ખંતપૂર્વકની ધીરજ એકઠાં કરવાં પડે છે.

પરંતુ આ "બુધ્ધિ" નથી; તે *દઢનિશ્ચય* અને સારી, સહજ લાગણી સિવાય કશું જ નથી. એડીસને આપણને વારંવાર કહ્યું છે તેમ, જે માણસને બુધ્ધિશાળી

હોવા માટે અધિકૃત કરવામાં આવ્યો છે તે સામાન્ય રીતે જરા પણ તેવા પ્રકારનો નથી હોતો, તે માત્ર એક કઠોર પરિશ્રમકર્તા છે જે એક મજબૂત આયોજન શોધી કાઢે છે અને પછી તેને વળગી રહે છે.

સફળતા, જો મળે તોપણ, ભાગ્યે જ જથ્થાબંધ અથવા ઉતાવળમાં આવે છે. ઈચ્છવા યોગ્ય સિદ્ધિ સામાન્ય રીતે લાંબી અને ધૈર્યપૂર્વકની સેવા દર્શાવે છે.

મજબૂત ઓક વૃક્ષને યાદ કરો ! તે એક, બે કે ત્રણ વર્ષોમાં નથી ઊગી જતું. એક યોગ્ય કદનું ઓક વૃક્ષ પેદા કરવામાં ઘણાં બધાં વર્ષોની જરૂર પડે છે. એવાં વૃક્ષો છે જે થોડાંક જ વર્ષોમાં ઘણાં મોટાં થઈ જાય છે, પરંતુ તેમનું લાકડું પોચું અને છીદ્રાળુ હોય છે અને તે વૃક્ષોનો જીવનકાળ ટુંકો હોય છે.

જે માણસ આ વર્ષે બુટ વેચવાનું નક્કી કરે છે, પછીનાં વર્ષે ખેતી કરવાનો પ્રયાસ કરે છે, અને પછી પાછો ત્રીજા વર્ષે જીવન વીમો વેચવા પર જાય છે તે આ ત્રણેયમાં નિષ્ફળ જવા માટે ઉચિત કરતાં પણ વધારે છે, જ્યારે જો તે ત્રણ વર્ષ સુધી આમાંથી એકમાં પણ ચોંટી રહ્યો હોત તો તેણે ઘણી સફળતા ઊભી કરી હોત.

તમે જુઓ છો કે હું જે લખું છું તેના વિશે ઘણું બધું જાણું છું, કારણ કે મેં લગભગ પંદર વર્ષ સુધી આ જ ભૂલ કરી હતી. મને લાગે છે કે મને તમને એ શયતાન વિશે ચેતવવાનો પૂરો અધિકાર છે જે તમારો માર્ગ નક્કી કરી શકે છે કારણ કે તે શયતાનને કારણે મેં ઘણી હાર સહન કરી છે, અને, પરિણામે તેને તમારી અંદર કેવી રીતે ઓળખવો તે હું શીખી ગયો છું.

પહેલી જાન્યુઆરીનો દિવસ - સારી પ્રતિજ્ઞાઓ લેવા માટેનો દિવસ - નજીક આવી રહ્યો છે. એ દિવસને બે હેતુસર બાજુ પર રાખો અને આ સંપાદકીય વાંચતાં તમને ફાયદો થાય તેવી ઘણી શક્યતા છે.

પહેલું : બની શકે તો પાંચ વર્ષ માટે, નહીંતર ઓછામાં ઓછું એક વર્ષ માટે તમારે પોતાને માટે એક મુખ્ય ધ્યેય અપનાવો અને તે ધ્યેયનો શબ્દે શબ્દ લખી લો.

બીજું : એ મુખ્યધ્યેયનો પ્રથમ ફકરો કંઈક આવા પ્રકારનો વંચાય તેવો નિર્ણય કરો : "આવનારાં વર્ષ દરમિયાન સફળ થવા માટે મારે શરૂથી અંત સુધી જે કાર્યો કરવાં પડશે તે હું શક્ય હશે ત્યાં સુધી નિશ્ચિત કરીશ અને આ પૃથ્વી પરની કોઈ પણ વસ્તુ મેં શરૂ કરેલ દરેક કામને પૂરાં કરવામાંથી મને ચળાવી

શકશે નહીં.”

લગભગ દરેક માણસ પાસે તેનાં મગજમાં વિચારો સર્જવા માટે પુરતી બુદ્ધિ હોય જ છે. પરંતુ મોટાભાગના માણસો સાથે મુશ્કેલી એ છે કે તે વિચારો ક્યારેય *ક્રિયા*માં અભિવ્યક્તિ મેળવતા નથી !

આ પૃથ્વી પરનાં સૌથી સરસ એન્જિનમાં જ્યાં સુધી તેનાં થ્રોટલમાં વરાળમાં સંગ્રહાયેલ ઊર્જા છોડવામાં ન આવે ત્યાં સુધી તે એક પાઉન્ડ વજન પણ ખેંચી શકતું નથી અને આથી તેની કિંમત એક શીલીંગ જેટલી પણ નથી !

તમારાં માથામાં તે ઊર્જા છે - દરેક સામાન્ય માણસ પાસે તે હોય છે - પરંતુ તમે તેને *ક્રિયા* નાં થ્રોટલ પર છોડતા નથી ! તમે *એકાગ્રતા* ના સિધ્ધાંત દ્વારા એ કાર્ય પર તેને લાગુ નથી કરતા, જે જો પૂરું કરાય તો તમને એવા લોકોની સૂચિમાં મૂકી દેશે જેઓ સફળતાઓ તરીકે ગણાય છે.

આ લેખક નક્કી કરી શકે છે ત્યાં સુધી, સીગારેટ તરફનો મુખ્ય વાંધો એ અવિવાદિત હકીકત છે કે તેમનામાં માનવ મગજને “બેભાન” અને *નિષ્ક્રિય* બનાવી દેવાની એકદમ નિશ્ચિત વૃત્તિ છે ! આ તેમને વખોડી કાઢવા માટે પુરતું છે કારણ કે કોઈ પણ વસ્તુ જે એક માણસની ક્રિયાને અથવા કામ પૂરું ન થાય ત્યાં સુધી એકાગ્ર થવાની આદત દ્વારા તેની ક્ષમતાને છૂટી કરવાને અવરોધે છે, તે તેનાં કલ્યાણ માટે હાનિકારક છે.

એક માણસને જે કામ કરવામાં મજા આવે છે તેના સંદર્ભમાં, તેણે તેનાં મગજમાં જે ક્રિયા સંગ્રહી રાખી છે તેનો પ્રવાહ તે સામાન્યપણે છૂટો કરે છે. આ જ એ કારણ છે કે માણસે શા માટે તેને સૌથી વધારે ગમતાં કામમાં પરોવાવું જોઈએ.

તમારાં અદ્ભુત મગજને તેની ઊર્જા છોડી દેવા તથા તેને કોઈક ઉપયોગી કામ માટે એકાગ્રતા દ્વારા ક્રિયામાં રેડવા માટે મનાવવાની એક રીત છે. તમને આ ઊર્જાને છૂટી કરવાનો શક્ય તેટલો શ્રેષ્ઠ માર્ગ ન મળે ત્યાં સુધી શોધ કરવાનું ચાલુ રાખો. એવું કામ શોધી કાઢો જેના દ્વારા તમે આ ઊર્જાને એકદમ તૈયાર રીતે તથા એકદમ ઇચ્છાપૂર્વક છૂટી કરી શકો અને તમે જેમાં તમારે સફળતા મેળવવાની જ છે તે કામની ઘણા નજીક પહોંચી જશો.

આ લેખકને ઘણા કહેવાતા મહાન માણસો, જેમને “જીનીયસ” તરીકે ઓળખાય છે, તેમનો ઇન્ટરવ્યુ લેવાનો વિશેષાધિકાર મળ્યો છે અને તમારે માટે

ઉત્સાહ પ્રેરવાના માર્ગ તરીકે હું તમને નિખાલસતાપૂર્વક કહેવા માગું છું કે મને તેમનામાં એવું કંઈ જ નથી દેખાયું જે નીચલા લોકો ન ધરાવતા હોય. તેઓ બરાબર આપણા જેવા જ હતા - જરાય વધારાનાં મગજ વગરના - ક્યારેક થોડાં ઓછા મગજ વાળા - પરંતુ તેમનામાં એવું કંઈક હતું, જે મારા તથા તમારામાં પણ છે, *પરંતુ આપણે જેનો હંમેશાં ઉપયોગ કરતા નથી,* તે છે તેમના મગજમાં સંગ્રહાયેલ *ક્રિયાને* છૂટી કરવાની તથા નાનું હોય કે મોટું, કામને તે પૂરું ન થાય ત્યાં સુધી તેના પર એકાગ્ર થવાની તેમની ક્ષમતા.

તમે પહેલી વખત પ્રયાસ કરો ત્યારે એકાગ્રતામાં દક્ષ થઈ જવાની અપેક્ષા ન રાખશો. પહેલાં તો તમે જે નાનાં કામો કરો છો, જેમ કે પેન્સિલને અણી કાઢવી, એક પેકેટને કાગળમાં વીંટવું, એક પત્ર પર સરનામું કરવું વગેરે પર એકાગ્ર થતાં શીખો.

તમે જે શરૂ કર્યું છે તેને પૂરું કરવાની આ અદ્ભુત કળામાં પર્ફેક્શન લાવવાની રીત છે, તમે કરો છો તે દરેક કામ સાથે આને જોડીને કરવાની ટેવ પાડવી, ભલે તે ગમે તેટલું નાનું કામ હોય. તમે જે સૌપ્રથમ જાણશો તે એ છે કે આ એક નિયમિત આદત બની જશે અને તમે કોઈ પ્રયાસ વગર તે આપોઆપ કરશો.

આ તમારે માટે કેટલું મહત્વનું હશે ?

કેવો નકામો મૂર્ખ જેવો પ્રશ્ન - પરંતુ સાંભળો અને અમે જવાબ આપશું :

તેનો અર્થ નિષ્ફળતા અને સફળતા વચ્ચેનો તફાવત છે !

નિશાની - ૧૩

નિષ્ફળતામાંથી શીખવું

સફળતાના માર્ગ પરની તેરમી નિશાની છે નિષ્ફળતામાંથી શીખવું.

નિષ્ફળ જાય છે તે માણસ !

આ મનુષ્ય, જેને "નિષ્ફળ"નું લેબલ લગાવાયું છે - ઉઠો, ઉભા થાવ ! ફરી ઉઠો અને કરો !

ક્રિયાની દુનિયામાં ક્યાંક જગ્યા છે; તમારે માટે જગ્યા છે.

કોઈ નિષ્ફળતા ક્યારેય નોંધાઈ નથી, એક સત્યવાદી માણસની તવારીખમાં,

સિવાય કે પેલા નામર્દ હૃદયવાળા જેઓ નિષ્ફળ જાય છે,

ફરી કોઈ પ્રયત્ન કરી જોતા નથી.

ગૌરવ કરવામાં છે, જીતેલી ટ્રોફીમાં નહીં;

અંધકારમાં મૂકાયેલ દીવાલો કદાચ સૂર્યના ચુંબનથી હસી ઉઠશે.

ઓ, થાકેલા, ઘસાઈ ગયેલા તથા પ્રહાર થયેલા, ઓ ભાગ્યની ક્રુર આંધીનાં બાળક !

હું ગાઉં છું - તે કદાચ તેને આનંદ આપી શકે - હું ગાઉં છું જે માણસ નિષ્ફળ જાય છે તેને માટે.

કોઈ કાયમી નિષ્ફળતા હોઈ શકે નહીં. દરેક વિપરિતતા અને દરેક આઘાતને સફળતા માટેના મજબૂત પાયા માટેના પાયાના પથ્થરમાં ફેરવી શકાય.

નિષ્ફળતા આપણને સહનશીલ થવાનું શીખવે છે. નિષ્ફળતા આપણને દઢાગ્રહી થવાનું શીખવે છે. દરેક નિષ્ફળતામાં એક મહાન બોધપાઠ રહેલો છે, ભલે થોડા સમય માટે તે શું છે તે આપણે જાણતા ન હોઈએ.

હું ક્યારેક વિચારું છું કે નિષ્ફળતા એ પ્રકૃતિની શાંત કરવાની પ્રક્રિયા છે જેના દ્વારા ભાગ્ય માણસને તેમની જવાબદારીઓ માટે તૈયાર કરે છે.

જો તમે વારંવારની નિષ્ફળતા સામે ઘુંટણે પડવાને બદલે તેમાં ટકી જાવ તો તમે પસંદ કરેલ જીવન કાર્યમાં તમે સર્વોચ્ચ સુધી ઉપર ઉઠશો તે વાતનો આ મજબૂત પુરાવો છે.

નિષ્ફળતાને ધિક્કારો નહીં - તેમનાં વજન હેઠળ તમારી ચકાસણીનો વિશેષાધિકાર આપવા માટે ઈશ્વરનો અભાર માનો !

"બધું માન તેને જે ઈનામ જીતશે,
દુનિયાએ હજારો વર્ષથી બૂમો પાડી છે,
તેને માટે પ્રયત્ન કરે છે, અને જે નિષ્ફળ જાય છે અને મૃત્યુ પામે છે,
હું તેને મહાન આદર, માન તથા આંસુ આપું છું
અને એ માણસ સારો છે જે દારુથી અંતર રાખે છે,
પરંતુ માણસ, જે નિષ્ફળ જાય છે અને છતાં લડત આપે છે,
લો, તે મારો જોડીયો ભાઈ છે."

વિકલાંગો - શારીરિક તથા માનસિક

બે પ્રકારના વિકલાંગો હોય છે. એક માનસિક અને બીજા માત્ર શારીરિક. જ્યાં એક મજબૂત, સ્થિર મગજ છે, પછી ભલે તે શરીર થોડું સુષુપ્ત તથા અવિકસિત હોય તોપણ, શારીરિક વિકલાંગતાની આપણને બહુ ચિંતા થવી ન જોઈએ.

મારી તાજેતરની વ્યાખ્યાન શ્રેણીની મુસાફરીમાં પશ્ચિમનાં ભ્રમણ દરમિયાન હું એક ખૂબ જ જાણવા જેવી વ્યક્તિને મળ્યો. હું થોડાક માઈલ સુધી તેમની સાથે કારમાં ગયો અને મને ખબર પડી કે તે અંધ છે. તે પહેલાં મેં લગભગ ત્રણ કલાક તેમની સાથે વાતો કરી હતી.

તેણે કાળા રંગના ચશ્મા પહેર્યાં હતાં, પરંતુ તે સિવાય શારીરિક વિકલાંગતાનાં ઓઠાં હેઠળ વાણી તથા વર્તનમાં અંધાપાને કારણે જે વ્યથા દેખાય છે તેનું કોઈ નિશાન પણ ન હતું.

પરંતુ આ માણસ કોઈ પણ રીતે માનસિક રીતે વિકલાંગ ન હતો. તે મેં અત્યાર સુધી સાંભળ્યો હોય તેવો સૌથી અસ્ખલિત વાત કરનાર છે અને તેનામાં એવા વિષયો વિશે વાત કરવાની ક્ષમતા છે જે વ્યક્તિને વિચારવા, વિશ્લેષણ કરવા તથા આકલન કરવાનું કારણ આપે.

જે માણસ વિશે હું લખું છું તે છે રેવરેન્ડ વીલમોર કેન્ડોલ, જે ઓકલાહામાના

લોટનના મેથોડીસ્ટ ચર્ચના પાદરી છે.

ડૉ. કેન્ડોલ બે વર્ષની વયના હતા ત્યારથી અંધ છે. થોડાં વર્ષો પહેલાં તેમણે પોતાની જાતને મેટ્રીક્યુલેશન માટે શિકાગોની નોર્થવેસ્ટર્ન યુનિવર્સિટીમાં રજુ કરી. તેમણે આશ્ચર્યથી તેમને જોયા, અને જ્યારે તેણે કહ્યું કે ફી ભરવા માટે તેમની પાસે માત્ર ૩૫ ડોલર્સ જ હતા ત્યારે તેઓ માનવા લાગ્યા કે આ માણસમાં કંઈક ખોટું છે !

અને તેમ હતું જ !

એ કેટલું દયાજનક છે કે તે જ "કશુંક" વધારે લોકો સાથે ખોટું નથી. યુનિવર્સિટીએ તેમની નોંધણી કરવાની ના પાડી. તેમણે તે મકાન ફરતે એક બે ચક્કર માર્યાં અને એક યોજના વિચારી અને પછી પાછા આવ્યા અને તેમને માત્ર ત્રણ મહિનાની ટ્રાયલ આપવા તથા જો તેઓ સારું કામ ન કરે તો તેઓ તેમને કાઢી મૂકી શકે તેમ કહ્યું.

બીજા કશાય કરતાં પણ વધારે તો સહાનુભૂતિને કારણે તેમણે તેમને આ ટ્રાયલ આપી, અલબત્ત જરાપણ અપેક્ષા નહોતી કે તે કામ કરી શકે તથા ટકી જાય.

પરંતુ તેમણે તેમને મૂર્ખ બનાવ્યા !

તેઓ એ ટર્મમાંથી પસાર થઈ ગયા અને પછી ઘણી ટર્મમાંથી પસાર થયા જ્યાં સુધી તેમણે ડીગ્રી ન મેળવી અને તમને શું લાગે છે, એ તાલીમનો ખર્ચ તેમણે કેવી રીતે ચૂકવ્યો હશે ?

તમે લોકો કે જેઓ "તક ન આપવા બદલ" ભાગ્ય તરફ વિલાપ કરો છો, કરગરો છો તથા ગાળો આપો છો તે બધા તમારી ખુરશીના હાથાને મજબૂતાઈથી પકડીને આઘાત માટે તૈયાર થઈ જાવ - તેમણે તેમની ફી વ્યાખ્યાનોની નોંધ ઉતારીને, તેની નકલો બનાવીને તથા બીજા વિદ્યાર્થીઓ ને તે વેચીને ઊભી કરી.

ઈશ્વરના સોગન, અહીં એક એવો માણસ છે જેની બરાબરી કરવા માટે આપણામાંના કેટલાક મહેનત કરશે. જો આપણી પાસે તેમનો આત્મવિશ્વાસ, નિર્ણયશક્તિ, એકાગ્રતાની શક્તિ તથા દૃઢ મનોબળ હોત તો આપણે જીવનમાં જે કોઈ પણ લક્ષ્ય નક્કી કર્યું તે સ્થાને પહોંચી શકીએ તથા આપણે કદાચ *તેમણે જે રીતે તેમનું સ્થાન મેળવ્યું છે બરાબર તે જ રીતે તે કર્યું હોત !*

એક દૈનિક વર્તમાનપત્રમાંથી લીધેલ આ સમાચાર આપણને એક અન્ય શારીરિક વિકલાંગતાના કિસ્સા વિશે કહે છે જેને સફળતામાં કોઈ રીતે બાધા આવી નથી :

વર્ષો પહેલાં કોપર કાઉન્ટીમાં એક ૧૫ વર્ષનો બાળક ટ્રેનની નીચે પડી ગયો. તે ખાલી ખીસ્સે હોસ્પિટલમાંથી બહાર આવ્યો. તેના ગોઠણ નીચેના પગ ચાલ્યા ગયા હતા. એવું જ તેના ડાબા હાથનું હતું. તેનો જમણો હાથ માત્ર એક ઠૂંઠાં જેવો હતો. ગરીબખાનાં સિવાય જવા માટે કોઈ જગ્યા ન હતી અને પોટર્સફીલ્ડમાં એક કબર મળવા સિવાય કઈની રાહ જોવાની ન હતી.

કોઈ માણસમાં ઈશ્વરમાં સંપૂર્ણ શ્રધ્ધા અને છતાં આત્મવિશ્વાસનો અભાવ ન હોઈ શકે, આ એવું સત્ય છે જે સમય પસાર થતો જાય છે તેમ અને માનવ મગજ પોતાની જાતને ખુલ્લું કરતું જાય છે તેમ વધુ ને વધુ સ્પષ્ટ થતું જાય છે.

ગઈ કાલે મીનેસોટા બેન્કર્સ એસોસીએશનના પ્રમુખ તથા રાજ્યના ગવર્નર પદના ઉમેદવાર માઈકલ જે ડોવલીંગે તે છોકરાએ ગરીબખાનાં તથા પોટર્સફીલ્ડ બંનેને કેવી રીતે છેતર્યાં તે કહ્યું. કારણ કે મિ.ડોવલીંગ જ તે મોટો થયેલ અપંગ બાળક હતા - સફળ. કૃત્રિમ પગના ટેકાવાળા, તેના કોટની ડાબી બાંય કૃત્રિમ હાથને ઢાંકતી હતી, તેમણે હોટેલ લા સેલામાં એસોસીએશન ઑફ કોમર્સને તેમની ફિલોસોફી કહી સંભળાવી :

"જે માણસનું મગજ અપંગ છે તે જ માત્ર કાયમી લાચાર અપંગ છે." મિ.ડોવલીંગે કહ્યું અને મારા જીવનની મુસાફરીમાં શારીરિક વિકલાંગતાવાળાઓ વચ્ચે જોવા મળે તે કરતાં અન્યથા સશક્ત શરીરવાળા વધારે કાયમી અપંગો જોયા છે. જે માણસે તેનાં હાથ, પગ અથવા આંખો ગુમાવ્યાં છે તેને જો કામ માટે પોતાની જાતને ગોઠવવાની તક આપવામાં આવે તો તે સમાજનો વધુ ઉપયોગી સભ્ય બની શકે છે, તેની શારીરિક વિકલાંગતા તેને કામ કરવાની મનાઈ નથી કરતી. આ માણસે શા માટે લગ્ન ન કરવાં જોઈએ તે માટે કોઈ કારણ નથી. લાકડાંના પગ તથા હાથ વારસાગત નથી. માત્ર લાકડાં જેવાં નિષ્ક્રીય મગજ જ એક પેઢીથી બીજી પેઢીને અપાય છે. મારે ત્રણ પુત્રીઓ છે તેમનાં શરીર શાસ્ત્રમાં ક્યાંય લાકડું નથી. હું ઠીક પ્રમાણમાં સફળ છું. કોઈ પણ અપંગ જેનું મગજ તથા હૃદય યોગ્ય છે તે શા માટે સફળ ન થાય તેનું કોઈ કારણ નથી."

મિ.ડોવલીંગ સાચા છે - "જે માણસનું મગજ અપંગ છે તે જ માત્ર કાયમી લાચાર અપંગ છે." હું તેને માટે કોઈ ઉપાય જાણતો નથી. પરંતુ ઘણા માનસિક વિકાસના અભાવથી પીડાય છે તેઓ પણ જો પોતાનાં મગજની અંદર શક્યતાઓ શોધી કાઢે તો સફળ થઈ શકે છે.

જો તમે એક અથવા બે હાથ ગુમાવ્યા છે અથવા બંને હાથ તથા બંને પગ પણ ગુમાવ્યા છે, ત્યારે જો તમે માનસિક રીતે તમારા પોતાના પરની પકડ ગુમાવી નથી તો આ દુનિયામાં તમારે માટે કરવા જેવું હજી ઘણું બધું છે.

હું દૃઢપણે એ મતનો છું કે જો મારાં મગજને સાબુત રખાય અને મારી જીભને મારા "એડીફોન" સાથે વાત કરવા માટે મુક્ત રખાય, તો હું મારા પગ, હાથ અને આંખ વગર પણ ચલાવી શકું.

હું જ્યારે ઓકલાહામાના લોટોનના રેવરેન્ડ કેન્ડોલ વિશે વિચારું છું ત્યારે મને અતિશય શરમ આવે છે. તેમની આંખોના ઉપયોગ વગર તેમણે આ દુનિયામાં ઘણું બધું સારું કર્યું છે અને કરી રહ્યા છે, અને મારી આંખો તથા અન્ય બધા જ શારીરિક અવયવોના પૂરા ઉપયોગ સાથે, મેં કેટલું ઓછું સિધ્ધ કર્યું છે.

જ્યારે તમને તમારી જાત પર દયા આવવા લાગે ત્યારે બહાર નીકળો અને કેન્ડોલ જેવા એક માણસ તરફ નજર કરો અને તેમના તરફથી "પેપ"નું એક સારું ઈન્જેક્શન લો. તે તમારે માટે સારું છે.

એલીબી ઘડનારાઓ

આપણે શા માટે સફળ નથી થયા તેનું કારણ સમજાવવા માટે એક એલીબી ઊભી કરવી અથવા એક બહાનું શોધવું તે સૌથી સર્વ સામાન્ય ભૂલો પૈકીની એક છે.

આ બહાનાં યોગ્ય જગ્યા - જે સૌથી નજીકનો અરીસો છે - ને બદલે બીજી બધી જગ્યાઓએ શોધવાના વૈશ્વિક વલણ જેવું છે.

ગયે વર્ષે અમારા કર્મચારીઓમાં એક માણસ હતો જેની પાસે *તેણે જે કાંઈ પણ પૂરું નહોતું કર્યું* તેને માટે શ્રેષ્ઠ પ્રકારના કારણો હતા.

હવે તે અમારી સાથે નથી !

તે *જેઓ સફળ નથી થતા* તેવા દુનિયાના ૯૫ ટકા લોકો જેનો ભાગ છે તેવા અજાણ્યા લાખો લોકોની પાયરીમાં જોડાઈને અંદર અને બહાર ખેંચાયા કરતો હતો.

જો તમે વાતની તેની બાજુ પૂછો તો તે નિઃશંક રીતે કહેશે કે *તેનામાં* કોઈ ખોટ નથી; તેની મુશ્કેલી એ હતી કે આ સામયિકે તેના જેવા સરસ માણસની કદર ન કરી !

પોતાના ચહેરા સામે તટસ્થતાપૂર્વક જોવા તથા એમ કહેવા માટે કે "હું એવી વ્યક્તિ સામે જોઉં છું જે મારી અને સફળતાની વચ્ચે ઊભો છે - મારા માર્ગમાંથી દૂર ખસ જેથી હું પસાર થઈ શકું !" એક હિંમતવાન માણસ - એક મોટા, મર્દાના માણસની - એક પ્રમાણિક માણસની જરૂર પડે છે. આપણી પાસે આવા ઘણા લોકો નથી, પરંતુ જ્યાં પણ તમને એવો માણસ મળે જે કરવા યોગ્ય વસ્તુઓ કરતો હોય અને જે દુનિયાની રચનાત્મક રીતે તથા ઉપયોગી રીતે સેવા કરે છે.

માણસને તેની નિષ્ફળતા માટે તથા તેના ભાગમાં ખરાબ જીવન આપવા બદલ બીજાને દોષી ઠેરવવાથી એક ચોક્કસ પ્રમાણમાં સંતોષ મળતો હશે, પરંતુ આ ટેવ ચોક્કસપણે વ્યક્તિના જીવનના પડાવને સુધારશે નહીં.

હું જાણું જ છું, કારણ કે મારે કબૂલ કરવું જોઈએ કે તે કામ નથી કરતું તે જાણવા માટે મારા સમયમાં મેં પૂરતાં પ્રયાસો કરી લીધા છે !

મારાં મગજમાં મારા એક વહાલા મિત્રની વાત છે જે વેપારની દુનિયામાં મારાથી ઘણે નજીક કામ કરે છે. હું તેને એટલો સારી રીતે જાણું છું કે મારા મતે તેની મુખ્ય વિકલાંગતા શું છે તે કહેવા પૂરતો હું મારી જાતને ભાગ્યશાળી ગણું છું, પરંતુ અત્યાર સુધી એક માત્ર પરિણામ એ આવ્યું છે કે મને તેનામાં જે દોષ દેખાય છે તે જ દોષ મારામાં છે તેમ તેને કહેતો સાંભળું છું.

અને, કદાચ તે સાચો છે; મારામાં કદાચ તેના કરતાં વધારે દોષ હોઈ પણ શકે, *પરંતુ આ પંક્તિઓના વાચકો જે મોટો મુદ્દો મેળવે તેને યાદ રાખે તથા તેનો ઉપયોગ કરે તેમ હું ઈચ્છું છું. તે એ છે કે : આ માણસ મારામાં કે બીજા કોઈનામાં પણ કયા દોષો જુએ તેનાથી કોઈ ફરક નથી પડતો, તે તેની પોતાની ગુણવત્તા પરથી જ ચડશે કે પડશે, ડૂબી જશે કે તરશે, અને પોતાના તરફ તટસ્થતાપૂર્વક જોઈને સિવાય કે તે એલીબીઓ ઘડવાનું છોડી દે અને પોતાનું ચારિત્ર્ય ઘડવાનું શરૂ કરે. તેનો અંત પણ ત્યાં જ આવશે જ્યાં બધા એલીબી ઘડનારાઓનો આવે છે, નિષ્ફળતાના કચરાના ઢગલામાં !*

આપણને બધાને વખણાવું ગમે છે, પરંતુ આપણામાંથી કોઈને આપણા

દોષ વિશે સત્ય સાંભળવું ગમતું નથી. થોડાંક વખાણ એ શક્તિશાળી સરસ વસ્તુ છે. તે આપણને વધારે કામ લેવાની અપીલ કરે છે, પરંતુ તેનો અતિરેક આપણે માટે પ્રમાદમાં સરકી જવાનું કારણ બને છે.

જો દુનિયામાં મારા કોઈ દુશ્મન ન હોય તો મારે માટે એ જરૂરી છે કે હું બહાર નીકળું અને કોઈકની આંખમાં મારી આંગળી ખોસી દઉં અને થોડાક દુશ્મનો બનાવું, કારણ કે કોઈક મને કૂદકા મારતો રાખે તેવા કોઈકની મારે જરૂર છે; જે મને સ્વ સંતુષ્ટ થઈ જતો અટકાવે; જે મને એક યા બીજી રીતે મારી જાતનો બચાવ કરતો કરે. જ્યારે હું મારી જાતનો બચાવ કરું છું ત્યારે હું વધારે મજબૂત થાઉં છું, મારી વ્યુહાત્મક ક્ષમતા વિકસાવું છું અને લડાયક જુસ્સામાં રહું છું જેથી જ્યારે મારે લડવાની જરૂર પડે ત્યારે કેવી રીતે લડવું તે મને ખબર હોય.

જેઓ તમને નથી ગમતા તેવા લોકોમાં, અથવા જેમનામાં તમને તમારા દોષ દેખાડવા માટેની હિંમત છે તેવા લોકોમાં, અથવા જેઓ જીવનની રમતમાં તમારાથી આગળ નીકળી ગયા છે અને જ્યારે તમે નિષ્ફળ થાવ છો ત્યારે જેઓ સફળ થાય છે તેવા લોકોના દોષ શોધવામાં સમય વિતાવવામાં કંઈ સાર નથી. તેમનામાં દોષ છે, એ વિશે કોઈ ભૂલ ન કરશો, પરંતુ તેમનામાં દોષ છે તે સાબિત કરવામાં ગાળેલો સમય એ સમયની બરબાદી છે, કારણ કે તેની સાબિતી મેળવ્યા પછી તમે તેનો કોઈ ઉપયોગ કરી શકતા નથી. એના કરતાં એ વધુ સારું છે કે તમે શા માટે સફળ નથી થયા તે જાણવા માટે અને તમારા તરફ ચિંધાયેલા દોષો તમારે કેવી રીતે દૂર કરવા જોઈએ તે માટે તમારી પોતાની ચકાસણી કરવામાં તે સમય ગાળો.

તમે માયાળુ, પ્રશંસા કરતા મિત્રોની તાળીઓ જેટલી માણશો તેટલું આ માણશો નહીં, પરંતુ લાંબા ગાળે તે તમારું થોડુંક વધારે ભલું કરશે.

સફળતાનો માર્ગ સંઘર્ષનો માર્ગ છે !

હું ફરી એક વાર એ વિષય પર થોડી મિનિટો માટે તમારું ધ્યાન ખેંચવા આવ્યો છું જેણે છેલ્લાં થોડાં વર્ષોમાં મારાં મન પર પ્રચંડ છાપ પાડી છે.

હું જે નિષ્કર્ષ પર પહોંચ્યો છું તે માત્ર એ જ છે જ્યાં ખુલ્લા મનવાળો માણસ પહોંચી શકે. હું હવે વધુ એક વખત જે સિધ્ધાંત તમને આપીશ તેની અચળતાના મેં એટલા બધા પુરાવાઓ જોયા છે કે તેને હું તમારા સૂચક ધ્યાન

આપવાને લાયક હોવા તરીકે તેની ભલામણ કરી શકું.

જો એક ઇંટ બોલી શકતી હોત તો જ્યારે તેને એક ભઠ્ઠીમાં મૂકવામાં આવે અને કલાકો સુધી તપાવવામાં આવે ત્યારે તેણે ફરિયાદ કરી હોત તેમાં કોઈ શંકા નથી; છતાં, ઇંટમાં તે ટકી રહેવાના ગુણધર્મો, જે પદાર્થોના પ્રચંડ હુમલાને ખાળી શકે, તે આપવા માટે આ પ્રક્રિયા જરૂરી છે.

ઇનામ માટે લડનારે તે રીંગમાં પ્રવેશે અને વિપરિતતાઓને મળવા માટે તૈયાર થાય તે પહેલાં પુષ્કળ સજાઓ ખમવી પડે છે, છતાં, જો તે આવી સજાઓ ખમવામાં નિષ્ફળ જાય અને અંતિમ યુદ્ધની તૈયારી કરે, તો તેણે હાર વડે ચૂકવણી કરવી પડશે તે નિશ્ચિત છે.

મારો નાનકડો પુત્ર હમણાં જ મારા અભ્યાસ ખંડમાં ડગમગતા પગ તથા આંખોમાં આંસુ સાથે લથડીયાં ખાતો આવ્યો છે. તે હમણાં જ તેના નાનકડા પગ પર સમતોલન રાખવાની કોશિશ કરતાં એક ક્ષણ પહેલાં જ જોરદાર પછડાયો છે. તે ચાલતાં શીખી રહ્યો છે. જો તે ઘણી બધી વાર પડશે નહીં અને પ્રયત્ન કરવાનું ચાલુ નહીં રાખે તો તે ક્યારેય ચાલશે નહીં.

સમડી તેનો માળો વૃક્ષોની ટોચ કરતાં ઘણે ઊંચે, કોઈ વિષમ ભેખડ પર, કોઈ કરાડમાં બાંધે છે, જ્યાં કોઈ તારાજી કરનાર માણસ કે પ્રાણી તેનાં બચ્ચાં સુધી પહોંચી ન શકે. પરંતુ તેનાં બચ્ચાંને રક્ષવા માટે આ બધી જ સાવચેતી લીધા પછી, જેવી તેને ખબર પડશે કે તેઓ ઊડવા માટે તૈયાર થઈ ગયાં છે કે તરત જ તે તેમને બીજાં જોખમનો વિષય બનાવશે. તેણી તેમને બહાર ખડકની ધાર પર લઈ જશે, ધક્કો મારશે અને *"ઊડતાં કરશે."* અલબત્ત, તેમને હડસેલવામાં તેણી સાચી છે, અને જો તેઓ ઊડવા માટે વધારે પડતાં નબળાં છે તો તેણી તેમની નીચે ઝડપી ઉડાણ કરશે, તેમને પોતાના પંજામાં ઝીલી લેશે અને પાછાં માળામાં લઈ જશે અને બીજા દિવસ માટે રાહ જોશે. પછી તેમને ફરી બહાર લઈ જશે. આ એક માત્ર રીત છે જેનાથી નાનાં સમડી બચ્ચાં ઊડતાં શીખશે - *સંઘર્ષ દ્વારા* !

એક અસ્ખલિત વાત કરનાર હોવા કરતાં એક ધ્યાનપૂર્વક સાંભળનાર શ્રોતા બનવું તે હંમેશાં વધુ લાભકારક છે.

અને, જેમ સમય અને અનુભવ પ્રકૃતિનાં મૌન કાર્યમાં મારી દૃષ્ટિને વિસ્તારી રહ્યા છે, હું એ જોવાથી બચી નથી શકતો કે એક માર્ગદર્શક હાથ છે જે આપણને

સંઘર્ષમાં ધકેલી રહ્યો છે. જેથી આપણે જીવનમાં જાણવી જરૂરી છે તેવી વસ્તુઓનાં વધુ જ્ઞાન સાથે બહાર આવી શકીએ.

વળતરનો નિયમ સંઘર્ષ દ્વારા માણસને વધુ ને વધુ ઊંચો ઉઠાવવાના તેનાં કામમાં નિષ્ઠુર છે ! જેવી રીતે એક માણસ માત્ર *કામ કરીને* જ કર્તા બની શકે છે તેવી જ રીતે એક રમતવીર માત્ર મહાવરા, તાલીમ અને સંઘર્ષ વડે જ રમતવીર બની શકે છે ! કેટલાક માણસો સહેલાઈથી તથા ઝડપથી શીખી જાય છે, જ્યારે કુદરત અન્યો સમયની દીવાલ પર તેના હસ્તાક્ષરોને ઓળખે તે પહેલાં તેમનાં હૃદયને તોડી નાખવાં જરૂરી સમજે છે.

મારા શરૂઆતના દિવસોમાં પાછા જઈએ, કુદરતે મારી આંખો માટે જે લખ્યું હતું તે હું ખાસ વાંચતાં શીખ્યો તે પહેલાં, મને ઘણી વાર નવાઈ લાગતી કે મને મારી જાત ક્યારે, ક્યાં અને કેવી રીતે મળશે; હું મારા પોતાના પર આવી ગયો છું તેવું હું કેવી રીતે જાણી શકું; મારું જીવનકાર્ય મને ક્યારે મળ્યું તે હું કેવી રીતે જાણીશ !

મને શંકા છે કે આ બાબતે બીજા ઘણાને ચિંતા કરાવી છે ! આવી બધી વ્યક્તિઓ માટે હું બાહેંધરી તથા આશાનો સંદેશ લાવ્યો છું. તમને ખાતરી હશે જ કે જ્યાં સુધી નિષ્ફળતા, હૃદયભંગ તથા વિપરિતતાઓ તમારા માર્ગમાં આવે છે, પ્રકૃતિ જીવનમાં તમને માર્ગચ્યુત કરવાનો પ્રયત્ન કરતી, તમારી સાથે સંઘર્ષ કરે છે. તે તમને સફળતાના મુખ્ય માર્ગ પર આવેલા નિષ્ફળતાના બાજુના માર્ગ પર ચડાવી દેવાનો પ્રયત્ન કરે છે.

ઉપરનો ફકરો ફરી વાંચો !

જ્યારે તમે નાખુશ છો, અસફળ છો તથા મુશ્કેલીમાં છો ત્યારે કંઈક બરાબર નથી ! મનની આ સ્થિતિ કુદરતની માર્ગદર્શક નિશાનીઓ છે જે તમને દર્શાવે છે કે તમે ખોટી દિશામાં મથામણ કરી રહ્યા છો.

આના વિશે કોઈ ભૂલ ન કરશો. કુદરત હંમેશાં માર્ગ ચીંધે છે, *અને જેવી રીતે જ્યારે તમે લાલચોળ અંગારા પર તમારો હાથ મુકો છો તો તમને તરત જ ખબર પડી જાય છે તેવી જ રીતે તમે ક્યારે સાચી દિશામાં પ્રવાસ કરી રહ્યા છો તે તમે જાણી જશો.* જ્યારે તમે નાખુશ હો ત્યારે એ હકીકતને નજરઅંદાજ ન કરો કે આ મનની અસ્વાભાવિક અવસ્થા છે, કે તમને ખુશ રહેવાનો અધિકાર છે - અને એ નિશ્ચિત નિશાની છે કે *તમારા જીવનમાં કશુંક ખોટું છે !*

આ જે ખોટું છે તે "કંઈક" શું છે તે કોણ નક્કી કરે છે ? તમે કરો છો ! માત્ર તમે જ તેમ કરી શકો !

બહુ ઓછા આત્માઓ - અને તે ખરેખર ઘણા જૂજ છે - કુદરતના માર્ગદર્શક હાથને સહેલાઈથી તથા તરત જ અનુસરે છે. આ લોકો સાથેનો મહાન સંઘર્ષ એટલો બધો પીડાદાયક નથી હોતો. જ્યારે કુદરત વિપરિતતાના ઝટકા સાથે તેમની કોણીને સ્પર્શ કરે છે ત્યારે તેઓ તરત જ પ્રત્યાઘાત આપે છે; પરંતુ આપણામાંના મોટાભાગનાને ખબર પણ પડે કે આપણને સજા થઈ રહી છે તે પહેલાં જ આપણને સખત સજા થવી જોઈએ.

જેના દ્વારા ભૌતિક, નાણાકીય સફળતા પ્રાપ્ત કરી શકાય છે તે સિધ્ધાંતો પ્રમાણમાં સાદા છે. તેમને માર્ચ અંકમાં આ સામયિકમાં "ધ ગ્રેટ મેજીક લેડર ઑફ સક્સેસ" (સફળતાની મહાન ચમત્કારી નિસરણી) શિર્ષક હેઠળ મૂકવામાં આવ્યા છે. આ નિસરણીનાં સોળ પગથિયાં છે અને તે દરેક પ્રાપ્ત કરવામાં સાદાંને સરળ છે, પરંતુ આ પ્રાપ્તિના બદલામાં જે કિંમત ચૂકવવાની છે તે છે સંઘર્ષ - ઉપર જવાનાં દરેક પગથિયે સંઘર્ષ.

બદલામાં કશુંક આપ્યા વગર કંઈ જ મેળવી શકાતું નથી !

જો તમે સંઘર્ષ, બલીદાન તથા બુદ્ધિપૂર્વકના પ્રયાસોમાં કિંમત ચૂકવશો તો તમે જીવનમાં જે કાંઈ પણ ઈચ્છ્યું હશે તે બધું જ મળ્યું હશે. અહીં સુધી તમે તમારી જાતને સંબંધોના નિયમની શક્તિ ઉપલબ્ધ કરાવી શકો, એક એવો નિયમ જેનાં અમલીકરણથી તમે બરાબર જે *આપો* તે જ *મેળવો* છો !

જ્યારે એક અજાણી વ્યક્તિ, અથવા તમે જેના રેકોર્ડ વિશે જાણતા નથી તેવો માણસ, તમારી નોકરીના દરવાજે આવીને ઊભો રહે છે અને તેનું નેતૃત્વ આપવાનું તમને કહે છે, ત્યારે જો તમે ઓછામાં ઓછું તેને અત્યારે કામનો ઉપરી છે તેવા માણસ સાથે એ જોવા માટે સરખાવી જોવાની તકલીફ ઉઠાવશો કે કોણ વધુ સ્થિર નેતા છે, તો તેમાં કોઈ નુકસાન નહીં થાય.

તમારી મુશ્કેલીઓ તથા વિપરીતતાઓ પર ચિંતા કરવાનું તથા ચિડાવાનું બંધ કરો, અને સર્જનહારનો આભાર માનો કે તેણે તમારી જાતને બરાબર રીતે મદદ કરી શકે તે માટે તમારા માર્ગમાં આ માર્ગદર્શિકા નિશાનીઓ મૂકી છે. મગજની સામાન્ય સ્થિતિ ખુશીની છે. જેવી રીતે સૂર્ય પૂર્વમાં જ ઊગે છે અને પશ્ચિમમાં જ આથમે છે, બરાબર તેવી ખાતરીથી ખુશી એ માણસ પાસે આવે

છે જે જ્યારે તે નિષ્ફળતાની, વિપરિતતાની તથા સંતાપની નિશાની પર આવે છે ત્યારે તેનો માર્ગ બદલવાનું શીખ્યો છે.

આપણામાંના મોટાભાગના લોકોએ "ચેતના" શબ્દ સાંભળ્યો છે પરંતુ, ખરેખર, આપણામાંના ઘણા ઓછા જાણે છે કે આ વસ્તુ એક "મહાન જાદુગર" છે જે નિષ્ફળતા તથા વિપરિતતાની મૂળ ધાતુ તથા નકામા કચરાને સફળતાનાં શુધ્ધ સોનામાં બદલી શકે છે.

પરંતુ તે સાચું છે ! લાક્ષણિક રીતે નહીં, પરંતુ *શબ્દસઃ*.

તમારો સંઘર્ષ જેટલો વધારે મુશ્કેલ દેખાય, તેટલો તમારી પાસે વધુ પુરાવો છે કે તમારે કામ કર્યા કરવાની જરૂર છે.

જ્યારે નિષ્ફળતા, વિપરિતતા તથા નાહિંમતપણું સૌથી દયાહીન રીતે તમારી સામે તાકી રહેતાં દેખાય, ત્યારે મને તમને આ ફોર્મ્યુલા આપવા દો જેના દ્વારા તમે તેને માત કરી શકો : તમારા સાથીદારો તરફનું તમારું વલણ બદલી નાખો તમારા સમગ્ર પ્રયાસો બીજાને ખુશી મેળવવામાં મદદ કરવાનાં કામ તરફ સમર્પિત કરી દો. તમારા સંઘર્ષમાં, જે કુદરતનાં તમારું પરિવર્તન કરવાનાં કાર્યના બદલામાં તમારે તેને ચૂકવવાની જ છે તે કિંમત છે, તમે તમારી જાતે જ ખુશી મેળવશો.

તે મેળવવા માટે, પ્રથમ તમારે તે આપવું પડશે !

આ સાદી, ઘરગથ્થુ સલાહની હાંસી ન કરો. તે એવા માણસ પાસેથી આવે છે જેણે આ ફોર્મ્યુલા અજમાવી જોઈ છે, તે કામ કરે છે તે જાણે છે, અને આથી, સત્તાવાર રીતે તેને કહેવાનો હક્ક છે.

તમને ખુશી મળી જાય તે પછી; તમે જેને "મિજાજ" કહો છો તેને તમે જીતી લો તે પછી; અને તમે તમારા સાથીદારો તરફ સહનશીલતાપૂર્વક તથા કરુણાપૂર્વક જોવાનું શીખી લો તે પછી; તમે નિરાંતે બેસીને તથા સ્વસ્થતાપૂર્વક તથા પ્રશાંત રીતે તમારા ભૂતકાળની યાદી લેવાનું શીખી લો તે પછી, એક સૂર્ય પ્રકાશિત દિવસે તમે જેટલી સ્પષ્ટતાથી સૂર્યને જુઓ છો તેટલી જ સ્પષ્ટતાપૂર્વક જોઈ શકશો કે કુદરતે તમે અંધકારમાં તમારો માર્ગ શોધી શકો તે માટે મદદ કરવાના એક માત્ર માર્ગ તરીકે તમને સંઘર્ષ કરતા કર્યા છે.

ત્યારે તમે જાણશો કે તમે તમારી જાતને શોધી લીધી છે. તમે એ પણ જાણશો કે આ જીવનમાં સંઘર્ષનો તેનો પોતાનો હેતુ છે. તમે એ પણ જાણશો કે

માતા સમડી તેનાં બચ્ચાંને ખડકની ધાર પરથી ધકેલી દે છે તેવી જ રીતે, સર્જનહાર તમને ખડકની ધાર પર લઈ ગયા છે અને તમને ધકેલી દીધા છે, જેથી તમે ઊડવાનું શીખી શકો !

પછી, તમે આખી માનવજાત સાથે શાંતિપૂર્વક હશો, કારણ કે તમે જોશો કે તમારા સાથીદારોના વિરોધના પરિણામરૂપે તમારે જે સંઘર્ષ કરવો પડ્યો, તે એક તાલીમ હતી, જેના દ્વારા તમે દુનિયામાં તમારું સ્થાન શોધી શક્યા. તમે એ પણ જોશો કે આ સંઘર્ષ માટેનું કારણ તમે પોતે હતા, તમારા સાથીદાર નહીં.

આ કદાચ મેં લખેલ સૌથી સરસ અગ્રલેખ હતો, છતાં, મને ખાતરીપૂર્વક લાગે છે કે, માત્ર જે લોકોએ સંઘર્ષ શું છે તે જાણ્યું છે, માત્ર જે લોકોએ નિષ્ફળતા શું છે તે જાણ્યું છે, જેમણે સૌથી ખરાબ પ્રકારની નિષ્ફળતામાંથી સફળતાને ઊગતી-વિકસતી જોઈ છે, તે આ જે બધા માટે યોગ્ય છે તેની કદર કરશે !

બીજા લોકો માર્ગમાં આગળ જતાં, જ્યારે તેઓનો વિપરિતતા, નિષ્ફળતા તથા નિરાશા સાથે ભેટો થશે તે પછી તેની કદર કરશે; મેં કર્યું છે તે રીતે, જ્યારે તેઓ જાણશે કે સંઘર્ષ એ માનવજાતને ચાલવા માટે તેના ડગમગાતા પગને તાલીમ આપવાની પ્રકૃતિની રીત છે, ત્યારે તેઓ તેની કદર કરશે.

નાની શરૂઆત મોટા અંત લાવે છે.

ઓકલાહામાના લોટન શહેરમાં એક માણસ રહે છે, જેના તરફ હું તમારું ધ્યાન વાળવા માગું છું.

તેનું નામ જે.હાલે એડવર્ડ્સ છે અને તે લોટન બિઝનેસ કોલેજના પ્રમુખ છે.

હવે, જે વસ્તુએ મને આ ટુંકો અગ્રલેખ લખવા પ્રેરિત કર્યો છે, તે એ છે કે આ માણસ, એડવર્ડ એવા ચોક્કસ ગુણો ધરાવે છે જે સફળ થઈ શકીએ તે પહેલાં મારે, તમારે તથા આ પૃથ્વી પરના દરેક માણસે વિકસાવવા જોઈએ.

સૌપ્રથમ તો તે એ જાણે છે કે સફળતા હંમેશાં જે કિંમતની માગણી કરે છે તે ચૂકવ્યા સિવાય તેને પ્રાપ્ત કરી શકાય નહીં. તે જાણે છે કે વ્યક્તિ *મેળવી ન શકે સિવાય કે તે પહેલાં આપે !*

પરંતુ, આના કરતાં પણ વધુ મહત્વનું એ છે કે, તે એવો પાઠ ભણ્યો છે જે ઘણા બધા મહાન આત્માઓ ક્યારેય નથી શીખ્યા, તે એ છે કે મોટી *સફળતાઓની શરૂઆત* નાની હોય છે !

હું મિ.એડવર્ડ્સની શાળાની કૃપા હેઠળ પબ્લિક ઓડીટોરીયમ - જાહેર

સભા ગૃહમાં શહેરના નાગરિકોને સંબોધવા માટે લોટોન ગયો. તે શ્રોતાગણમાં લોકોની એટલી સુંદર ભીડ હતી. જેને મળવામાં મને અગાઉ ક્યારેય નહોતો થયો તેટલો આનંદ થયો. જો હું મિ.એડવર્ડસને મળ્યો ન હોત તોપણ તેણે આકર્ષેલા શ્રોતાગણ પરથી તેઓ કેવા પ્રકારની વ્યક્તિ છે તે હું કહી શક્યો હોત.

મારાં સંબોધનના પછીના દિવસ સુધી મેં તેમની શાળા જોઈ ન હતી.

સ્વાભાવિક રીતે મેં એક મોટી, ખંતપૂર્વક રચાયેલ બિઝનેસ સ્કુલ જોવાની અપેક્ષા રાખી હતી, જેવી લોટોન ના કદનાં લગભગ દરેક શહેરમાં હોય છે, જેમાં મોટો કર્મચારી વર્ગ તથા ઘણા શિક્ષકો હોય. મિ.એડવર્ડ્સે મારાં સંબોધનને સાંભળવા માટે આકર્ષેલા શ્રોતાગણના કદ તથા ગુણવત્તા પરથી નક્કી કરતાં મેં કલ્પના કરી હતી કે શાળા પણ વિશાળ જ હશે.

પરંતુ તેમ ન હતું !

તેમણે જથ્થામાં જે રજુ ન કર્યું, તે મને વિશ્વાસ છે કે, ગુણવત્તામાં સરભર થતું હશે !

શિક્ષકગણમાં મિ.એડવર્ડસ તથા તેનાં પત્ની જ હતાં !

સાધનો સાદાં, ઘરમાં હોય તેવા પ્રકારનાં, પૉલિશ કર્યા વગરનાં હતાં, પરંતુ હું જોઈ શક્યો ત્યાં સુધી તે જાણે શુદ્ધ સોનાનાં બન્યાં હોય તેવી રીતે તેનો હેતુ સિધ્ધ કરતાં હતાં.

જો તમે યુનાઇટેડ સ્ટૅટ્સના પ્રમુખ ન બની શકો તો તમારી જાતને એવા કોઈક કામમાં પરોવીને તમારે માટે ત્યાર પછીના સૌથી ઉચ્ચ સ્થાન માટે દાવો કરો, જે માણસોને એક બીજા સાથે શિષ્ટ થવામાં ગૌરવ પામવામાં મદદ કરે.

હું આ વિગતો મારા યજમાનની શાળાનાં સાધનો પરની મારી પ્રતિક્રિયારૂપે નથી આપતો, કારણ કે ખરેખર ઘણાને ખરાબ રૂચિ થશે, પરંતુ, તેને બદલે, હું તેમની બુદ્ધિને તેમના દૃઢનિશ્ચયને, તેમના દૃઢાગ્રહને અભિનંદનરૂપે આપું છું અને તમે આ પંક્તિઓ વાંચો છો ત્યારે, ચોક્કસપણે, જે.હાલે એડવર્ડસ આગળ વધશે અને અતિશય ટુંકા સમયમાં તેઓ વધુ મોટી તથા વધુ સુસજ્જ શાળામાં સ્થાન મેળવશે.

જે માણસ તળિયેથી શરૂ કરવા ઈચ્છતો હોય તે વિરલ આત્મા છે, પરંતુ જ્યારે તમે તેને મળો, તમને ખાતરી થશે કે તે, જે માણસે નિસરણીનાં ઘણાં ઉપલાં પગથિયેથી શરૂ કર્યું હતું તેની ઘણી પહેલાં ટોચ પર ચડશે.

મિ.એડવર્ડસની શાળા કરતાં મોટી શાળાઓ છે, પરંતુ મને શંકા છે કે તેઓ તેમની શાળામાં અપાતી સૂચનાઓ કરતાં વધુ સારી સૂચનાઓ આપી શકતી હોય. હકીકતમાં તેમના પ્લાન્ટને એ ફાયદાઓ છે જે મોટી શાળાઓ પાસે નથી હોતા; તે તેમના વિદ્યાર્થીઓને વધુ વ્યક્તિગત ધ્યાન આપી શકે છે.

સાદાં સાધનો સાથે પણ શું કરી શકાય તે હું જાણું છું, કારણ કે મેં મારું પ્રથમ બિઝનેસ સ્કુલનું કામ એ માણસ હેઠળ લીધું હતું જેના એક રહેઠાણનાં ઘરમાં બે નાના રૂમ હતા, તેનાં સમગ્ર સાધનો લગભગ એક ડઝન વિદ્યાર્થીઓનો જ સમાવેશ કરી શકે તેવાં હતાં.

મારાં ટેબલ પર અમારાં સામયિકને પ્રકાશન માટે અપાયેલ એક હસ્તપ્રત છે. મેં તે જોઈ તે ક્ષણે જ તે હસ્તપ્રત પરનાં નામને હું ઓળખી ગયો. મેં લગભગ વીસ વર્ષ પહેલાં તે નામ પ્રથમ વખત સાંભળ્યું હતું. તેની પાછળનો માણસ મને "પેલો કોલસાની ખાણ વાળો છોકરો !" તરીકે ઓળખતો હતો. તે કોલેજમાં હતો અને હું ખાણમાં કામ કરતો હતો. અમે મળ્યા અને તેને લાગ્યું કે મારું તેના વર્ગની બહાર દેખાવું તે એક ચાલાક વસ્તુ હતી.

મનની સ્વસ્થતા એ ડહાપણનું એક સુંદર રત્ન છે. તે લાંબા અને ધૈર્યપૂર્વકના આત્મનિયંત્રણનો બદલો છે.

મેં તે હસ્તપ્રત વાંચી છે. તે હકીકતમાં હું લખી શકું તેના કરતાં ઘણા વધારે સારાં, પ્રભાવશાળી અંગ્રેજીથી ભરેલી છે; પરંતુ, *તેમાં આત્માનો અભાવ છે* ! તે ધ્યાન આપવા યોગ્ય વિચાર ધરાવતી નથી. તે બગડેલા બીયરના ગ્લાસ જેવી છે, જેનામાં કોઈ "કીક" નથી !

આ લખાણની પાછળના માણસે નિસરણીમાં નીચેથી શરૂ નથી કર્યું. કોલસાની ખાણનો થોડોક અનુભવ, જેના વડે તે મને પરેશાન કરવા ઈચ્છતો હતો તે કદાચ તેને માટે સારો નિવડ્યો હોત; મને ખબર નથી ! કોઈ પણ દરે, હું એટલું જાણું છું કે તળિયેથી શરૂ કરનારને તે ક્યારેય નુકસાન કરતું નથી. હકીકતમાં હું માનું છું કે તે શરૂ કરવા માટેનું એક માત્ર સુરક્ષિત સ્થાન છે. માટે જ હું કહું છું કે "તમારી નજર ઓકલાહામાના લોટોનના જે.હાલે એડવર્ડસ પર રાખો, કારણ કે તે *તળિયેથી શરૂ કરવા ઈચ્છુક છે* !"

આખા ઈતિહાસમાં સૌથી નોંધપાત્ર યુગ

જેઓ વર્તમાનયુગમાં જીવે છે તેમણે પોતાને ભાગ્યશાળી ગણવા જોઈએ, કારણ કે આખા ઈતિહાસનો આ સૌથી પ્રગતિકારક તથા સૌથી રસપ્રદ યુગ છે.

આ લેખકના પાછલા ત્રીસ વર્ષના અનુભવ દરમિયાન માણસને કેટલો સમૃદ્ધ વારસો મળ્યો છે.

આપણે વાહનો, એરોપ્લેન, ટેલિફોન, વાયરલેસ ટેલીગ્રાફી, સબમરીન (જેની દરિયાની નીચેથી ઓર્સ, ઇંધણ તથા અન્ય કુદરતી સ્ત્રોતો બહાર કાઢવાની ક્ષમતાઓ સાથે), એક્સરે, ટાઈપરાઈટર તથા અન્ય ઉપયોગી સંશોધનોનો જન્મ થતો જોયો છે, જે માણસને બ્રહ્માંડના બળોને સમજાવવામાં તથા તેનો ઉપયોગ કરવામાં મદદ કરે છે.

પરંતુ આ બધી જ યાંત્રિક રચનાઓ કરતાં પણ માનવ મગજ તથા તેની શક્યતાઓની શોધ ઘણી વધારે અદ્ભુત છે. આપણે ડર, ચિંતા, નિરાશા તથા સૌથી ખરાબ એવી નકારાત્મક માનસિક સ્થિતીઓ, અંધશ્રધ્ધામાંથી બહાર આવવાનું શરૂ કરી દીધું છે. આપણે એ શોધ્યું છે કે "કશું જ ઘણું સારું કે ખરાબ નથી, પરંતુ વિચારો તેને તેવું બનાવે છે."

માનવ જાત હવે માનવ મગજ સાથે પ્રયોગો કરે છે બધી મહાન શોધોમાં પ્રથમ પ્રયોગો વડે અને પછી અનુભવ તથા મહાવરા વડે ઉઘાડ થતો આવે છે. થોડા જ વખતમાં આપણે માનવ મગજ કહેવાતાં અદ્ભુત યંત્ર વિશે ઘણું બધું સમજશું; ત્યાર પછી આપણે રોગ, ધિક્કાર, માનવજાત વચ્ચે અસંમતિ તથા માનવતાની ડોક પર ઝૂલતાં અન્ય ઘંટીનાં પડની દોરીઓને દૂર કરવા તરફ આપણા પછીનાં મોટાં પગલાં લેશું.

આપણામાંના જે લોકો પાસે હજી આગળ પચાસ જેટલાં સક્રિય વર્ષો છે તેમણે પાછલાં પચાસ વર્ષોમાં જોઈ છે તેના કરતાં ઘણી વધારે સિદ્ધિઓ જોવા માટે તૈયાર રહેવાનું છે જ્યારે માનવ મગજ પોતાની જાતને પ્રગટ કરવાનું, ખૂલ્લું કરવાનું શરૂ કર્યું છે ત્યારે આ પૃથ્વી પર વસ્તુઓ બનવાનું શરૂ થશે.

વિશ્વયુદ્ધ પૂરું થયું હોવાથી આપણે જે નવા યુગમાં પ્રવેશી રહ્યા છીએ, તેને યોગ્ય રીતે માનસિક શોધની ઘટમાળ કહી શકાય. યુદ્ધની સાથે સાથે હમણાં જ જે યુગ પૂરો થયો તેને યાંત્રિક અથવા ભૌતિક શોધની ઘટમાળ કહી શકાય.

ઉત્ક્રાંતિ ઘટમાળમાં કાર્ય કરે છે ! આપણી પાસે ભૌતિક વિકાસનો

સમયગાળો છે અને તેમાંથી આ માનસિક વિકાસનો સમયગાળો આવે છે. વિકાસનાં આ આવર્તનો અથવા સમયગાળાની શરૂઆતમાં આપણે આપણા નિયમન માટે મુકાયેલ સાધનોનો ઉપયોગ, મોટેભાગે વિધ્વંસક રીતે કરીને, મૂર્ખપણે કરીએ છીએ. જેવી રીતે પહેલાં સબમરીનનો ઉપયોગ મૃત્યુના પુરોગામી તરીકે કરાતો હતો અને પાછળથી જેનો ઉપયોગ સંશોધન તથા પ્રગતિનાં સાધન તરીકે થવાનો છે, તેવી જ રીતે આપણી પાસે ઓઈજા બોર્ડસ તથા અન્ય બનાવટી યાંત્રિક સાધનો હશે જેના દ્વારા માનસિક વિકાસના આ નવા ઘટનાક્રમની શરૂઆત દરમિયાન વિધ્વંસક ઉપયોગ માટેની મહાન અજ્ઞાત, વણખેડાયેલ માનસિક ઘટનાની માત્રાના મોટાભાગને અટકાવી શકાય.

સફળતાનો માર્ગ એ સંઘર્ષનો માર્ગ છે. તમે જે વસ્તુ પ્રાપ્ત કરો અથવા તમે જે હોદ્દો મેળવો તે જો સંઘર્ષ વગર આવ્યો હોય તો એ વાતની ખાતરી રાખજો કે તે કાયમી નહીં હોય. પેલા એક વૃક્ષ અને વેલને યાદ કરો. એક ને ઊગતાં દાયકાઓ થાય છે જ્યારે બીજું તેની ઋતુ હોય ત્યારે જ ઊગે છે.

આ વસ્તુને આપણને જરા પણ વ્યથિત ન કરવા દો ! આપણે ખરેખર માનવ મગજની શક્યતાઓનો અભ્યાસ કરવાનું શરૂ કરી જ દીધું છે એ હકીકત એક ઉત્સાહપ્રેરક બાબત છે. આપણી પાસે હંમેશાં હતા તેમજ આ અભ્યાસમાં પણ બનાવટ કરનારાઓ છે; એ વ્યક્તિ જે માનવતાનાં ભોળપણનો શિકાર કરવાની તકને ઝડપી લેશે; પરંતુ ક્રમશઃ આ પણ પસાર થઈ જશે અને સત્ય તેનાં પોતાનાં સૌંદર્યથી ઝળહળી ઉઠશે. જે તેનો પોતાની અંગત પ્રાપ્તિ માટે તેનો ઉપયોગ અટકાવનાર વડે તેના પર મુકાયેલ કાપકુપ તથા સજાવટથી મુક્ત હશે.

આપણી પાસે સર ઓલીવર લોજ તથા આર્થર કોનન ડોયલ હશે, પરંતુ તેઓ આપણને જરા પણ કનડવા ન જોઈએ. આ માણસોને નફા માટે નવલકથાઓ વેચવી તે પોતાનો વિશેષાધિકાર લાગે છે. તેણે આ પ્રકારની સામગ્રી - તેની શેરલોક હોમ્સ ડીટેક્ટીવ વાર્તાઓ વગેરે - રજુ કરવામાં જેટલા વર્ષો ગાળ્યાં છે તે ધ્યાનમાં લેતાં આપણે કોનન ડોયલ જેવો માણસ તેનાં યુદ્ધની કલ્પનાનાં ક્ષેત્રની બહારનું કશુંક ઉત્પાદિત કરી શકે તેવી આશા ભાગ્યે જ રાખી શકીએ. આ વાર્તાઓ રજુ કરવામાં તેનું મગજ વાસ્તવિકતાનાં ક્ષેત્રમાં નહીં, પરંતુ કલ્પનાનાં વાતાવરણમાં જીવવા માટે તાલીમ પામેલું હતું.

જેવી રીતે એક માણસ વારંવાર ખોટું બોલવા લાગે છે અને છેવટે તેને જ સાચું માનવા લાગે છે, તેવી જ રીતે જેઓ કલ્પનાનાં વિશ્વમાં જ રહે છે તેવા આ માણસો છેવટે તેઓ જે વાતાવરણમાં રહ્યા છે તેમાંથી વણાયેલ તેમના પોતાના જ કોશેટામાં માનવા લાગે છે.

આને માટે આપણે તેમને દોષ ન દઈ શકીએ, સિવાય કે જ્યાં સુધી તેના તાણાવાણા ભોળાં મગજને તેની હાનિકારકતા સુધી ગેરમાર્ગે દોરે, જે તેને અસમતોલ થવાનું કારણ બને.

અંતમાં સત્ય આવી વસ્તુઓને અશક્ય બનાવશે. આપણે માનવ મગજની શક્યતાઓ વિશે વધારે જાણશું, અને ભલે મને ખાતરી નથી, છતાં, મને દઢપણે શંકા છે કે જ્યારે આપણે આ લાઈનમાં આપણા પ્રયોગો તથા શોધખોળના તળિયા સુધી ગયા છીએ ત્યારે ત્યારે આપણે જોયું કે જો આપણે પોતાને માટે કંઈ ન કરી શકીએ તો આ પૃથ્વી પર બીજું કોઈ આપણે માટે કંઈ જ ન કરી શકે. મને શંકા છે કે આપણા પોતાનાં મગજની અંદર જે પ્રમાદ પડેલો છે તે જ એ બધી જ શક્યતાઓ છે જે આપણે અન્યોનાં મગજમાં જોઈ શકીએ છીએ. મને શંકા છે કે આપણે આપણાં મગજમાં એ બધી જ શક્તિઓ જોઈ શકશું જેનો ઉપયોગ કેવી રીતે કરવો તે આપણે જાણશું; એ બધી જ શક્તિઓ જેની આપણને જીવનમાં જરૂર છે.

આકર્ષણનો શાશ્વત નિયમ

કેટલાક વાલીઓ ફરિયાદ કરે છે કે તેમના પુત્ર-પુત્રીઓ ઘરથી દૂર રહેવાનું વલણ દર્શાવીને તેમને ચિંતા કરાવે છે. ખેડૂતો ફરિયાદ કરે છે કે તેમનાં બાળકો શહેરથી આકર્ષાય છે.

ઉપાય સાદો છે. ઘરને બહારનાં સ્થળો કરતાં વધુ આકર્ષક બનાવો એટલે બાળકો તેનાથી દૂર ભાગી જવા નહીં ઈચ્છે. વધારે પડતા "આમ ન કરો" છોકરાઓ તથા છોકરીઓ માટે બહાર સંગત ઈચ્છવાનું કારણ બનશે અને ક્રમશઃ તેઓ ઘરનાં બંધનથી દૂર થતા જશે. જો બાળકોને સંગીત જોઈતું હોય, તો તેમને તે મળવા દો. જો તેઓ નૃત્ય કરવા માગતા હોય, તો તેમ કરવા માટે તેમને પ્રોત્સાહન આપો. કઈ વસ્તુ તેમને ઘરથી દૂર રહેવા માટે આકર્ષે છે તે શોધી કાઢો અને પછી તેમને માટેનાં તે આકર્ષણ વડે તેમને ઘરમાં પકડી રાખો.

સ્વાભાવિક રીતે અંકુશ એક વ્યક્તિને બંધનો તોડવા તથા દૂર જવા ઈચ્છતા

કરે છે, ભલે તે અંકુશનો પ્રકાર ગમે તે હોય. માનવ મન તેના પર બળપૂર્વક જે કાંઈ પણ થોપી દેવામાં આવે તે બધા સામે જોરશોરથી બળવો પોકારે છે. તમે આકર્ષણના નિયમ દ્વારા લોકો પાસે કામ કરાવી શકો છો - બળના નિયમ દ્વારા નહીં.

દેવળો - તેમાંનાં કેટલાંક તો ખરાં જ - હોવાં જોઈએ તેટલાં ભરેલાં હોતાં નથી. પાદરીઓ ફરિયાદ, આજીજી કરશે તથા ફરજ પાડશે, પરંતુ તેઓ જેટલું વધારે આ મુજબ કરશે તેટલાં તેમનાં દેવળો વધારે ખાલી રહેશે. લોકો ત્યારે જ દેવળમાં જશે જ્યારે તેમને ત્યાં આકર્ષણ થશે. દેવળોમાં કાર્યક્રમોને હરતાંફરતાં મુવીઝ જેવા આકર્ષક બનાવો, તો થીયેટરો રવિવારની રાત્રે બંધ કરવા પડશે.

લોકો પીક્ચર જેવા જાય છે કારણ કે તેના માલિકો માનવમનને શું જોઈએ છે તેનો અભ્યાસ કરે છે *અને પછી તે આપે છે* ! કોઈ પણ કાર્યમાં આમ કરવાનો બદલો મળે છે. લોકો ઇચ્છે છે તે મનોરંજન પૂરું પાડવું અથવા તેવી સેવા આપવા જેટલું નફાકારક બીજું કંઈ જ નથી !

કેટલાંક બાળકો વગર રજાએ શાળામાં ગેરહાજર રહે છે અને શાળાની બહાર રહે છે, જ્યારે અન્ય બાળકો જ્યારે તેઓ શાળાના વર્ગમાં હોય ત્યારે ત્યાં શું ચાલી રહ્યું છે તેમાં કોઈ ખાસ રસ દાખવતાં નથી. ઉપાય સાદો છે ! શિક્ષણપ્રથાને રસપ્રદ બનાવો. તેને મનોરંજક અને સાથે સાથે સૂચનાત્મક બનાવો અને ત્યારે તમે છોકરાઓ તથા છોકરીઓને શાળાના વર્ગ તરફ આકર્ષી શકશો. તેઓ વધુ ઉંડો રસ દાખવશે અને જે ચાલે છે તેને વધુ લાંબો સમય યાદ રાખશે.

ભૂલો તથા નિષ્ફળતાઓને સમજાવવાનું હંમેશાં જરૂરી હોય છે, પરંતુ સફળતા પોતે જ પોતાને વર્ણવે છે, આથી તમારો સમય સફળતા ઘડવામાં સમર્પિત કરો તો તમારે એક “એલીબી” ઊભી કરવી નહીં પડે.

કેટલાક પતિઓ તેમને તક મળે ત્યારે તેમની પત્નીઓથી દૂર રહે છે, જ્યારે બીજા કેટલાક ઇરાદાપૂર્વક તેમ કરવાની તક ઊભી કરે છે. પત્નીઓને આ આકર્ષણનો નિયમ શીખવામાં કેટલો સમય લાગશે, જેથી તેઓ લગ્ન પહેલાં કરતી હતી તેમજ તેમના પતિઓને પકડી રાખી શકે. થોડીક પત્નીઓ આ નિયમને સમજે છે, પોતાની જાતને આકર્ષક બનાવે છે અને તેમના પતિઓને પકડી રાખવામાં કોઈ મુશ્કેલી અનુભવતી નથી, પરંતુ મોટાભાગની પત્નીઓએ આ શોધ કરી નથી.

વધુ પ્રગતિશીલ પ્રકારના એમ્પ્લોયર્સે આ નિયમ જાણી લીધો છે અને તેમની કાર્યશાળાઓને ખુશનુમા સ્થળ બનાવીને તેનો વ્યવહારુ ઉપયોગ કરી રહ્યા છે. શિકાગો સ્ટોકયાર્ડસના મોટાં પેકીંગ હાઉસમાં, પેકર્સ ખુશનુમા વાતાવરણનું મુલ્ય સમજ્યા છે. મહિલા કર્મચારીઓ માટે સુંદર વિરામસ્થાનો પૂરાં પાડવામાં આવ્યાં છે. સંગીત સાથે નૃત્યરૂમો પૂરા પડાયા છે અને બધી વસ્તુ આકર્ષક તથા આમંત્રણ આપતી બનાવાઈ છે.

એ માત્ર સમયનો જ સવાલ છે કે જ્યાં સુધીમાં એમ્પ્લોયર્સ સામાન્ય રીતે તેમનાં વર્કીંગ ક્વાર્ટર્સ ઓછામાં ઓછાં એટલા આકર્ષક તો બનાવશે જ જેટલાં તેઓ તેમનાં ઢોરઢાંખર માટે પૂરા પાડે છે. ઓછામાં ઓછા જે વધુ પ્રગતિશીલ છે તે ખેડૂતો તથા દૂધઉત્પાદકો શીખવા માંડ્યા છે કે, ગાયની ગમાણોને સૂકી તથા આનંદદાયક બનાવવી તે રૂપિયા, આના, પાઈમાં વળતર આપે છે. તે આ પ્રકારનાં વાતાવરણમાં વધારે દૂધ આપશે.

ઔદ્યોગિક ઈજનેરોનો બુદ્ધિપૂર્વકના સહકારનો આભાર કે હવેના દિવસોમાં, એમ્પ્લોયર્સ જમવાની રીસેસમાં સંગીત પૂરું પાડવાનું, કર્મચારી જ્યાં પણ નજર નાખે ત્યાં આકર્ષક સૂત્રો તથા સકારાત્મક સંદેશવાળું દીવાલ પરનાં લખાણનું તથા જ્યારે સ્વાભાવિક રીતે કર્મચારીનો રસ ઘટવા લાગ્યો હોય છે તેવી મધ્ય સવાર તથા મધ્ય બપોરે હળવો નાસ્તો પૂરો પાડવાનું આર્થિક મુલ્ય સમજશે.

આ ગરમીના દિવસો દરમિયાન, પાંચ રૂપિયાની કિંમતનો બરફ, પાંચ રૂપિયાનાં લીંબુ અને બાદલી ભરીને પાણી - જે મફત છે - અને થોડીક ખાંડ, નું લીંબુ શરબત બનાવીને દરેક કર્મચારીને પહોંચાડવું તે એક એમ્પ્લોયર કરી શકે તેવું સરસ રોકાણ છે. આ પ્રોજેક્ટમાં ખાસ કરીને આ લાંબી, ગરમ બપોર દરમિયાન દર કલાકે કે એમ માણસો વચ્ચે આ બાલદી ફેરવવા માટે એક છોકરાની સેવા લઈ શકાય.

સૌથી બુદ્ધિ વગરના પ્રકારનો એમ્પ્લોયર પણ તેના ઘોડાઓને બરાબર પાણી પવાય તે જુએ છે, તો પછી તેનાં કારખાનામાં માનવ ઊર્જા, જે તેના ઘોડાની શક્તિ કરતાં ઘણી વધુ મહત્વની છે - સાથે વ્યવહાર કરતી વખતે આ જ બુદ્ધિનો ઉપયોગ શા માટે ન કરવો ?

એક ફીચર ફિલ્મ બનાવનાર (અથવા કોઈ બીજા ઊર્જાવાન યાન્કી, જે આના વિશે સાંભળે ત્યારે કોઈ સારો વિચાર જાણે છે) વફાદારીનો બદલો,

મહેનતુ પ્રયાસના ફાયદા, પહેલ કરવાનું મુલ્ય વગેરે પર ટૂંકી મૂવી ફિલ્મની એક શ્રેણી બનાવે અને મધ્ય બપોરે પંદર મિનિટની રીસેસ દરમિયાન તે દેખાડે, તે વિચાર ખરાબ નથી. જેઓ આ આઈડિયાનો ઉપયોગ કરશે તે બધા જ આ મનોરંજન દરમિયાન કોઈક પ્રકારનું સંગીત પણ પૂરું પાડશે. સંગીતની પસંદગી કરવામાં ને એટલી કાળજી રાખશે કે તે પ્રેરણાત્મક હોય અને જે માણસને તે સંગીતના લયમાં સીટી વગાડતો અથવા ગણગણતો તેનાં કામ પર પાછો મોકલે. એ લય બાકીનો દિવસ તે કર્મચારીઓ સાથે રહેશે અને તેઓ રીસેસ દરમિયાન જે પંદર કે વીસ મિનિટ ગુમાવી છે તેનું સાટું વાળવા માટે કામ કરશે.

વર્કશૉપને આકર્ષક બનાવો. આકર્ષણના આ મહાન નિયમને સમજો અને તેને તમારા વેપાર, વ્યવસાય અથવા ઘરના મામલામાં લાગુ કરો.

જ્યારે પણ તમે કંઈક કરવા માટે કોઈ બીજી વ્યક્તિ મેળવો, કારણ કે તે તે કામ કરવા માગે છે, તમે તમારી જાતને આ નિયમ ઉપલબ્ધ કરાવો છો. આ ખરેખર કોઈ પણ વ્યક્તિની પાસે કાંઈ પણ કરાવવાની શ્રેષ્ઠ રીત છે, કારણ કે આ નિયમના પ્રત્યાઘાતમાં સેવા આપનારને ક્યારેય અદેખાઈ કે પસ્તાવો થતાં નથી.

એક સ્ત્રી તેના પતિની તેને ટેકો ન આપવા બદલ ધરપકડ કરાવી શકે અથવા ફરજ પડાવી શકે, પરંતુ તેને આકર્ષવો તે વધુ સારી રીત છે, જેથી તે દબાણ વગર તેમ કરવા ઈચ્છશે.

આ જ વસ્તુ ઘરથી દૂર થવા તરફનું વલણ દર્શાવનાર બાળકોને પણ લાગુ પડે છે. ઘરમાં ક્યાંક કશુંક ખોટું છે જે બાળકોને આકર્ષતું કે પકડી રાખતું નથી. ખરું, આ "કંઈક" બાળકો પોતે પણ હોઈ શકે, પરંતુ જો આપણા વિશ્લેષણમાં આપણે ઉંડા ઉતરીએ તો, મને શંકા છે કે દોષ વાલીઓનો છે.

જ્યારે એક છોકરો અથવા છોકરી "ખરાબ" છે અને બીજા "રખડુ" છોકરાઓ તથા છોકરીઓ સાથે નાચેકુદે છે ત્યારે તેમના વિશે આવું કહેવાતું સાંભળવાનું આપણને વાલીઓને ગમતું નથી, પરંતુ જો આપણે હિંમતપૂર્વક તે સંગીતનો સામનો કરશું તો આપણે તે વાતનાં સત્યને કબુલવું જ પડશે.

વ્યાવસાયિક અને ઑફિસની પંચાત માટે બધાને ગોપનીયતાના શપથ લેવડાવે છે, પરંતુ એક મિત્ર હોવાના ઓઠાં હેઠળ એવા માણસના ચારિત્ર્ય તથા આબરુ અને ભવિષ્ય વિશેની વાત કહી દેવાય છે, જેને બરબાદ કરવાની તેની હૃદયપૂર્વકની

ઈચ્છા હોય છે.

–બર્નાર્ડ મેડોર

માર્ક ટ્વેઈનનાં પ્રખ્યાત પાત્ર ટોમ સોયરને આ વાતની યોગ્ય "માહિતી" હતી. તેને પહોળી વાડને રંગ કરવાના કામે લગાડાયો હતો તે હકીકતનો શોક કરવાને બદલે, તેણે આડોશપાડોશના છોકરાઓ પાસે કામને એટલું "આકર્ષક" દેખાડ્યું, કે તે કામ તેણે તેમની પાસે *અમુક ચોરસફૂટ રંગ કરવા દેવાનો લાભ આપવાના બદલામાં ઘણાં બધાં ગ્રીન એપલ લઈને* કરાવી લીધું.

તમે તમારા છોકરા પર "સજા" તરીકે જે કાંઈ પણ લાદશો તે તેને કપરું લાગશે, અને તે તેમાંથી બહાર નીકળી જવા ઇચ્છશે, ભલે પછી તે જ કામ જુદા દૃષ્ટિબિંદુથી રજુ કરાયું હોત તો આકર્ષક લાગી શકત.

થોડા શબ્દોમાં કહીએ તો, આ વિધાન વડે ખૂબ નક્કર રીતે અભિવ્યક્ત કરી શકાય કે માણસોને કંઈ પણ કરવા માટે આકર્ષાવું ગમે છે અને ફરજ પડાવાને તેઓ ધિક્કારે છે.

નાણા ઉઘરાવનારાઓ આ નિયમ વિશે કંઈક શીખવા માટે બનતો પ્રયાસ કરશે; ખાસ કરીને એ લોકો જેમનું કામ "જજમેન્ટપ્રૂફ" છે તેવા લોકો પાસેથી ઉઘરાણી કરવાનું છે, અને જેમને પૈસા ચૂકવવાનું દબાણ કરી શકાય તેમ નથી. અહીં ઉપાય તેમને ચૂકવવાની ઈચ્છા થાય તે રીતે "આકર્ષવા" તે છે.

જ્યારે તમે આકર્ષણનો આ મહાન નિયમ લાગુ કરતાં શીખી લેશો, ત્યારે ભલે તમે ગમે તે વસ્તુ વેચતા હો, તમે એક સક્ષમ સેલ્સમેન બનશો, કારણ કે તમે સમજાવટની વિરલ કળા શીખ્યા છો - ગ્રાહકના સ્વ-હીતના હેતુને અપીલ કરીને, તે વસ્તુની આકર્ષક બાજુ દેખાડીને વ્યક્તિ પાસે કોઈ કામ કરવી લેવાની કળા.

આ બધી જ વૈજ્ઞાનિક સેલ્સમેનશીપના તાણા અને વાણા છે, પછી ભલે વ્યક્તિ તેની અંગત સેવા વેચતો હોય, માલસામાન વેચતો હોય, વ્યાસપીઠમાં વ્યાવસાયિક સેવા વેચતો હોય, કે પછી ભાવિ પત્ની પાસે પોતાની જાતને વેચતો હોય.

જો તમારી કાર્ય પ્રણાલી સમજાવટને બદલે દબાણનો ઉપયોગ કરવાની છે, તો તમે ખોટા માર્ગ પર છો અને તમે જેટલો જલદી આ માર્ગ બદલશો તેટલું તમે વધુ સારું કરી શકશો. એક માણસને એક કામ કરતો કરવાની બે રીત છે. એક છે બળજબરી, દબાણ તથા શક્તિ પ્રયોગ દ્વારા; અને બીજી છે આકર્ષણના

નિયમ દ્વારા. જો તમે આ બે પદ્ધતિઓ વચ્ચેનો તફાવત હમણાં ન સમજો તો આ અગ્રલેખમાંની બીજી કોઈ વસ્તુ કદાચ તમને કોઈ સહાય ન કરી શકે.

તા.ક. - આ એક પછીથી આવેલ વિચાર છે. તે ખરેખર શ્રીમતી હિલ વડે સૂચવાયો હતો, જે મારા અંગ્રેજી ટીકાકાર છે અને ઘણા બધા વિચારો આપે છે જે આ અગ્રલેખોમાં તેમનો માર્ગ શોધી લે છે. તેણે સૂચવ્યું છે કે હું એમ્પ્લોયર્સને યાદ અપાવું કે વર્કશૉપ્સને વધુ આકર્ષક બનાવવાના માર્ગો તથા રીતો ધ્યાનમાં લેવા માટે સમયાંતરે તેણે તેના માણસો સાથે મળતા રહેવું જોઈએ તથા લેબર કાઉન્સીલ (શ્રમ સમિતિ)માં બેસવું તે એક સારો વિચાર છે. તેણી માને છે કે મુશ્કેલીઓ ઊભી થાય તે પહેલાં જ તેને થાળે પાડવાની આ એક ઘણી જ સારી રીત છે.

માણસો કોઈ પણ રીતે વ્યવસ્થા કરી જ લેવાના છે. તેઓ તેમના મધ્યભાગમાં સૌથી પ્રભુત્વ ધરાવતી વ્યક્તિને સાંભળવાના છે. જે મજૂર નેતા તેના સાથીઓ સાથે પ્રમાણિક નથી અને જે તેમનું લોહી વહેવડાવે છે અને ઘણી ઘટનાઓમાં તેમને કુમાર્ગે દોરી જાય છે તેને હરાવવાની રીત છે જે વધુ આકર્ષક "છટકું" લટકાવી રાખશે તેવા તમારા પોતાના નેતા સાથે તમારા માણસોની બરાબર વચ્ચે જાવ.

ખાસ ખરાબ વિચાર નથી, ખાસ કરીને એક સ્ત્રી માટે !

અને આ મને એ અસર માટે થોડા શબ્દો ઉમેરવાનું યાદ અપાવે છે કે ઘણી ઘટનાઓમાં એમ્પ્લોયર્સ તેના કામગારોની વફાદારીમાં ઊંચાં મન થઈ જવા માટે સીધા જવાબદાર હોય છે કારણ કે તેઓ તેને દોરવા માટે કોઈ પ્રયાસ કરતા નથી. માણસો પાસે આગેવાનો હોય છે. જો માણસો પોતે આ ન શોધી કાઢે તો *આગેવાનો શોધો છે !* નેતા કોણ છે, તે કેવા પ્રકારનો માણસ છે, તે પ્રમાણિક છે કે અપ્રમાણિક, તેના અનુયાયીઓ માટે યોગ્ય કામ કરે છે કે તેમનું શોષણ કરે છે તેનાથી એમ્પ્લોયરને ઘણો ફરક પડે છે. તેનાથી માણસોને પોતાને પણ ઘણો ફરક પડે છે.

કેટલાક સમુદાયોમાં મુખ્ય ધ્યાનભંગ કરનારી બાબત છે ડંખતી ઘોડાની નાળ અને એક પડોશી અથવા પ્રસંગોપાત આવતા મુલાકાતીનું પાછલું જીવન તથા તેમની ભૂલો તરફ નજર કરવી.

મને શંકા છે કે જે એમ્પ્લોયર તટસ્થવૃત્તિને કારણે અથવા બેકાળજીથી

બહારના નેતાને આવવાની તથા તેના માણસોની વફાદારીને તેનાથી દૂર આકર્ષવાની છૂટ આપે છે, તે પોતે બદલામાં જે મેળવે છે તેનાથી વધારેને માટે લાયક નથી.

જ્યારે માણસો હડતાળ પર જાય છે, વિવેકહીન બને છે, એમ્પ્લોયર વડે નફામાં ન રળાયેલાં વેતનની માગ કરે છે, અને તેઓ જે ક્યારેક જ કરે છે તેવી બીજી તેટલી જ અશક્ય બાબતો કરે છે ત્યારે તે માત્ર એક અકસ્માત જ નથી હોતો. એ એમ્પ્લોયરનાં કામનો ભાગ છે, અને હોવો પણ જોઈએ, કે તે વેતન ચૂકવવા માટે તેના વેપારની ક્ષમતા વિશે તેના માણસોને માહિતગાર રાખે. અને એ પણ માત્ર અકસ્માત નથી કે નોકરીની કેટલીક જગ્યાઓએ આપણને એવા માણસો જોવા મળે છે જેઓ ખુશ, સંતુષ્ટ, મહેનતુ તથા વફાદાર હોય છે ! હા એવી સંસ્થાઓ, તંત્રો હોય છે અને જો એમ્પ્લોયર્સ આ આકર્ષણના નિયમનો જરા બારીકાઈથી અભ્યાસ કરશે તો એવાં બીજાં ઘણાં તંત્રો ઊભાં થઈ શકે છે.

માનવ મગજ "ફરજીયાત" નિયંત્રણ સહન નહીં કરે.

એક વૃક્ષની કાંટ છાંટ કરો અને તમે તેનાં થડ તથા મૂળને મજબૂત બનાવશો. સાંભળવાની ઇન્દ્રિયનો નાશ કરો અને અન્ય ચાર ઇન્દ્રિયો, અથવા તેમાંની કેટલીક અનુવર્તીપણે વધશે. વળતરનો નિયમ એ વાતનું ધ્યાન રાખે છે કે કશાને નાશ ન કરાય.

તમે એક વૃક્ષને બાળી નાખી શકો, પરંતુ જે વસ્તુ તેને બનાવે છે તેનો નાશ ન કરી શકો. તેનાં તત્વો પાછાં તેના મૂળસ્ત્રોતમાં ચાલ્યાં જશે. તમે પાણીને વરાળમાં ફેરવી શકો, પરંતુ તેનો નાશ ન કરી શકો. સમય આવ્યે તે પાછી પોતાની મૂળ અવસ્થામાં ચાલી જાય છે.

માનવ મગજનું પણ એવું જ છે. તેને તેની કેટલીક પ્રવૃત્તિઓમાં દબાવી શકાય છે તથા નિયંત્રિત કરી શકાય છે, પરંતુ અનુવર્તી રીતે બીજી દિશાઓ વધુ મજબૂત બનશે.

માનવમનની ઇચ્છાથી વિરુદ્ધ, તેના પર જે કાંઈ પણ લાદવામાં આવે છે, તે એ મગજને તેની ઊર્જા માટે બીજું દ્વાર શોધવાનો પ્રયત્ન કરવાનું કામ શરૂ કરાવે છે. આ એવો સિધ્ધાંત છે, જે યાદ રાખવા માટે નિયમ ઘડનારાઓ મહેનત કરશે. રાજાઓ, ઝાર અને કૈસરોની આવન-જાવન તે આ કાર્યરત સિધ્ધાંતનું આધુનિકતમ પ્રગટીકરણ છે.

૧૮૭૦ના ઈમ્પીરીયલ જર્મન ક્રીમીનલ કોડ પર *બીસ્માર્ક* તથા વીલીયમ ૧લો એ સહી કરી હતી. નીચે ટાંકવામાં આવેલ ઉશ્કેરણી કરનાર વિધાનો બિસ્માર્ક વડે ખૂબ જ કડકાઈથી વર્તમાનપત્રો, શ્રમિકોની સંસ્થાઓ તથા સમાજવાદી વ્યક્તિઓ વિરુદ્ધ અમલમાં મૂકાયાં હતાં. પરિણામ અનપેક્ષિત હતું. સમાજવાદી પક્ષ જર્મનીમાં સૌથી મોટો પક્ષ બન્યો અને તે વખતના સરકારના પ્રકાર તરફ એટલી બધી દેશભક્તિ ભરેલી વફાદારી તથા સમર્પિતતા ઊભી કરાઈ કે ઘોડાનું સાજ બનાવનાર અત્યારે જર્મન રીપબ્લીકનો પ્રમુખ છે અને કૈસર વીલીયમ બીજો હોલેન્ડમાં પવનચક્કીનો અભ્યાસ કરે છે.

ઈમ્પીરીયલ જર્મન ક્રીમીનલ કોડમાંથી પરિછેદ - ઉચ્ચ રાજદ્રોહ અને રાજદ્રોહ.

પરિચ્છેદ-૮૧. જે કોઈ પણ જર્મન સામ્રાજ્યનાં અથવા ફેડરલ સ્ટેટના અથવા તેનાથી સ્થાપિત થયેલ મુગટના ઉત્તરાધીકારમાં બંધારણમાં ફેરફાર કરવાનું કામ દબાણ હેઠળ હાથમાં લેશે તેના પર ઉચ્ચ રાજદ્રોહનો ગુનો થશે અને તે આજીવન પેનલ ઈન્ટર્નમેન્ટ અથવા મીલીટરી ડીટેન્શનને માટે જવાબદાર હશે. જો સંજોગો સજા ઓછી કરવા લાયક હશે તો સજા મીલીટરી ડીટેન્શન હશે, જે પાંચ વર્ષથી ઓછા સમય માટે નહીં હોય.

પરિચ્છેદ-૮૨. ઈરાદાપૂર્વક કરાયેલ સીધા વલણવાળાં કાર્યને એક ઘોર ખોદવા જેવાં કામ તરીકે ગણવામાં આવશે. જેના વડે ઉચ્ચ રાજદ્રોહનો ગુનો થાય છે.

પરિચ્છેદ-૮૩. જો કેટલાક લોકો એક રાજદ્રોહી કાર્ય કરવા માટે સંમત થયા હોય, પરંતુ જો તેમનું વર્તન પરિચ્છેદ-૮૨ હેઠળના ગુના સુધી પહોંચ્યું ન હોય તો તેઓ ઓછામાં ઓછા પાંચ વર્ષ માટે પેનલ ઈન્ટર્નમેન્ટ અથવા મીલીટરી ડીટેન્શન માટે જવાબદાર રહેશે. જો છૂટછાટ મૂકવા જેવા સંજોગો હશે તો સજા ઓછામાં ઓછા બે વર્ષ માટે મીલીટરી ડીટેન્શનની રહેશે.

પરિચ્છેદ-૮૫. કોઈ પણ વ્યક્તિ જો જાહેરમાં ટોળાંની સામે, અથવા છટાદાર ભાષણ વડે અથવા જાહેર ભીંતપાત્ર વડે અથવા લખાણનાં જાહેર પ્રદર્શન વડે અથવા અન્ય કોઈ પણ રીતે પરિચ્છેદ-૮૨ હેઠળ સજાપાત્ર ગુનો કરવા માટે ઉશ્કેરણી કરશે, તો તે પેનલ ઈન્ટર્નમેન્ટ અથવા મીલીટરી ડીટેન્શન માટે દસ વર્ષથી વધુ સમય માટે નહીં - જવાબદાર રહેશે. જો સંજોગો છૂટછાટ

અપાય તેવા હશે તો એકથી પાંચ વર્ષ માટે મીલીટરી ડીટેન્શનની સજા થશે.

પ્રકરણ - ૨. શાસક રાજકુમારનું અપમાન કરવું.

પરિચ્છેદ-૯૫. કોઈ પણ વ્યક્તિ જે કૈસરનું, તેના શાસક રાજકુમારનું અથવા તેના ફેડરલ સ્ટૅટના વસવાટ દરમિયાન ત્યાંના શાસક રાજકુમારનું અપમાન કરશે તો તે ઓછામાં ઓછી બે મહિનાની જેલ અથવા *બે મહિનાથી લઈને પાંચ વર્ષ* સુધી મીલીટરી ડીટેન્શન માટે જવાબદાર રહેશે.

પરિચ્છેદ-૯૭. કોઈ પણ વ્યક્તિ, જે શાસક ગૃહના સભ્યનું અથવા તેનાં રાજયના રાજકર્તા રાજકુંવરનું અપમાન કરશે તો તે *એક મહિનાથી લઈને ત્રણ વર્ષ સુધી* જેલ અથવા મીલીટરી ડીટેન્શન માટે જવાબદાર રહેશે.

પ્રકરણ - ૩. જાહેર સત્તાધીશોનો વિરોધ.

પરિચ્છેદ-૧૧૦. કોઈ પણ વ્યક્તિ જે જાહેરમાં અથવા થોડાક લોકોની હાજરીમાં અથવા પત્રિકાઓ વહેંચીને, ભીંતપત્રોનાં જાહેર પ્રદર્શન વડે અથવા લખેલ દસ્તાવેજોને જાહેરમાં વહેંચણી કરીને અથવા અન્ય રીતે, જો કાયદાના ભંગ માટે અથવા કોઈ પણ કાયદેસર જાહેરાત અથવા એક સત્તાધીશ વડે કરાયેલ આદેશ ભંગ માટે ઉશ્કેરણી કરશે તો તે વધુમાં વધુ છસો માર્કસના દંડ અથવા વધુમાં વધુ બે વર્ષની જેલ માટે જવાબદાર રહેશે.

પરિચ્છેદ-૧૧૧. કોઈ પણ વ્યક્તિ ઉપર કહેલી રીતે એક સજાપાત્ર કાર્ય કરવા માટે ઉશ્કેરણી કરે છે, જો *એક સજાપાત્ર કાર્ય અથવા તેમાંથી પરિણમતા પ્રયત્ન માટે*, ઉશ્કેરણી કરે છે તો તે એક ઉશ્કેરનાર જેટલો જ સજા માટે જવાબદાર રહેશે. જો *આવું કોઈ પરિણામ નથી આવતું* તો વધુમાં વધુ એક વર્ષનો દંડ રહેશે. જોકે, કોઈ પણ કિસ્સામાં તે સજા કાર્યને પોતાને માટે અપાયેલ સજા કરતાં વધશે નહીં.

તમે, તમે જે શબ્દો બોલો છો, જે સાહિત્ય વાંચો છો, જે વિચારો કરો છો, જે સાથીદારો રાખો છો અને જીંદગીના જે પડાવની તમે મહત્વાકાંક્ષા રાખો છો તેનું એક સંયોજન છો.

એ નોંધવું જોઈએ કે કૈસરની સજાઓ ૧૯૧૯માં અમેરિકન ન્યાયધીશ વડે ફાળવાયેલ જેટલી ગંભીર ન હતી. ખરેખર, શાસ્ત્રોમાં લખાયેલ છે કે જે તલવાર વડે જીવે છે, તે તલવાર વડે જ મૃત્યુ પામશે !

આ જેવી રીતે રાજાઓ, ઝાર્સ તથા કૈસર્સને લાગુ પડે છે, બરાબર તેવી

જ રીતે, વ્યક્તિગત રીતે, તમને તથા મને પણ લાગુ પડે છે. આપણા સાથીદારો સાથેના વ્યવહારમાં અત્યારે આપણે શું છીએ તેનું વિશ્લેષણ કરીને આપણો અંત કેવો હશે તે આપણે ભાખી શકીએ.

આ માત્ર ઉપદેશ નથી ! તમે આ અગાઉ સાંભળ્યું છે, તે સાચું પણ છે, પરંતુ તે તમને લાગુ પડે છે તેવું કદાચ તમે ગંભીરતાપૂર્વક વિચાર્યું નથી. પૂર્વ કૈસરે કદચ આ જ ભૂલ કરી હતી.

"માણસ જેવું વાવશે તેવું જ લણશે."

આ નિયમમાંથી કોઈ રીતે ભાગી છૂટાય તેમ નથી. તે બ્રહ્માંડ જેટલો જ વિસ્તૃત છે. તે પૃથ્વી પરની દરેક વ્યક્તિનું સંચાલન કરે છે. આપણે ક્યારેક મનુષ્ય સર્જિત નિયમોની નજીક જઈ શકીએ છીએ, પરંતુ આ વખતના શાશ્વત નિયમ નજીક તો *ક્યારેય નહીં* !

આ નિયમની પાછળ કદાચ આપણને "તે પ્રમાણિક થવાનો બદલો આપે છે." તેવું કેમ છે તેનું *સાચું કારણ* શોધી શકીએ.

આપણે આ નિયમને પાળીએ છીએ તેવું માનીને કદાચ આપણી પોતાની જાતને મૂર્ખ બનાવીએ શકીએ, અને થોડી વાર માટે એવું દેખાઈ શકે કે આપણે તેને ટાળીએ છીએ, પરંતુ છેવટે તે આપણને ભરડામાં લઈ લે છે અને હિસાબ આપવા દબાણ કરે છે.

એક માણસ માટે થોડીક અપ્રમાણિકતા તથા ખોટું બોલવાનો થોડોક અનુભવ સારો છે. તેઓ તેના પોતાના સાક્ષી તરીકે કામ કરે છે અને તેની પોતાની સાબિતીઓ આપે છે કે તેઓ કામ નહીં કરે.

વરાળ પર નિયંત્રણ એ માનવ જાત માટે એક ઘણી જ સરસ બાબત છે, કારણ કે તેણે માણસનો બોજ હળવો કર્યો છે અને માણસની પ્રગતિમાં સહાય કરી છે, પરંતુ માણસ મન પરનું નિયંત્રણ એ બીજી બાબત છે.

માનવ મગજ પર નિયંત્રણ રાખવાની એક અને એક માત્ર સાચી પધ્ધતિ એ છે જે શિક્ષણની સહાય દ્વારા પોતાના પર લદાયેલ હોય !

માનવ જાતને શિક્ષિત બનાવો; આપણે ધર્મોપદેશોમાં તથા સૂત્રમય સ્વરૂપે જેને રજુ કરીએ છીએ તે આ શાશ્વત સત્યના *'શા માટે'* તથા *પ્રયોજનો* પુરુષો તથા સ્ત્રીઓને શીખવો; "પ્રમાણિક થવાનો શા માટે બદલો મળે છે." તે લોકોને જાણવા દો; શા માટે તે વ્યક્તિના સાથીઓ સાથે સૌમ્ય થવાનો બદલો મળે છે;

શા માટે માનવતાનાં દેખીતાં કાર્યો માનવમન પર વર્ચસ્વ ધરાવતા વિચારોના પ્રકાર જેવાં જ હોય છે તે શીખવો તો માણસો પર નિયંત્રણ કરવાની ઓછી જરૂર પડશે. જેવી રીતે, માનવજાતના વધુ બુદ્ધિશાળી લોકો અત્યારે કરે છે તેમ જ, તેઓ *પોતાની જાતને કેમ નિયંત્રિત કરવી* તે શીખી લેશે.

જો આપણને જાહેર શાળાઓમાં પદ્ધતિસર શીખવવામાં આવે તો એક જ પેઢીમાં માનવજાતનાં સમગ્ર વલણને બદલવા માટેનું પૂરતું જ્ઞાન આ સામયિકના ૧૯૧૮માં થયેલા જન્મથી જ તેનાં પાનાઓમાં આપવામાં આવ્યું છે. માર્ચ ૧૯૨૦ના અંકમાં "ધ ગ્રેટ મેજીક લેડર ટુ સક્સેસ"માં પૂરતી સૂચનાઓ એક જ પેઢીમાં માણસનું માણસ તરફનું વલણ બદલવા માટે અપાઈ છે, કારાવાસો તથા સુધારણા ગૃહ ઉખેડી નાખી શકાય અથવા જેઓ આ સિધ્ધાંતના અજ્ઞાનમાં ઉછર્યા છે તેમની સારવાર માટેનાં આશ્રયસ્થાનમાં ફેરવી શકાય.

આ આપણે પોતાને આપતા હોઈએ તેવો માત્ર ગુલદસ્તો નથી. આ શક્યતાનું એક રૂઢિચૂસ્ત વિધાન છે અને આપણે શરમ સાથે તે કબૂલ કરીએ છીએ.

નિશાની - ૧૪

સહિષ્ણુતા

સફળતાના માર્ગ પરની ચૌદમી નિશાની છે *સહિષ્ણુતા.*

એવી ત્રણ શક્તિઓ છે જેને જો યોગ્ય રીતે ગોઠવાય તો તે એક જ પેઢીમાં દુનિયાના બધા જ રિવાજો બદલી નાખી શકે !

જો એક મહાન નેતા તથા વ્યવસ્થાપક ઊભો થાય અને આ ત્રણ બળોનું સંગઠન બનાવે અને જો તેમને સંવાદિતામાં કામે લગાડવામાં સફળ થાય, તો યુદ્ધોને હંમેશ માટે દૂર કરી શકાય અને માણસોને તેમના વ્યક્તિગત હિતોને માનવજાતનાં ભલાં માટે છોડવાનું શીખવી શકાય, અને આ બધું જ આ લેખકના સમયની અંદર જ બની શકે.

જો આપણને ક્યારેય સફળ લીગ ઑફ નેશન્સ જોઈતું હોય તે તેને આ ત્રણ મહાન બળો વડે તથા દ્વારા જ સર્જવું જોઈએ, અન્યથા તે કાયમ માટે ટકશે નહીં કે વર્તમાન સૂચિત લીગ જે કારણસર બનાવવામાં આવ્યું હતું તે હેતુ માટે કામ નહીં કરે.

આ મહાન બળોના ઈતિહાસમાં તેમણે ક્યારેય કોઈ પણ કામમાં એકબીજા સાથેની સંવાદિતામાં કામ કર્યું નથી. ક્યારેય તેમણે પોતાને એવી રીતે નથી ગોઠવ્યા જેથી આ ત્રણની વ્યક્તિગત શ્રેણીમાં હેતુની સંપૂર્ણ સંવાદિતા નથી.

છતાં, જે વ્યક્તિઓમાં આ ત્રણેય મહાન બળો હતાં તેઓ માનવ સંસ્કૃતિમાં સર્વોચ્ચ સ્તરનું પ્રતિનીધિત્વ કરે છે.

એક પ્રથમ શ્રેણીનો ફૂટબૉલ ખેલાડી, જે ટીમવર્ક મુલ્ય તથા વ્યવસ્થાતંત્રની જરૂરિયાત સમજે છે તે જો એવો માણસ હોય, જે આ ત્રણ બળોના આગેવાનોનો સહકાર તથા વિશ્વાસ મેળવી શકે તો તે આવો મહાન નેતા બની પણ શકે.

આ ત્રણ મહાન બળો આ મુજબ છે :

૧. દુનિયાનાં દેવળો;

૨. જાહેર તથા ખાનગી શાળાઓ;

૩. વર્તમાનપત્રો તથા સામયિકો.

દુર્ભાગ્યે આ ત્રણ મહાન બળો તેમના પોતાનામાં જ વહેંચાઈ ગયાં છે, જેથી તેમના હેતુઓમાં કે તેમની પદવીઓમાં, પ્રયાસોમાં કોઈ એકતા નથી.

દેવળો તેમની પોતાની અંદર જ વહેંચાયેલાં છે, પરંતુ એટલા નિરાશાજનક રીતે નહીં. એ વાતમાં શંકા નથી કે દુનિયાનાં બધાં દેવળો એક મહાન ચળવળને આગળ વધારવાની એક મત ધરાવતી ક્રિયા માટે સંમત થઈ શકે કે જે દરેકનાં કાર્યની પુરવણી કરશે તથા સાથે સાથે જ વધુ ઉચ્ચ સંસ્કૃતિ માટેનો પાયો નાખશે.

આ જ વસ્તુ વર્તમાનપત્રો તથા સામયિકો માટે કહી શકાય. વર્તમાનપત્રોના માણસોએ હંમેશાં ટોળાંના ફાયદા માટે હોય તેવી દરેક ચળવળ માટે મુક્તપણે તથા ઇચ્છાપૂર્વક ટેકો આપ્યો છે.

જાહેર તથા ખાનગી શાળાઓ, તેમના નિર્દેશો દ્વારા મહાન શક્તિઓના આ ટ્રાયોમાં સૌથી મહત્વનું પાસું ઘડે છે. *કારણ કે શિક્ષણવિદો એ સિધ્ધાંતને સમજે છે જેનો આપણે હવે ઉલ્લેખ કરવાના છીએ, અને વધારાનું કારણ એ છે કે કોઈ પણ વિચારને બાળકોનાં મગજમાં તેમના શાળાના શરૂઆતના સમય દરમિયાન શ્રેષ્ઠ રીતે રોપી શકાય છે.*

આ ત્રણ મહાન શક્તિઓના સંયુક્ત પ્રયાસો વડે બાળકોનાં મગજમાં કોઈ પણ વિચાર એટલો કાયમ માટે રોપી શકાય છે કે તેને જે રીતે રોપ્યો છે તે જ રીતે ભૂંસી નાખવામાં ન આવે તો તેને ભૂંસી નાખવો એ અશક્ય બાબત છે.

મનુષ્ય બે ઉદ્દેશોની નિપજ છે. એક છે શારીરિક વારસાઈ અને બીજી છે પર્યાવરણીય અથવા માનસિક વારસાઈ.

આ પૃથ્વી પરનો દરેક મહત્વાકાંક્ષી કર્મચારી, સંભાવતઃ, એક એમ્પ્લોયર છે, કારણ કે તે આગળ જુએ છે અને પોતાનો એક નાનકડો ધંધો ક્યારે શરૂ કરી શકાય તે દિવસનું આયોજન કરે છે.

એક અસંસ્કૃત વ્યક્તિનાં બાળકને તેના જન્મ પછી તરત જ તેનાં મા-બાપથી દૂર કરી દો અને તેને એક સંસ્કૃત વાતાવરણના પ્રભાવ હેઠળ એક આધુનિક ઘરમાં ગોઠવી દો, અને તે બાળક તેને જેની સાથે ઉછેરવામાં આવ્યું છે તે ઘરનાં બાળકોની મોટાભાગની લાક્ષણિકતાઓ ગ્રહણ કરી લેશે. તેણે તેની શારીરિક વારસાઈ દ્વારા જે વારસો મેળવ્યો છે તે તો તેની સાથે હંમેશ માટે રહેશે જ, પરંતુ જન્મની ક્ષણથી જ તે જેમની સાથે નજીકથી સંકળાયેલ છે તેમનાં

વલણો તથા સ્વભાવ લઈ લેશે.

આ દુનિયાના નવ્વાણુ ટકા લોકોના ધર્મ, રાજકારણ, અર્થશાસ્ત્ર વગેરે પર ચોક્કસ મતો હોય છે, કારણ કે તેમના વાલી પાસેથી તેમણે આ મતોને વારસામાં મેળવ્યા છે અથવા તો તેઓ બાર વર્ષની વય સુધી પહોંચ્યા તે પહેલાં તેઓ જેમની સાથે નજીકથી સંકળાયેલા હતા તેમની પાસેથી મેળવ્યા છે !

આના પર વિચારો !

તમારે આ વિધાનના સત્યને સાબિત કરવા માટે તમારા પોતાના અનુભવોની બહાર જવાની જરૂર નથી.

આ સત્ય છે તેથી, શું તમે બાર વર્ષની વય પહેલાં બાળકનાં મગજ સુધી જે વસ્તુને પહોંચવાની તથા જે પ્રભાવ પાડવાની છૂટ અપાય છે તે વસ્તુને પસંદ કરવામાં કાળજી રાખવાનાં મહત્વને જોઈ નથી શકતા ?

એક બાળક તેની શરૂઆતની તાલીમ આપનારના ભાગ તરીકે પદ્ધતિસરના પ્રયત્નો દ્વારા બાળકનાં મગજ પર કેવી રીતે કોઈ પણ આદર્શ ઠોકી બેસાડી શકાય છે, અને આ રીતે તેનાં મગજને તે આદર્શ મુજબ ઢાળી શકાય છે તે પણ શું તમે જોઈ નથી શકતા ?

અમેરિકામાં આપણને પરેશાન કરવા માટે એક મોટી સમસ્યા ઊભી થઈ છે. આપણે દુનિયાનું ગાળવાનું પાત્ર બની ગયા છીએ. દરેક રાષ્ટ્રીયતા, દરેક જાતિ અને દરેક સ્વભાવના માણસો આપણા કિનારાઓ પર મોટી સંખ્યામાં ઊતરી પડ્યા છે. આ લોકો પાસે ઢાળેલાં તથા ગોઠવાયેલાં મગજ છે. તેમનાં દૃષ્ટિબિંદુઓ સુસંગત થયેલાં નથી. જે પુરુષો તથા સ્ત્રીઓ દક્ષિણ ઇટાલીમાં ઉછર્યાં હતાં તેમનામાં અમેરિકામાં ઉછરેલા લોકો સાથે ઘણું ઓછું સામ્ય છે. જ્યારે તેઓ ભેગાં થાય છે ત્યારે તેમને પોતે અસંગત હોય તેમ લાગે છે.

આ મહાન પાત્ર - આ “દૂધ તથા મધ”ની ભૂમિએ બીજા દેશોમાંથી એ વર્ગના લોકોને આકર્ષ્યા છે જેઓ મોટેભાગે સૌથી નીચેના સ્તરમાંથી આવે છે, એવો વર્ગ જે સામાન્ય રીતે તે જેટલું લઈ શકે તેટલું લેવા ઇચ્છે છે અને જે તેને બદલામાં જેટલું આપવાની ફરજ પડાય છે તેના કરતાં જરાય વધારે પાછું આપવા ઇચ્છતો નથી. એવો વર્ગ જેનામાં સંસ્કૃતિ તથા સંસ્કારનો અભાવ છે.

આ લોકોમાં રહેલા બેચેની ના જુસ્સાને શાંત કરવા માટે આપણે ખાસ કંઈ કરી શકીએ તેમ નથી, પરંતુ આપણે આપણી શાળાઓમાં આપણાં દેવળોમાં

તથા આપણાં વર્તમાનપત્રો તથા સામયિકો દ્વારા અમેરિકન આદર્શો બળપૂર્વક દાખલ કરીને તેમનાં સંતાનોને એકરૂપ *કરી શકીએ.*

અને આપણો અમેરિકન આદર્શ શું છે ?

નિખાલસપણે કહું તો મને ખબર નથી ! સો એક જેટલાં વર્ષો પહેલાં તે શું હતો તે મને ખબર છે, પરંતુ તે ચોક્કસ આદર્શમાંનો રસ ખાસ્સા પ્રમાણમાં ક્ષીણ થઈ ગયો છે. આપણી ઉપેક્ષા તથા "સામાજિક વારસા"ના સિધ્ધાંતની આપણી સમજણના અભાવે મૂળ અમેરિકન આદર્શ "ખલાસ થઈ ગયો છે." એ એક માત્ર સ્ત્રોત છે જેના દ્વારા કોઈ પણ આદર્શને જીવંત રાખી શકાય અને એક પેઢીથી બીજી પેઢીને પહોંચાડી શકાય.

આ સામાજિક વારસાના સિધ્ધાંત દ્વારા આપણે કેટલીક વસ્તુઓને જીવતી રાખી છે જેને આપણે રસ્તાની કોરે છોડી દેવાની છૂટ આપી શકાય. તેમાંની એક વસ્તુ છે "અસહિષ્ણુતા"નો જુસ્સો જેને આપણે પસાર થઈ ગયેલી પેઢીઓની સાથે મરવા દેવાની છૂટ આપી શક્યા હોત, પરંતુ તે હજી આપણી સાથે છે; આપણી સાથે, કારણ કે સામાજિક વારસા દ્વારા તેનાથી વિરુદ્ધની વસ્તુ આપણાં બાળકોને આપવાની કોઈ વૃત્તિ આપણામાં નથી.

વોશિંગ્ટન, જેફર્સન, પાઇન, ફ્રેન્કલીન તથા લીંકન જેનાં ઉદાહરણ હતાં તેવા જૂના અમેરિકન આદર્શને બદલે પાછલાં પચાસ વર્ષની અંદર એક નવો આદર્શ વિકસ્યો છે. આ નવો આદર્શ છે પૈસા માટેની ગાંડી ઘેલછા ! સામાજિક વારસા દ્વારા આ ઇચ્છા એક પેઢીથી બીજી પેઢીને પસાર કરાયો છે, બાળકો સંપત્તિ પ્રાપ્ત કરવાની ઉતાવળમાં વાલીઓની સ્પર્ધા કરવાનો, તેમનાથી આગળ નીકળી જવાનો પ્રયત્ન કરે છે. માણસો હવે મહાન રાજદ્વારી બનવાને બદલે લાખોપતિ બનવાના સ્વપ્નાં જુએ છે; તેઓ થોડી પેઢીઓ પહેલાંના આગળ પડતા માણસોએ કર્યું હતું તેમ માનવજાતનાં ભલાં માટે કાર્ય કરવાને બદલે અંગત પ્રાપ્તિ માટે તેમના પ્રયાસોને સમર્પિત કરી રહ્યા છે. આપણે વોશિંગ્ટન અને લીંકનને બદલે રોકફેલર તથા કાર્નેગીની સ્પર્ધા કરવા મથીએ છીએ.

તમે જેની છાનબીન નથી કરી તેને ન વખોડવું તે જ ઉત્તમ છે, કારણ કે આ આદત એવાં મગજનો નિર્દેશ છે જેના પર અણસમજ તથા પૂર્વગ્રહનું શાસન છે.

આ લેખક એ કહેવા ઊભો થયો છે કે આપણને હવે થોડાક વોશિંગ્ટનનો તથા લીંકનોની જરૂર છે !

આપણે નિઃસ્વાર્થ આગેવાનોની શોધમાં કોના તરફ ફરી શકીએ જેઓ માનવજાતનાં ભલાં માટે તેમના પોતાનાં અંગત હિતને ડૂબાડવા ઈચ્છુક હોય ?

નજીકની યુનાઈટેડ સ્ટેટ્સના પ્રમુખની સ્પર્ધામાં આપણે તે પદ માટેના આઠથી દસ મહત્વાકાંક્ષીઓને જોઈએ છીએ, *તેમાંથી એક પણ* શંકાથી પર નથી, એક અથવા બીજી રીતે, પ્રમુખ પદ માટેની તેની ઈચ્છા રાષ્ટ્રના લોકોનાં કલ્યાણ અર્થે સેવા આપવાની નિઃસ્વાર્થ ઈચ્છા ને બદલે વધુ સત્તા પ્રાપ્ત કરવાની જ છે. આ સામગ્રીનો એક પણ ટુકડો જે દૂર દૂર સુધી પણ વોશિંગ્ટન કે લીંકનની બરોબરી કરી શકે તેવો હોય, તે રાષ્ટ્રપતિપદની શક્યતા માટે અપાયો નથી.

પરંતુ આપણે આપણા મુખ્ય મુદ્દાથી દૂર જઈ રહ્યા છીએ. કે આ સામગ્રીનો અભાવ પ્રવર્તે છે તે વિશે આપણે બધા સંમત થશું. મહત્વની બાબત એ છે કે, "આપણે યોગ્ય પ્રકારની સામગ્રી કેવી રીતે વિકસાવી શકીએ ?" અને જવાબ છે, *"સામાજિક વારસાના સિધ્ધાંત દ્વારા !"*

દેવળો, શાળાઓ તથા વર્તમાનપત્રોના સહિયારા પ્રયાસો દ્વારા આપણે *એક જ પેઢીની અંદર* વોશિંગ્ટનો, લીંકનો તથા જેફર્સનોનો પુષ્કળ પ્રમાણમાં પાક ઊગાડી શકીએ છીએ.

આપણે માત્ર આ જ નથી કરી શકતા, પરંતુ આપણે *મેળવવા*ની જગ્યાએ *આપવાની* વધુ ઉચ્ચ આકાંક્ષા મૂકીને; તોડી નાખવાની સામાન્ય વૃત્તિને ઘડવાની વધુ ઉમદા વૃત્તિ વડે બદલીને; અંગત ઉન્નતિ માટેની સ્વાર્થી ઈચ્છાને સ્થાને માનવજાતનાં કલ્યાણ માટે અંગત હીતોનો ત્યાગ કરવાની ઉચ્ચ ઈચ્છા વડે બદલીને દુનિયાની સમગ્ર વિચાર પ્રક્રિયાને બદલી શકીએ છીએ.

દુનિયાનાં બધાં દેવળો, બધા જ વર્તમાન પત્રો તથા સામયિકોના પ્રકાશકો તથા બધા શિક્ષણવિદોની ગોળમેજી પરિષદ માટેનો સમય આવી ગયો છે !

જ્યારે આ ત્રણ બળો ખંડોને અલગ કરતાં અંતર સુધી પહોંચીને હેતુની સંવાદિતા સાથે, એક થઈને કામ કરવાનું શરૂ કરે ત્યારે, *આવતી કેટલીક પેઢીઓ દરમિયાનની દુનિયાને તેઓ જેને મળતી બનાવવા ઈચ્છતા હોય તેને મળતી બનાવી શકે.*

દરમિયાનમાં, યોગ્ય પ્રકારના પ્રચારના ઉપયોગ દ્વારા આ શક્તિઓ દુનિયાના પુખ્ત માણસો માટે કરી શકે તેવી ઘણી સારી બાબતો છે.

જર્મન સામ્રાજયના નેતાઓએ સામાજિક વારસાના સિધ્ધાંતનાં

અમલીકરણ દ્વારા *એક જ પેઢીમાં* શું સિધ્ધ કરી શકાય છે તે દેખાડી દીધું છે !

આપણે આટલો તરતમાં આ બોધપાઠ ભૂલી ન જઈએ !

આપણે યુરોપનાં યુદ્ધક્ષેત્રમાં જર્મનોને હરાવ્યા, પરંતુ જો આપણે આ હારને અહીં ઘરમાં એક વધુ મોટી જીત વડે ન અનુસરીએ, જે *સામાજિક વારસા*ની શક્તિ દ્વારા થઈ શકે, તો આ જીત માટે આપણે ચૂકવેલી કિંમત વ્યર્થ ગઈ છે !

વ્યક્તિઓનાં મગજમાં સામાજિક વારસાના સિધ્ધાંત દ્વારા નવા તથા વધુ ઉચ્ચ આદર્શો સ્થાપીને દુનિયાને નિયંત્રણમાં રાખવાની શક્તિ દેવળો, શાળાઓ તથા વર્તમાનપત્રો પાસે છે. જો આ ત્રણ મહાન આગેવાનો આ અદ્‌ભુત તક ઝડપી નથી લેતા, તો આપણી ચાલુ રહેલી દુઃખી અવસ્થા માટેની જવાબદારી તેમના ખભા પર રહેશે.

જો દેવળો, શાળાઓ તથા વર્તમાનપત્રો તેમના પ્રયાસો ભેગા કરશે અને હવે પછીની પેઢીનાં મગજ પર ગોલ્ડન રૂલ ફિલોસોફી પદ્ધતિસર *ઠોકી બેસાડશે*, તો *રાષ્ટ્રો* તથા *વ્યક્તિઓ* બંને વચ્ચેનાં યુદ્ધો દૂર કરી શકાશે !

આપ્યા વગર *મેળવવા* ની ઈચ્છા ભૂંસી નાખી શકાશે !

માનવ જાતનાં કલ્યાણ માટે અંગત હિત છોડી દેવાને બદલે સ્વાર્થી, અંગત પ્રાપ્તિ માટે કામ કરવાની વૃત્તિ ભૂંસી નાખી શકાશે !

“મધપૂડાનો જુસ્સો” કાયમ માટે માનવ મગજમાં દાખલ કરી શકાશે !

આ દુનિયામાં બધા માટે બધી વસ્તુઓ પુષ્કળ પ્રમાણમાં છે, પરંતુ જ્યાં સુધી વ્યક્તિ જે નબળા છે તેનું *શોષણ કરવા*ને બદલે તેને *મદદ કરવા*નો જુસ્સો ન કેળવે, ત્યાં સુધી થોડાંકને તેમને જરૂર છે તે કરતાં અથવા તેઓ ઉપયોગ કરી શકે તે કરતાં વધારે મળવાનું ચાલુ રહેશે, જ્યારે મોટો ભાગ ગરીબાઈ તથા જરૂરિયાતમાં જ રહેશે !

આ પૃથ્વી પરનો કોઈ નિયમ, કોઈ મત આપવાની શક્તિ આને બદલી ન શકે ! માત્ર સામાજિક વારસાના સિધ્ધાંતનાં અમલીકરણ દ્વારા જ બદલાવ આવી શકે.

દરેક મધપૂડામાં થોડીક માખીઓ એવી હોય છે જે જો મધપૂડાની પ્રકૃતિ મુજબ ન હોત, જેમાં દરેક માખી મધપૂડાનાં કલ્યાણ માટે કામ કરે છે, તો ભૂખે મરતી હોત. હકીકતમાં જો મધપૂડાની એવી પ્રકૃતિ ન હોત, જેના દ્વારા બધાનાં ભલાં માટે મધ એકઠું કરવામાં આવે છે, તો શિયાળા દરમિયાન બધી જ માખીઓ

ભૂખે મરતી હોત.

જ્યારે હું માણસોને વાદવિવાદ, દલીલો, શારીરિક બળની વ્યવસ્થા, રાજકીય પક્ષો વગેરે વડે આ મહાન આર્થિક સમસ્યાઓને ઉકેલવાનો પ્રયત્ન કરતા જોઉં છું ત્યારે મને પેલો નાનકડો શ્વાન યાદ આવે છે, જે પોતે ટ્રેનને અટકાવી શકશે તેવી મૂર્ખ જેવી કલ્પના કરીને પસાર થતી ટ્રેનની સાથે સાથે દોડે છે તથા તેની સામે ભસે છે.

જે માણસ આજે ઔદ્યોગિક દુનિયામાં ઉપર હાથ રાખવા માટે ઉદ્યોગના વર્તમાન નેતાઓને શ્રાપ દેતા તથા રેલીઓ કાઢતા બૂમરાણ મચાવે છે, તેમને જો આ દેશના ઉદ્યોગોની કમાન સોંપી દેવામાં આવે તો થોડાં જ અઠવાડિયાંમાં પોતાની જાતને શ્રાપ મેળવનાર સ્થાને ઊભેલા જોશે, *કારણ કે તેમનામાં* એવા નેતાઓનો અભાવ છે જેઓ અર્થશાસ્ત્રમાં સ્થિર છે, તથા વધુ મહત્વનાં કારણસર કે તેઓ સમગ્રનાં કલ્યાણ માટે તેમના વ્યક્તિગત સ્વાર્થને છોડવા ઇચ્છુક નહીં હોય અને આમ તેઓ તેમની પોતાની વચ્ચે જ અસંમતિ તરફ આગળ વધશે.

એવું કોણ પ્રથમ હશે જે તેના હોદ્દા પરથી નીચે ઊતરીને તેના સાથીકાર્યકરો તરીકે સામાજિક વારસાના સિધ્ધાંતના ઉપયોગ કરીને એક મહાન વ્યવસ્થાપક તથા આગેવાન બનશે ?

જે માણસ આ કરે છે, તે જો સાચો નેતા હશે તો, ભૂતકાળના કોઈ પણ માણસના ઇતિહાસની નોંધ હોય તેના કરતાં તે પછીની પેઢી માટે ઘણું વધારે કરશે.

જે માણસ તમારી સંમતિ વગર તમારા પર તેનું નેતૃત્વ થોપવાનો પ્રયત્ન કરે છે તે માણસને કયો છુપો હેતુ તેમ કરવા પ્રેરે છે તેનો બારીકાઈથી અભ્યાસ કરો.

અને, કદાચ એ શક્ય નહીં હોય કે આપણને જેઓ પૂરતા નિઃસ્વાર્થ છે તથા જેમની દૃષ્ટિ વિસ્તૃત છે, જેઓ ભવિષ્યની પેઢીઓ માટે તંદુરસ્ત બીજનો પાકવાને તેમનું કાર્ય બનાવે તેવા થોડા વધુ પુરુષો તથા મહિલાઓની જરૂર હોય ?

આપણાં જંગલોની જેમ, આપણા વિચારો ઝડપથી ઘટી રહ્યા છે તથા વેડફાઈ રહ્યા છે. જે ખેતરમાં તેને ફરી વાળી શકાય તે છે માનવ મગજ અને જે પ્રક્રિયા વડે તેમ કરી શકાય તે છે સામાજિક વારસો - જેનો અર્થ છે, એ વિચારો જે આપણે આપણાં બાળકોનાં પ્લાસ્ટિક મગજમાં રોપી શકીએ ! સામાજિક

(અથવા માનસિક) વારસાના સિધ્ધાંતના પદ્ધતિસરનાં ઉપયોગની એક પેઢી આપણા આદર્શોને એટલા ઉપર ચડાવશે, જેટલી આપણે તેમને ઉપર ચડાવવાની આકાંક્ષા રાખીએ છીએ ! જો જર્મની દેવળો, શાળાઓ તથા વર્તમાનપત્રો દ્વારા તેમનાં બાળકો પર એક જ પેઢીમાં "સંસ્કૃતિ" ઠોકી બેસાડી શક્યું, તો આપણે પણ તેટલા જ સમય ગાળામાં આપણાં બાળકો પર ગોલ્ડન રૂલ દબાણપૂર્વક દાખલ કરી શકીએ, કારણ કે આ સિધ્ધાંત અસરકારક છે તથા સહેલાઈથી લાગુ કરી શકાય તેવો છે. આપણે જેનો ઉલ્લેખ સામાજિક વારસા તરીકે કરીએ છીએ તેની શક્તિને દરેક શિક્ષણવિદ્, પ્રથમ વર્ગનાં વર્તમાન પત્રનો દરેક સંપાદક તથા દરેક ચર્ચનો આગેવાન સમજે છે, પરંતુ જ્યાં સુધી આ બધા એકઠા થઈને, સંગઠનમાં કામ નહીં કરે ત્યાં સુધી કોઈ ઝડપી પરિણામો મળશે નહીં.

કદાચ ઈન્ટરચર્ચ વર્લ્ડ ચળવળ આ ત્રણ મહાનબળોની વ્યવસ્થા માટે એક કેન્દ્ર આપે. જો તેમ છે તો અને જો યોગ્ય પ્રકારનો તેના ઉપલબ્ધ છે તો, આ ચળવળ દુનિયાના જીવન ઈતિહાસમાં બહુ સહેલાઈથી સૌથી દૂરગામી બની શકે છે.

જેના વિશે હું લખું છું તે બાબત ઘણુ વિશાળકાય કાર્ય હોવાનું દેખાય છે, પરંતુ તેને પનામાં નહેરની કિંમત કરતાં ઓછી કિંમતે તથા લગભગ તેટલા જ સમયની અંદર પૂરું કરી શકાય છે.

હું મારું વિધાન દોહરાવીશ જેથી તે ભૂલી ન જવાય : દેવળો, શાળાઓ તથા વર્તમાનપત્રો, *એક જ પેઢીની અંદર,* દુનિયાનાં મગજમાં નવો આદર્શ એટલો સંપૂર્ણપણે સ્થાપિત કરી શકે કે માણસો તેમના પ્રયાસોને વધુ નબળી જાતિઓને મદદ કરવા તરફ વાળશે; તેઓ આ એટલી જ સ્વાભાવિકતાથી કરશે જેટલું તેઓ નબળી જાતિઓના શોષણ માટે આજે કરે છે, આ વસ્તુ બાળકોનાં મગજમાં એક આદર્શ રોપીને સામાજિક વારસાના સિધ્ધાંત દ્વારા થઈ શકશે !

મને એ કહેવાની લાલચ થાય છે કે માત્ર શાળાઓ જ સફળતાપૂર્વક આ કામ કરી શકે છે. મને ખાતરી છે કે શાળાઓ તથા દેવળો ભેગાં મળીને આ કામ પાર પાડી શકે, છતાં વર્તમાનપાત્રો તથા સામયિકો દ્વારા વ્યવસ્થિત પ્રચારની સહાયથી તે ઓછા સમયમાં થઈ શકે.

બાળકને શાળામાં જે શીખવાય છે તેના પર, દેવળમાં જે શીખવાય છે

તેના પર તથા પબ્લીક પ્રેસમાં જે પ્રકાશિત કરાય છે તેના પર નિયંત્રણ રાખો, અને તમને ખાતરી થશે કે જે શક્તિઓ નિયંત્રણ કરે છે તેની પાસે, એક જ પેઢીમાં, જેવા તે ઇચ્છે છે, બરાબર તેજ પ્રકારના આદર્શ હશે.

બિચારો નાનકડો માણસ જે દુનિયાની દુષ્ટતા માટે આ અને તે અને બીજા ઇલાજોનો ઉપદેશ આપતો. અહીં તહીં દોડે છે, તેમાંના બહુ થોડાને તેઓ જે ઉપાય દેખાડે છે તેને કેવી રીતે કાર્યરત કરવો તેનો જરા પણ ખ્યાલ છે.

તે મને એવા બતકોની યાદ અપાવે છે જેઓ ખોરાકના સમય પહેલાં, અવાજ કરતાં, પાંખો ફફડાવતાં અને કારણ કે રખેવાળ ખોરાક લાવવામાં મોડો થયો છે તેથી કચવાટ વ્યક્ત કરતાં, પરંતુ તેને કેવી રીતે ઉતાવળ કરાવવી તેનો અછડતો પણ ખ્યાલ નથી.

લીગ ઑફ નેશન વિશેની આ બધી વાતોમાં, કચડાયેલા મજદૂર વર્ગ વિશેની આ બધી વાતોમાં, એક પણ બુદ્ધિપૂર્વકનો ઉકેલ દર્શાવાયો નથી, કારણ કે જેમની પાસે ફોર્મ્યુલાઓ હતી તેમણે તેમને મૂર્ખપણે થોડા જ મહિનાના સમયમાં પુખ્ત મગજમાં તથા દ્વારા તેમને લાગુ કરવાની અપેક્ષા રાખી હતી.

મને શંકા છે દુનિયાના અનિષ્ટો રાતોરાત ઊભાં નહીં થયાં હોય, પરંતુ ઉલટાના, તેઓ આ સામાજિક વારસાના સિધ્ધાંતના આંધળાં અમલીકરણ દ્વારા ગેરમાર્ગે દોરાયેલ પ્રયાસો વડે યુગોના યુગોથી ઊભાં થયાં છે.

તમને જે લોકો નથી ગમતા તેમની તમારે નિંદા કરવી જ પડે તેમ હોય તો તમારી ફરિયાદને વાચા ન આપવાની કાળજી રાખો. પરંતુ તેમને લખી લો - તેમને પાણીના કિનારા નજીક લખી લો.

મને શંકા છે કે જો કોઈ તેજસ્વી, દીર્ઘદ્રષ્ટિવાળી વ્યક્તિએ બે-ત્રણ પેઢીઓ અગાઉ દેવળો, શાળાઓ તથા વર્તમાનપાત્રોનાં કામમાં પુરવણીના હેતુથી ગોલ્ડન રૂલના અમલીકરણની વ્યવહારુ ચળવળ શરૂ કરી હોત, તો જે રીતે તે આજે અર્થશાસ્ત્રની દુનિયામાં લાગુ પડે છે તેમ, આજે દુનિયાનો ઇતિહાસ અલગ હોત.

આ જેમ અત્યારે થઈ શકે છે તેમ, સામાજિક વારસાના સિધ્ધાંત દ્વારા, ત્યારે પણ થઈ શક્યું હોત.

જે માણસ દુનિયાનાં અનિષ્ટો માટે ઉપાય સૂચવે છે અને કોઈ બીજા સિધ્ધાંત દ્વારા તે કાર્યરત થાય તેવી અપેક્ષા રાખે છે તે માનવ મગજનાં સ્વભાવ વિશે કંઈ

જ જાણતો નથી.

એક જંગલી બિલાડી તેનાં બચ્ચાંના મગજમાં આ જ સામાજિક વારસાના સિધ્ધાંત દ્વારા, માણસનો ડર અને માણસ તરફનો વેરભાવ સ્થાપી દે તે પહેલાં, તે બચ્ચાંને તેની માતાની છાતીથી દૂર કરી દો તો તમે તેને પાળી શકો છો, પરંતુ તે પછી નહીં. આ જ સિધ્ધાંત ઉચ્ચ પ્રાણી, માણસને લાગુ પડે છે ! જો એક માણસ તેના સાથીઓ પ્રત્યે કેવી રીતે સૌમ્ય થવું તે ક્યારેય પણ શીખે છે, તો તે આ એક આદર્શને કારણે શીખશે જે બાર વર્ષની વય પહેલાં તેના મગજ પર ઠોકી બેસાડાયો છે - આ વિશે કોઈ ભૂલ ન કરશો.

દુનિયાના બધા જ ઉપદેશો આમાં ફેરફાર નહીં કરી શકે. માણસ મૃત્યુ પછીની દુનિયામાં અગ્નિ તથા ગંધકથી ડરતો નથી. આથી, જો તે તેની જાતિના નબળા લોકો સાથે માયાળુ વર્તન કરે છે અને તેમના તરફ મદદનો હાથ લંબાવે છે તો, તે એવું એટલા માટે કરશે કે તેમ કરવા ઇચ્છે છે, અને તેને આમ કરવાનું ઉચિત નહીં લાગે સિવાય કે આ ઇચ્છા તેનાં બાળમાનસમાં એક આદર્શ તરીકે રોપી દેવાઈ હોય.

માનવ મગજ એ દુનિયાનું એક માત્ર મહાન રહસ્ય છે જેમાં માણસોને રસ પડવો જોઈએ, કારણ કે માનવ મગજને જ્યારે યોગ્ય દિશા આપવામાં આવે ત્યારે તે સૌથી સામાન્ય પ્રકારની વ્યક્તિનું જીનીયસમાં રૂપાંતર કરી શકે છે !

જો તમે માનસશાસ્ત્રના પ્રાથમિક સિધ્ધાંતોને પણ સમજો તો સામાજિક (અથવા માનસિક) વારસો શબ્દનો અર્થ બરાબર શું થાય છે તે સમજી શકો; તમે દેવળો, શાળાઓ તથા વર્તમાનપત્રોના વ્યવસ્થિત કરાયેલ પ્રયાસો દ્વારા દુનિયાને ઉપલબ્ધ શક્યતાઓને લગતાં સૂચનોની ગંભીરતા પણ સમજી શકશો. જો તમે ક્યારેય માનસશાસ્ત્રનો ખાસ અભ્યાસ નથી કર્યો, તો આ વિષય પરનાં થોડાં સારાં પુસ્તકો લઈ આવો (જે સાદી, સામાન્ય જનની ભાષામાં લખાયેલ હોય) અને તમારી જાતને માહિતગાર કરો. તમારી જાતને માનવ મગજના સિધ્ધાંતોથી પરિચિત કરાવવી તે આ પૃથ્વી પરની એક માત્ર ખરી શક્તિને સમજવા જેવું છે જે તમે જીવનમાં જ્યાં જવા માગો છો ત્યાં પહોંચવામાં તમને મદદ કરી શકે.

જો આ અગ્રલેખ તમને માનસશાસ્ત્રના અભ્યાસમાં રસ લેવાનું કારણ

બને અને આ વિષયનાં વાંચનમાં અને તમે વાંચતા જાવ તેમ વિચાર કરવામાં પરિણમે તો તે નિઃશંક રીતે તમારા જીવનનું એક પરિવર્તનકર્તા બિંદુ બનશે.

માનસશાસ્ત્ર પરનું સારું પુસ્તક શોધવાની મુશ્કેલીમાંથી તમને બચાવવા માટે હું આર્થર બ્રીસબેનનાં પુસ્તકમાંથી નીચેનો ભાગ ટાંકીશ, જે શીકાગો હેરાલ્ડ એક્ઝામીનરમાં દેખાઈ હતી :

“આ વાત *તમારાં* મગજ વિશે છે.

એક ધનિક છોકરાને વારસામાં કાર મળે છે, તે શોફરને તે લઈ આવવાનો આદેશ આપે છે, અને પોતે તેનાં યંત્રોમાં ઘણો ઓછો રસ લે છે.”

“જે માણસે કાર ખરીદવા માટે પૈસા ઊભા કરવા માટે કામ કર્યું છે તે તેના વિશે જાણવાનો પ્રયત્ન કરે છે - તેને તેમાં રસ પડે છે !”

આપણને મગજ વારસામાં મળે છે - જન્મ સાથે તે તૈયાર મેળવીએ છીએ. જીવનના અંતે બહુ ઓછા લોકો આ અદ્ભુત વિચારક યંત્ર વિશે શરૂઆતમાં જાણતા હોય છે તેના કરતાં વધારે કંઈક જાણે છે.

“તમારામાંનું કોઈ પણ જે કાંઈ પણ મેળવે છે તે મગજ દ્વારા કામ કરતી રહસ્યમય શક્તિ છે. કામ ખરેખર કોણ કરે છે, કેટલાક કહેશે *આત્મા*, બીજા કહેશે *ઇચ્છા*, ભૌતિકવાદીઓ માને છે તે મુજબ *રાસાયણિક પ્રક્રિયા*. આપણે તે જાણી નથી શકતા. પરંતુ આપણે ખોપરીની છેક અંદર અંધારામાં રહેતાં એ યંત્ર વિશે જાણી શકીએ જે જ્ઞાનતંતુઓના એક ગણ દ્વારા બહારની દુનિયાની માહિતી મેળવે છે અને બીજા ગણ દ્વારા આદેશો આપે છે જેનું પાલન સ્નાયુઓ તથા અસ્થિઓ વડે કરાય છે.”

આ વિષય પરનાં ઘણાં સારાં પુસ્તકોમાંનું એક ડબલ્યુ.એચ.થોમ્સન વડે લખાયેલ “બ્રેઇન એન્ડ પર્સનાલીટી” વાંચો. તેઓ તેમના વિષયને સમજે છે. તે ડોડ, મીડ એન્ડ કાું વડે પ્રકાશિત કરાયું છે.

“મૂળભુત રીતે, માણસો જાણતા ન હતા કે લાગણી તથા વિચારો મગજમાં વસે છે. “મગજ” શબ્દ બાઇબલમાં નથી. જ્યારે તે પુસ્તક લખાયું ત્યારે એવી શંકા નહોતી કરાઈ કે ખોપરીમાં એકલો પડી ગયેલો ઠંડો, ભૂખરા રંગના અવયવને વિચારો સાથે કંઈ લેવા દેવા હોય.”

“બેબીલોનવાસીઓ, તથા પછીથી અન્યો, માનતા કે વિચારો યકૃતમાં હોય છે. ભવિષ્ય વિશેની માહિતી માટે તેમના પુજારીઓએ બલીદાનમાં અપાયેલ

પ્રાણીઓનાં યકૃતને કાળજીપૂર્વક તપાસ્યાં હતાં."

"યહુદીઓ માનતા કે આત્મા હૃદયમાં આવેલ છે, મન મુત્રપીંડમાં અને સૌમ્ય લાગણીઓ, કરુણા વગેરે પેટમાં હોય છે. આથી બાઈબલ કહે છે કે તેનાં મુત્રપીંડો તેને રાત્રીની ઋતુઓમાં સૂચના આપે છે." બીજી જગ્યાએ કહેવાયું છે કે, "ઈશ્વર હૃદય તથા મુત્રપીંડોને અજમાવે છે." અને જેરેમીઆહ દંભીઓ પર આરોપ મુકે છે જેણે, તે કહે છે કે, "ઈશ્વર તેમનાં મુખમાં મેળવ્યા હતા, તેમનાં મુત્રપીંડોમાં નહીં."

"એરીસ્ટોટલે નક્કી કર્યું હતું કે મગજને વિચાર સાથે કંઈ લેવા દેવા નથી, કે તે લોહીને ઠુંડું પાડવા માટેનો રેફ્રીજરેટીંગ પ્લાન્ટ છે."

"એક માણસ, એલ્કમેઓન, જે પ્લેટો તથા એરીસ્ટોટલની પહેલાં થઈ ગયો. તેણે શીખવ્યું કે મન મગજની અંદર હતું. તેણે એ શોધ પર પોતાની માન્યતાને આધાર આપ્યો કે જો તમે આંખમાંથી મગજમાં જતી ઓપ્ટીક નર્વને કાપી નાખો તો સંપૂર્ણ અંધત્વ આવે છે. જ્યાં સુધી ગ્રીક ગાલેન, જે માર્કસ ઓરેલીયસનો તબીબ હતો તેણે આ સિધ્ધાંતને પુનર્જીવિત કરીને સાબિત કર્યો ત્યાં સુધી માણસોએ આ સિધ્ધાંતને ધિક્કાર્યો હતો."

"વૈજ્ઞાનિક બ્રોકા, જે ૧૮૮૧માં મૃત્યુ પામ્યો, તે માનવ વિચાર યંત્રને સમજનાર પ્રથમ હતો. મગજના જે ભાગ વડે તમે બોલો છો તેને 'બ્રોકાઝ કોન્વોલ્યુશન' કહેવાય છે. તેણે ત્રીજા ફ્રોન્ટલ કોન્વોલ્યુશનનાં છેક અંદરના ભાગમાં વાચાને જોઈ; એ ભાગને થયેલી ઈજા વાચાનો સંપૂર્ણપણે નાશ કરે છે. જ્યારે એ ફ્રેંચ માણસે સફળતાપૂર્વક મગજને ફંફોસ્યુ અને તે કેવી રીતે કામ કરતું હતું તે શીખવ્યું ત્યારે તેણે પીયરીઓ, લીવીંગ્સ્ટનો તથા સ્ટૈનલીઓ કરતાં વધારે મહત્વની શોધખોળ કરી હતી."

"જેવી રીતે તમે બે હાથ, બે આંખો, બે કાન, બે પગ ધરાવો છો તેવી જ રીતે તમે *બે મગજ* ધરાવો છો. દરેક મગજ સંપૂર્ણ અને અલગ છે અને જેવી રીતે, જરૂર પડે તો એક આંખ જોવાનું કામ કરી શકે છે, તેવી જ રીતે જો જરૂર પડે તો તે દરેક ભાગ વિચારવાનું બધું જ કામ કરી શકે છે."

જીવનની બે મહાન વસ્તુઓ, પૈસા તથા ખુશી ક્યારેય પ્રાપ્ત કરાતાં નથી કે *જાળવી રખાતાં* નથી, સિવાય કે ઉપયોગી સેવા આપવા દ્વારા.

"જો તમે જમણેરી છો તો તમારા ડાબા મગજમાં રહેલાં ગુંચળાંઓ બોલવાનું કામ કરે છે. જો તમે ડાબેડી છો. તો જમણી તરફનાં ગુંચળાંઓ બોલે છે. જો

નાનાં બાળકના મગજના બોલવાના ભાગનો નાશ કરવામાં આવે તો, બીજાં મગજને બોલવાનું શીખવી શકાય. પચાસ વર્ષના માણસમાં 'બ્રોકાઝ કોન્વોલ્યુશન'ને થયેલી ઈજા આજીવન વાચાનો નાશ કરે છે. ઉંમરની સાથે મગજ સખત થાય છે અને એક વૃદ્ધ શ્વાનની જેમ તેને નવી તરકીબો શીખવી નથી શકાતી."

"આપણે બોલવાનાં કોઈ પણ જ્ઞાન વગર જન્મ લઈએ છીએ. દરેક નવાં મગજને શરૂઆતથી જ વાચા સહિત બધું શીખવવું પડે છે જ્યારે બાળક તેના હાથથી કોઈ વસ્તુ તરફ ઇશારો કરે, અને જ્યારે તે વસ્તુનું નામ તેને કહેવામાં આવે ત્યારે શિક્ષણ શરૂ થાય છે. જો તમે બાળકને તેના જમણા હાથ વડે જ ઈશારો કરવાની ફરજ પાડીને, તેનો ડાબો હાથ બાંધી દેશો, તો, ચોક્કસપણે વાચા ડાબા મગજ વડે શરૂ થશે. જો તમે જમણો હાથ બાંધી દેશો, અને બાળકને ડાબા હાથેથી ઈશારો કરવાની ફરજ પાડશો તો તે ડાબોડી થશે અને એકલું જમણું મગજ જ બોલતાં શીખશે."

"જોવું, સાંભળવું, મિત્રોને ઓળખવું, સ્વાદ લેવો, સુંઘવું, જે કાંઈ પણ આપણે કરીએ છીએ તેનું - જેવી રીતે એક પુસ્તકનું પુસ્તકાલયમાં નિશ્ચિત સ્થાન હોય છે. તેવી જ રીતે, મગજમાં એક અલગ સ્થાન હોય છે. તમારા મગજને એવી રીતે નુકસાન થઈ શકે છે કે ભલે તમે તમારા પરિવારના સભ્યને જોઈ શકતા હો તોપણ તેને ઓળખી શકવાનું અશક્ય બની જાય. બીજા ભાગમાં થયેલી ઈજા તમારી દૃષ્ટિનો નાશ કરી શકે. એક ઈજા તમારા માટે એક અવાજથી બીજાને અલગ પાડવાનું અશક્ય બનાવી શકે, જેમ કે કૂતરાના ભસવાને પક્ષીનાં ગાવાથી અલગ ન તારવી શકે. તમે અવાજો સાંભળશો પંરતુ તેનો અર્થ નહીં જાણો. મગજની બીજી ઈજા તમને આજીવન બહેરા બનાવશે. જેવી રીતે ડાબોડી માણસો જમણી બાજુનાં મગજ વડે બોલે છે, અને તેનાથી ઉલટું છે, તેવી જ રીતે ડાબોડી માણસો માત્ર જમણી તરફનાં મગજથી અવાજને સાંભળી તથા સમજી શકે છે.

"કોઈ નથી જાણતું કે મગજ *કેવી* રીતે કામ કરે છે, અથવા એ કયો વિચાર છે જે આ પૃથ્વી સાથે ચોંટી રહેલાં બે પગાવાળાં પ્રાણીને, એક સ્થિર તારાનું સચોટ અંતર માપવા દે છે, જે કરોડો માઈલ દૂર છે તે સૂર્યનું વજન કરાવે છે અથવા સચોટ રીતે પૃથ્વીનું વજન જાહેર કરાવે છે."

"એક સિધ્ધાંત શીખવે છે કે મગજ એક તંતુવાદ્ય જેવું છે જેના પર જ્યારે

પવન અથડાય છે ત્યારે તે સંગીત પેદા કરે છે, તેવી જ રીતે જ્યારે બહારનાં બળો મગજ પર અથડાય છે ત્યારે તે વિચાર બહાર પાડે છે. બીજો મહત્વનો સિધ્ધાંત મગજને વાયોલીન જેવું કહે છે, જે ભલે ગમે તેટલું કુશળતાપૂર્વક બનાવાયું હોય, તે સંગીત પેદા કરી શકે તે પહેલાં તેને વિચારપૂર્વક વગાડવું પડે."

"*કઈ વસ્તુ* મગજને કામ કરાવે છે, અથવા કેવી રીતે અને *શા માટે*, તે કોઈ નથી જાણતું. પૂર્વજોએ કહ્યું હતું કે પૃથ્વી મહાકાય એટલાસના ખભા પર ટકેલી છે. એટલાસ કાચબા પર ઊભો હતો, અને ત્યાં તેણે તે પડવા દીધી. કાચબો શેના પર ઊભો હતો તે પૂછવું ઉપયુક્ત નથી જણાતું."

"આપણે કહીએ છીએ કે આપણા જોવાના, સુંઘવાના, સ્વાદના, સ્પર્શના તથા શ્રવણના જ્ઞાનતંતુઓ મગજને માહિતી આપે છે. મગજ ચેતનાને જાણ કરે છે, ચેતના ઈચ્છાને આદેશ આપે છે, ઈચ્છા શરીરને આદેશ આપે છે. ઈચ્છા, કાચબો શેના પર ઊભો હતો તેની જેમ, સમજાવ્યા વગરની રહે છે."

"જ્યારે તમે બીજા માણસની ટોપી પહેરો અને તે તમારા કાન સુધી ઊતરી પડે, તો તમે ક્રોધે ભરાવ છો. તમે જાણો છો કે બીજો માણસ એવું ગણે છે કે તે માનસિક રીતે તમારાથી ચડિયાતો છે. આ વાત ગળે ઉતરતી નથી."

જેવી રીતે તમે જંગલી રાઈ વાવીને ઘઉંનો પાક નથી લણી શકતા, તેવી રીતે તમે ખરાબ સ્તરની સેવાનાં વાવેતરથી પગારનો ઉદાર પાક લણી શકતા નથી.

"અસામાન્ય રીતે નાનાં મગજ કરતાં સામાન્ય કદનું મગજ સામાન્ય રીતે વધુ સારું છે. બેવકુફ તથા મૂર્ખ માણસોનાં માથાં સામાન્ય માણસો કરતાં સામાન્ય રીતે નાનાં અને હળવાં મગજવાળાં હોય છે."

"હેલ્મહોલ્ત્ઝ, દુનિયાના સૌથી વિદ્વાન માણસો પૈકીના એકનાં મગજનું વજન માત્ર પીસ્તાળીસ ઔંસનું જ હતું. એક અંગ્રેજ ગરીબખાનામાં મૃત્યુ પામેલા તેર માણસોનાં મગજનું વજન સાંઈઠ ઔંસથી પણ વધુ હતું. વેબસ્ટરનાં મગજનું વજન પંચાવન ઔંસ કરતાં જરાક જ વધારે હતું."

"ડોલીંગર, વિદ્વાન વિદ્યાર્થી અને ટેક્નોલોજીની વ્યાખ્યા કરનારનાં મગજનું વજન સાડાત્રીસ ઔંસ હતું."

"સ્વીડીશ, બેવેટીયન, હેસીયન, બોહમેનીયન તથા ઇંગ્લિશ એ પાંચ માનવકુળોમાંથી ઇંગ્લિશ કુળને સરેરાશ મગજનું વજન સૌથી ઓછું અને બોહમેનીયનનું સૌથી વધુ હોવાનું જોવા મળ્યું છે."

"માથાનું કદ અને મગજનાં વજન હંમેશાં એકસાથે જતાં નથી. એક મગજને, એક સંતરાંની જેમ, જાડું આવરણ હોઈ શકે છે."

"યોગ્ય પ્રકારનાં પોલાદમાંથી બનેલી નાની કરવત એક મોટા લોખંડના સળિયાને કાપી નાખશે. યોગ્ય સામગ્રીવાળું નાનું મગજ માત્ર મગજના જથ્થા કરતાં વધારે મહત્વનું છે."

"મહિલાઓનાં મગજ તેમજ તેમની ખોપરીઓ, સરેરાશ રીતે પુરુષો કરતાં નાનાં હોય છે."

"સમય પસાર થતો જાય છે તેમ, તમારું મગજ જે પદાર્થનું બનેલું છે તે સીમેન્ટની જેમ 'જામતો' જાય છે, માનસિક રીતે કહીએ તો કઠણ થતો જાય છે. એક ચોક્કસ ઉંમર પછી માણસો પોતાનો મત બદલી શકતા નથી. તે વિચારે છે કે તે તેમ *કરવા નથી માગતો*, પરંતુ વાસ્તવમાં તે તેમ કરી નથી શકતો."

"વીસ અને ત્રીસ અને ચાલીસ વર્ષની વચ્ચે એક શિક્ષિત માણસ સહેલાઈથી નવા વિચારો પ્રાપ્ત કરે છે, ત્યાર પછી મુશ્કેલીથી કરે છે અથવા કરતા જ નથી. યુવાનીમાં જેના દ્વારા સત્ય અંદર જઈ શકે તેવું એક છીદ્ર બનાવવામાં ન આવે તો પછીથી મગજમાં સત્ય જઈ શકતું નથી. આથી જેને ધિક્કારપાત્ર રીતે 'સામાન્ય માહિતીઓ તથા સામાન્ય મતોનું ઉપલકીયું જ્ઞાન' કહેવાય છે તેનું હોવાનું મહત્વ છે. દરેક "ઉપલકીયું જ્ઞાન" પછીથી અંદર પ્રકાશને પ્રવેશવા દેવા માટેનું એક છીદ્ર છોડી શકે છે. અશિક્ષિત માણસ ૨૫ વર્ષની ઉંમર પછી ભાગ્યે જ નવા વિચારને સ્વીકારે છે. તે ઉપર પછી, તેઓ ધિક્કારી શકે છે, પરંતુ મુશ્કેલીથી વિચારી શકે છે. એ વસ્તુ જ ટોળાંઓને આટલાં જોખમી બનાવે છે.

"જ્યારે હાર્વીએ જાહેર કર્યું કે હૃદય વડે ધકેલાઈને લોહી શરીરમાં પરીભ્રમણ કરે છે, ત્યારે કોઈક મૂર્ખ જ હશે જેણે હાર્વીની શોધનાં સત્યને તરત જ ઓળખ્યું હશે."

છતાં આપણા માટે જે ખૂબ જ સાદું છે તે આ સત્યને ૪૦ વર્ષની નીચેની વયના થોડાક ડૉક્ટરો સિવાય યુરોપના બધા જ 'મહાન ડૉક્ટરો' વડે નકારાયું હતું. એ બીજા લોકોનાં મગજ નક્કર સીમેન્ટ બની ગયાં હતાં.

વોલ્ટેર તેની 'ફિલોસોફીકલ ડીક્ષનેરી'નાં રાજદ્વારીઓ પ્રકરણમાં કહે છે કે તે તેના દિવસોના રાજદ્વારીઓ માટે નથી લખતો, કારણ કે તેમની પાસે

સાંભળવાનો સમય નથી, પરંતુ એ યુવાનો માટે લખે છે જેઓ પછીથી રાજદ્વારીઓ બનશે. તમે નક્કર સીમેન્ટને આકાર ન આપી શકો.

વૈજ્ઞાનિક દુનિયા એ હકીકતથી મૂંઝવણમાં છે કે જેવી રીતે આપણી પાસે બે હાથ અને બે પગ છે તેવી જ રીતે આપણી પાસે બે મગજ છે. બીજું મગજ બિનજરૂરી જણાય છે; છતાં આપણી બધાંની પાસે તે છે જ, જો બોલનારાં મગજને અકસ્માત થાય તો, જો અકસ્માત નાની ઉંમરમાં થયો હોય તો વાચા, વિચાર તથા અનુમાનનું કામ ઉપાડી લેવા માટે તૈયાર.

"પ્રકૃતિ ગોળાકાર સ્વરૂપે તેનાં મોટાં કાર્યો કરે છે. સૂર્ય તથા ગ્રહો ગોળાકાર છે - ઝરણાંમાનું પાણી અથવા તમારી નસોમાનું લોહી ગોળ ટીપાંમાં ઘૂમે છે. બે અર્ધ ગોળાકાર સાથે ગોળાકાર મગજ માટે તો પછી વિકસવા માટેનું કદાચ એક સારું કારણ છે. કોઈક દિવસ આપણે આપણાં એક મગજનો ઉપયોગ વિચારવા માટે તથા આ પૃથ્વી પર વ્યવસ્થા કરવાનાં નાનાં કામો માટે કરશું અને બીજાનો બહારનાં બ્રહ્માંડના વિચાર તથા ઊંડી શોધખોળ માટે કરીશું. 'તેણે હજીએ નથી દેખાડ્યું કે આપણે શું હશું.'

એક અપૂર્ણ, આળસુ, અકુશળ, કામગારને શા માટે જે કુશળ છે, મહેનતુ છે તથા ખૂબ જ કાર્યક્ષમ છે તે માણસ જેટલું જ વેતન ન આપવું? જો તમે એમ્પ્લોયર હો તો આપશો?

"બે મગજ જે તમારી આંખોની પાછળ, તમારાં નાક તથા કાનની ઉપર, અને તમારા વાળની નીચે રહે છે, જે તેનાં ગુંચળાંઓને ઊંડા ઉતારે છે, તે તમે વિચારો છો ત્યાં સુધી તેની શક્તિ વધારે છે, જ્યારે તમે વિચારવાનું અટકાવી દો છો ત્યારે જીવલેણ ગતિથી ગુણવત્તા ઘટે છે, તે એક ફાટ વડે જુદાં પડે છે, ફાટના તળિયે કોપર્સ કોલોસમ કહેવાતા રસપ્રદ પૂલ વડે જોડાય છે. તે સફેદ તાંતણાંઓનો પૂલ છે જે એક મગજમાંથી બીજા મગજમાં જાય છે. માહિતીઓ આ પૂલ પરથી એક મગજમાંથી બીજા મગજમાં મુસાફરી કરતી હશે તેમ લાગે છે. તેના ઉપયોગ વિશે કોઈ સચોટતા નથી. માણસો તેના વગર સામાન્યપણે જીવ્યા છે.

"કોઈક દિવસ, એક ખૂબ જ નાના બાળકના મગજના અડધા ભાગનું નાના ચિમ્પાન્ઝીના મગજના અડધા ભાગના સ્થાને પ્રત્યારોપણ કરવાના પ્રયોગનો પ્રયાસ થશે. જીવતાં પ્રાણીની શસ્ત્રક્રિયાના વિરોધીઓ, ચેતવણી

સ્વીકારજો.

"તમારી પોતાની જેમ, તમારા નાના ભાઈ ચિમ્પાન્ઝી પાસે પણ બે સંપૂર્ણ મગજ છે અને ચિમ્પાન્ઝીનાં બચ્ચાંનું મગજ અને માનવજાતનાં મગજમાંથી કયું કોનું છે તે કહેવું તમારે માટે મુશ્કેલ થશે.

"તમારાં મગજને વૃક્ષ જેવી છાલ છે જેને કોર્ટેક્ષ કહે છે અને વૃક્ષની છાલની અંદર કઠણ લાકડું હોય છે તેમ કોર્ટેક્ષ નીચે સફેદ, ઠંડો પદાર્થ છે. વિચારવાની બધી ક્રિયાઓ મગજની છાલ અથવા કોર્ટેક્ષમાં થાય છે; જેવી રીતે જીવનદાતા રસ વૃક્ષની છાલમાં વહે છે તેમ વિચારો દેખીતી રીતે કોર્ટેક્ષમાં વહે છે.

"જેવી રીતે તમારું બધું જ જોવાનું, સાંભળવાનું, ઓળખવાનું તમારાં એક મગજમાં થાય છે. તેવી જ રીતે તમારું વિચારવાનું પણ એક જ મગજમાં થાય છે, ક્યારેય એકસાથે બંનેમાં થતું નથી. બાળપણનો એક અકસ્માત આખી જીંદગી કયું મગજ કામ કરતું થશે અને કયું અપ્રવૃત્ત થશે તે નક્કી કરે છે.

"જ્યારે એવું દર્શાવવામાં આવ્યું કે ચિમ્પાન્ઝીનાં મગજ, માનવમગજના દરેક લોબ જ નહીં દરેક ગુંચળા પણ ધરાવે છે ત્યારે અલ્પજ્ઞાની લોકો માટે તે જબરો આઘાત હતો. 'બ્રોકાઝ કોન્વોલ્યુશન' પણ છે પરંતુ વાંદરાઓ માત્ર બોલી નથી શકતા.

"હક્ષલે એ ઓવેન સામે એ પણ પુરવાર કર્યું કે માનવ મગજમાં એક પણ વિશિષ્ટતા એક વાંદરાના નીચલાં મગજમાં ન હોય તેવી નથી. ડીસેક્શન કરતી છરી એવો કોઈ તફાવત સમજાવી શકતી નથી જે બબુનનાં મગજને એક વૈજ્ઞાનિકનાં મગજથી અલગ પાડે.

"સ્વ. ડૉ. ગાર્નર તરફ પૂરા આદર સાથે કહેવાનું કે કોઈ પ્રાણી વાત નથી કરતાં અથવા ક્યારેય એક પણ શબ્દ બોલ્યાં નથી. કોઈ પણ માનવ મગજની બુદ્ધિ ભલે ગમે તેટલી ઓછી હોય, તે ક્યારેય વાચા ન ધરાવતું હોય તેવું જણાયું નથી. તમારા બધા વિચારોને વ્યક્ત કરવા તમે બોલો છો તે દરેક શબ્દ એ ગ્રે મેટલના નાનકડા ભાગમાં આવેલ છે. જે એક હેઝલનટથી મોટો નથી. તમારાં મગજના એ ભાગમાં એક નસને તોડી નાખો તો તમે મુંગા બની જશો.

"મગજના એ ભાગને જરાક ઈજા પહોંચાડો, તો તમે અંગ્રેજી કેમ બોલવું તે ભૂલી જાવ, છતાં તમારું ફ્રેન્ચ અથવા અન્ય કોઈ મૃતભાષાનું જ્ઞાન જાળવી રાખી શકો. અંગ્રેજી ભાષાને પકડી રાખનાર માનસિક 'છાજલી' નાશ પામી

હોય અને ફ્રેન્ચ અથવા ગ્રીક 'છાજલી' સલામત રહી હોય."

વૈજ્ઞાનિક કહે છે, "હું વિચારું છું તેથી હું છું." આપણે *શા માટે* વિચારીએ છીએ, *કેવી રીતે* વિચારીએ છીએ અથવા વિચારવું એટલે શું, શું વિચારો વાસ્તવિક છે, જે આપણા વડે સર્જાયા છે કે પછી જેવી રીતે સૂર્યનો પ્રકાશ એક પ્લેટ પર ફોટોગ્રાફ છાપે છે તેવી રીતે બહારથી આપણા મગજ પર છવાયા છે, આપણે તે જાણતા નથી.

"મગજનું વેકેશન, ઊંઘ, પણ આપણે માટે એક ઘેરું રહસ્ય છે. જ્યારે મગજ ઊંઘી જાય છે અને શરીર આરામ કરે છે ત્યારે શું થાય છે ? શું મન, આત્મા, ચેતના અથવા આ વિચારવાનું મશીન જે કાંઈ પણ છે તે બીજી જગ્યાએ મજા માણવા માટે એવી રીતે ચાલ્યું જાય છે, જેવી રીતે એક ડ્રાઇવર તેની ગાડીને રાત્રી માટે ગેરેજમાં છોડી દે છે ?" તમે કહેશો કે, "આપણે ઊંઘીએ છીએ કારણ કે આપણે થાકેલા છીએ." આપણો થોડોક ભાગ થાકેલો છે, થોડોક નથી. એ બધી જ વસ્તુઓ જેને માટે *ઇચ્છા*ની જરૂર પડે છે તે થાકનું કારણ બને છે. જો તમારી ઈચ્છા તમારી પાસે કામ કરાવે છે, દોડાવે છે કે કૂદકા મરાવે છે તો તમે થાકી જાવ છો અને આરામ કરવો પડે છે. પરંતુ તમારા મગજનો એક ભાગ અચેતનપણે કાર્ય કર્યા કરે છે જે ચોક્કસ જ્ઞાનતંતુઓ તથા સ્નાયુઓને કાયમી કામે લગાડે છે જે અટક્યા વગર સો વર્ષ સુધી જો તમે જીવતા રહો તો એક ક્ષણની પણ ખલેલ વગર, દિવસ રાત ચાલતાં રહે છે.

"તમે તમારી છાતી તથા પેટના સ્નાયુઓનો ઉપયોગ કરીને એક જ શ્વાસ લેવામાં જે શક્તિનો ઉપયોગ કરો છો તે પાંચસો પાઉન્ડ વજનને એક જ ઇંચ ઊંચું કરવા માટે જોઈતી તાકાત બરાબર છે. તમે જીવો ત્યા સુધી ચોક્કસ સ્નાયુઓ દર મિનિટે ત્રીસ કરતાં પણ વધારે વખત એટલી શક્તિથી કામ કરે છે જેટલી પાચસો પાઉન્ડ વજનને જમીનથી એક ઇંચ ઊંચું કરવા માટે જોઈએ, અને તેઓ ક્યારેય વિરામ લેતા નથી."

"અને તે અદ્‌ભુત એન્જિન અને સ્નાયુ એવું હૃદય, વિરામ વગર કેવી રીતે ટકી રહે છે ? ફ્રેન્ચ સર્જન કારેલ જ્યારે એક કૂતરાનાં ફેફસાંના ભાગમાં ઑપરેશન કરતા હતા ત્યારે તેણે પ્રાણીનાં ધબકતાં હૃદયને ઈજા પહોંચાડ્યા વગર પોતાના હાથમાં પકડી રાખ્યું અને કહ્યું, "દુનિયાનું સૌથી અદ્‌ભુત મશીન." એ તે છે, પ્રાણીઓમાં અને આપણામાં. જેના વિશે તમે કંઈ જ નથી જાણતા તેવું

તમારાં મગજની અંદર કંઈક છે જે હૃદયને કામ કરતું રાખે છે.

"બે જ્ઞાનતંતુઓ, મેડ્યુલા તમારાં મગજના નીચલા ભાગમાંથી હૃદય તરફ જાય છે તે એ મશીનનાં કામનું નિયમન કરે છે. તેમાંથી એક જ્ઞાનતંતુને ઇલેક્ટ્રિક કરંટથી ઉત્તેજીત કરો, તરત જ તમારું હૃદય તેની ઝડપ તથા શક્તિ બમણી કરી નાખે છે. બીજા જ્ઞાનતંતુને ઉત્તેજીત કરો, હૃદય વધુ ધીમેથી ધબકે છે. તેને વધારે પડતાં ઉત્તેજીત કરો તો હૃદય અટકી જાય છે. હૃદય તરફ જતા તે બીજા જ્ઞાનતંતુને કાપી નાખો, તો હૃદય લગામ કપાઈ ગયેલા ઘોડાઓની ટીમની જેમ ભાગે છે."

"એક જ્ઞાનતંતુ કોચમેનના હાથમાંની ચાબુકની જેમ હૃદયને ઝડપથી દોડાવે છે, બીજો જ્ઞાનતંતુ ઘોડાનાં ચોકડાં સાથે બાંધેલ લગામની જેમ, તેને પાછળ ખેંચી રાખે છે અને હૃદયની ક્રિયાઓ નિયંત્રિત કરાય છે. તેથી આપણાં હૃદયની અંદરનું બધું જ ડરપૂર્વક અને અદ્‌ભુત રીતે મગજના ઘેરા કોર્ટેક્ષ, સ્નાયુઓ તથા જ્ઞાનતંતુઓથી નિયંત્રિત થાય છે, જે રક્તચાપનું નિયમન કરે છે, જે એવી અદ્‌ભુત સિસ્ટમ છે જે આપણા શરીરની ગરમીનું નિયંત્રણ કરે છે જેથી વિષુવવૃત્ત અને ઉત્તર ધ્રુવની વચ્ચે આપણા લોહીનું તાપમાન એક અંશ જેટલું પણ બદલાતું નથી."

જે કોઈ પણ શરીરશાસ્ત્ર અથવા માનસશાસ્ત્ર પરનું પુસ્તક વાંચે છે તે છેવટે પૂછે છે, "હું જોવું છું તે કઈ વસ્તુ વિશે છે ? આપણી અંદર જે રહે છે તે શું છે, જે માણસના શબ્દો અને દુર્બળ હાથ દ્વારા મોકલાયેલ, જ્ઞાનતંતુ વડે પહોંચાડાયેલ હકીકતોને ઓળખે છે, આદેશો આપે છે જે પૃથ્વીની સપાટીને બદલી નાખે છે, પર્વતોને ચીરી નાખે છે અને સમુદ્રોને ભેગા કરી દે છે."

મને એક પ્રશ્ન પૂછો, જેનો જવાબ આપવાનું મને મુશ્કેલ લાગે તો તમે મને તમારી પ્રમાણિક સેવા આપી ગણાશે જે મારે માટે *વિચારવા*નું કારણ બને !

"બે હજાર ચારસો વર્ષ પહેલાં, ચાલ્ડીઅન માગીના શિષ્ય, અબ્દેરાના ડેમોક્રિટ્સે કહ્યું છે કે, માણસ ભ્રમણા અને છેતરામણા સ્વરૂપોની દુનિયામાં ઘૂસેલો રહે છે જેને જનસાધારણ વાસ્તવિકતા તરીકે ગણે છે. સાચું કહીએ તો, આપણે કશું જ જાણતા નથી."

"આજના વિદ્વાન તબીબો તથા માનસશાસ્ત્રીઓ ટીસ્યુ, જ્ઞાનતંતુઓ, સ્નાયુઓનો અભ્યાસ કરે છે અને આપણા પર શાસન કરતી શક્તિની બાબતમાં

કબૂલ પણ કરે છે કે આપણે "કંઈ જ જાણતા નથી." માત્ર આંખનો ચમકારો અંદર વસનાર આત્માને પ્રગટ કરે છે. પરંતુ તે તેમ કરે છે ! ઘોડો જ્યારે બ્યુગલ વાગતું સાંભળે છે ત્યારે જ્યારે તે હણહણે છે તથા જમીન પર પગ ઠોકે છે ત્યારે, તેની આંખો ચમકારો મારતી દેખાય છે. શું તેનામાં પણ નીચલી કક્ષાનો નિવાસી છે ?"

તમે હમણાં જ માનસશાસ્ત્ર પર ખૂબ સુંદર અને સહેલાઈથી સમજાય તેવો બોધપાઠ વાંચ્યો. જો તમે જે વાંચ્યું તેના પર વિચાર્યું તથા તેને પચાવ્યું છે તો દુનિયાના નવ્વાણુ ટકા લોકો માનસ શાસ્ત્ર - માનવ મગજ - વિશે જાણે છે તેના કરતાં તમે વધારે જાણો છો. હવે તમે જાણો છો કે હું શા માટે નાનાં બાળકોનાં મગજમાં ગોલ્ડન રૂલ ફિલોસોફી રોપવામાં દેવળો, શાળાઓ તથા વર્તમાનપત્રોના ભાગ પર વ્યવસ્થિત પ્રયાસ કરવાની ભલામણ કરું છું, *કારણ કે આ એક માત્ર જગ્યા છે જ્યાં તેને ચોંટાડી રાખી શકાય !*

તમે આ પૂરું કરો પછી બેન્જામીનકીડ વડે લખાયેલ (જી.પી.પુરનામ્સ, ન્યુયોર્ક વડે પ્રકાશિત) 'ધ સાયન્સ ઑફ પાવર' વાંચો. હેન્રી હેઝલીટ્ટનું (ઇ.પી. ડટ્ટન એન્ડ કંપની, ન્યુયોર્ક વડે પ્રકાશિત) 'થીંકીંગ એઝ અ સાયન્સ' પણ વાંચો. આમાંથી કોઈ પણ પુસ્તક તમારા સ્થાનિક બુક સ્ટૉર અથવા મોન્ટગોમેરી વાર્ડ એન્ડ કંપની, શિકાગો, ઈલીનોઈસ વડે પણ મળી શકશે.

તમે આ બે રસપ્રદ પુસ્તકો વાંચશો પછી - જેને માટે થોડોક કલાકોથી વધારેની જરૂર નહીં પડે - તમે દુનિયાના બધા જ લોકો કરતાં માનવ મગજ વિશે વધારે જાણતા હશો, સિવાય કે જેમણે માનસશાસ્ત્રમાં વિશિષ્ટતા પ્રાપ્ત કરી છે તેવા નાની સંખ્યાના લોકો કરતાં. સાહજિક રીતે, તમે આ સૂચવાયેલ વાંચન તથા વિચાર કરીને તમારા જીવનનાં મુખ્ય ધ્યેયને પ્રાપ્ત કરવાની પહેલાં ધરાવતા હતા તેના કરતાં દસથી દસ હજાર ગણી શક્તિ ધરાવતા થઈ જશો !

એક વર્ષના ૨૫૦૦૦ ડોલર્સ કમાનાર માણસ અને વર્ષના ૧૫૦૦ ડોલર્સ કમાનાર માણસ વચ્ચેનો તફાવત એ મોટેભાગે માનસશાસ્ત્રના સિધ્ધાંતોની સમજણનો તફાવત છે. તમારી જાતને આ વિષય પરની માહિતી આપો અને તમને જેમનામાં રસ છે તેમને પણ માહિતી મળે તે જુઓ.

હવે તમારી પાસે આઇડિયા છે !

તમે તેનું શું કરશો ? ક્યારે ? કેવી રીતે ? જો આ અગ્રલેખે તમારા મગજમાં

કોઈ વિચારને આકાર લેવા દીધો છે, તો તે વિચારને જીવંત તથા કામ કરતો રાખવા વિશે ચોક્કસ રહો ! અન્યોને તેના વિશે કહો - તેના વિશે લખી લો - તેના વિશે વિચારો કારણ કે આ બધી માનસિક કસરત છે જે તે વિચારને ત્યાં સુધી વધુ ને વધુ વિકસાવશે જ્યાં સુધી તે તમારો એક ભાગ ન બની જાય, પછી તમે તેને તમારા જમણા હાથનો ઉપયોગ કરો છો તેટલો જ મુક્તપણે તથા કુશળતાપૂર્વક ઉપયોગ કરી શકશો, પરંતુ તે તમને એટલું ઉત્પાદિત કરવામાં મદદ કરશે જેટલું દસ લાખ જમણા હાથ તેના વગર ઉત્પાદિત ન કરી શકે.

તે તમને સચોટ રીતે વિચારતાં અને તાર્કિક રીતે કારણ આપતાં શીખવશે. તે તમને એવાં નેતૃત્વની અંદર લઈ જશે જે તમે જે બનવા માગો છો તે વ્યક્તિ ન બની જાવ ત્યાં સુધી અટકશે નહીં !

જીવનમાં મારું નિશ્ચિત ધ્યેય છે :

સિધ્ધાંતોને ધનથી ઉપર અને માનવતાને એવી સ્વાર્થી વ્યક્તિઓથી ઉપર મૂકવા જેઓ આપ્યા વગર મેળવે છે, અને મારા સાથીઓને પણ તેવું જ કરવા મદદ કરવી.

મારા સાથીઓનાં હૃદયમાં ક્રાંતિનાં બીજ વાવવાં જ્યાં સુધી તેઓ ઊભા થાય અને હંમેશાં ભૂખમરાના ડરથી ઊભા રહેવાના તથા વૈતરાંની ચક્કી સાથે બંધાયેલા રહેવાના વિશેષાધિકાર કરતાં કંઈક વધારે મોટાની સંસ્કૃતિ જે ઑફર કરે છે તેના વડે સામાન્ય અંત માટે સંકલિત પ્રયાસ સાથે કામ કરે.

અસહિષ્ણુતા પર જીત મેળવવી અને અન્યોને તેમ કરવામાં મદદ કરવી.

એક રચનાત્મક શૈક્ષણિક કાર્યક્રમ ચલાવવો જે પુરુષો તથા મહિલાઓને સાથ સહકારના ફાયદાઓ તથા કુબેરનાં ધર્મસ્થાનમાં પૂજા કરવા માટે તેમની ગાડી ધક્કા મુક્કીમાં એક બીજા સાથે ઝઘડવાના ગેરલાભો જોવામાં મદદ કરે.

વર્તમાન પત્રોની એક શ્રૃંખલાની વ્યવસ્થા શરૂ કરવી જે એક જાળની જેમ આખા અમેરિકા પર પથરાઈ જાય અને જેનાં પાનાંઓ માત્ર સ્વચ્છ, રચનાત્મક, સત્યપૂર્ણ સમાચારો આપે અને જેના અગ્રલેખો લાખો લોકોને ઊભા કરે તથા પ્રેરે જ્યાં સુધી તેઓ પોતાની જાતને વેતન મજૂરીની શાશ્વત ચુંગાલમાંથી મુક્ત ન કરી લે અને ધન મેળવનારા પાગલોના પગ નીચેથી બહાર ન નીકળી જાય.

વળતર ચૂકવાય તેના કરતાં વધુ સારી ગુણવત્તા તથા વધુ પ્રમાણમાં સેવા આપવી, અને બીજા લોકોને પણ તેમ કરવાના ફાયદા જાણવામાં મદદ કરવી.

પૂર્વગ્રહ બાજુ પર મૂકવો અને લોકો તરફ તેમના ધાર્મિક, રાજકીય, વંશીય અથવા આર્થિક વલણોને નજરઅંદાજ કરીને મદદનો હાથ લંબાવવો.

હંમેશાં મારી હાજરીને આવકાર મળે તે હેતુથી, હું જ્યાં પણ જાઉં ત્યાં સૂર્યપ્રકાશનાં બીજ પાથરવાં.

હું જાહેર સેવક છું તે યાદ રાખવું અને કે માણસને જે સૌથી મોટું માન મળે છે તે સારી રીતે સેવા આપવાનું માન છે તે યાદ રાખવું !

પ્રથમ લાયક બનીને મારા સાથીદારોનો વિશ્વાસ જીતવો અને તેમ થયા પછી મારી જાતને એવી રીતે ચલાવવી કે આ આત્મવિશ્વાસ ક્યારેય તૂટે નહીં કે તેની સાથે દગો ન કરાય.

અંતમાં, હંમેશાં સેવા કરવાની અને ક્યારેય ન સંકોચાવાની ઇચ્છા કરીને જીવન જે કાંઈ પણ જવાબદારી લાવે તે સ્વીકારવી; પ્રગતિનાં પૈડાં હંમેશાં એ લક્ષ્ય તરફ જાય છે જેને માટે દરેક માણસ ટળવળે છે - *અહીં પૃથ્વી પર ખુશી મેળવવી*. આથી તેને હંમેશાં મદદ કરવી અને તેમાં ક્યારેય અવરોધ ઊભો ન કરવો.

નિશાની ૧૫

ગોલ્ડન રૂલને લાગુ કરવો

સફળતા માર્ગ પરની પંદરમી નિશાની છે *ગોલ્ડન રૂલ ને લાગુ કરવો.*

અને હવે હાર્વર્ડ યુનિવર્સિટીના એક પ્રોફેસરનો એક પત્ર આવે છે જેણે અમારાં અગ્રલેખનાં ટાઈપરાઇટરને વ્યસ્ત કરી દીધું છે. અમે ચર્ચા હેઠળના વિષય પર વિચાર કરવાની અમારા વાચકોને તક આપવાના હેતુસર, તે પત્ર અને અમારો જવાબ બંને છાપીએ છીએ.

"પ્રિય શ્રી હિલ :

"ચાર વર્ષ અગાઉ તમારી પ્રથમ આવૃત્તિ બજારમાં આવી ત્યારથી હું તમારા સામયિકનો વાચક છું અને મેં દર મહિને ટકી રહેલા તથા વધતા જતા રસ સાથે તમારી ફિલોસોફીનો અભ્યાસ કર્યો છે.

જ્યારથી તમે આ લોકોના ઉત્થાન માટેના નિબંધો લખવાના શરૂ કર્યા છે ત્યારથી તમારી પોતાની વિચારવાની પ્રક્રિયામાં આવેલા વિકાસને નિહાળવો તે ઘણું જ પ્રકાશ પાથરનાર છે, અને તમને ખ્યાલ છે તેના કરતાં પણ તમે વધારે સારું કર્યું છે તે માનવા માટે મારી પાસે કારણ છે; જોકે, હું નિરાશ થયો છું કારણ કે તમે હજી એ જોયું હોય તેમ નથી લાગતું કે ગોલ્ડન રૂલ, પોતાનામાં જ, એક માણસને સફળતા તરફ લઈ જવા માટે પૂરતો નથી.

આ વાત પર વિચારી જુઓ અને તમને તરત જ ખ્યાલ આવશે કે એક માણસ પુષ્કળ વસ્તુઓની વચ્ચે રહીને પણ સહેલાઈથી ભૂખે મરીને મૃત્યુ પામી શકે છે અને છતાં અન્યો સાથેની તેની બધી જ લેવડદેવડમાં ગોલ્ડન રૂલને લાગુ કરી શકે છે.

આ અતિક્રમણ માટે માફ કરજો, પરંતુ તમારાં સાહિત્યિક કાર્ય પરથી હું જાણું છું કે તમે એવી વ્યક્તિ છો જે સૂચનો તમારા પોતાનાં દૃષ્ટિબિંદુ માટે સંવાદી ન થતાં હોય તોપણ આવકારે છે.

હૃદયપૂર્વક તમારો,"

ઉપરનો પત્ર હળવા આંચકાની જેમ અમારી પાસે આવ્યો. શું એ શક્ય છે કે હાર્વર્ડના એક પ્રોફેસર અમે જે લખ્યું છે તેનું સાચી રીતે અર્થઘટન કર્યા વગર ચાર વર્ષથી અમને વાંચી રહ્યા હોય ? શંકા નથી કે તેમ જ છે, અને તે દોષ અમે અમારા પોતાના પર લઈએ છીએ. એટલે કે વર્તમાન બિંદુ સુધી અમે દોષ અમારા પર લઈએ છીએ, પરંતુ અહીંથી આગળ અમે નિખાલસપણે એમ કહીને તે જવા દીએ છીએ કે હાર્વર્ડના પ્રોફેસર હોય કે બીજું કોઈ પણ, જે આ પંક્તિઓ વાંચે છે અને ગોલ્ડન રૂલના સફળતા સાથેના સંબંધો બાબતમાં અમારું દૃષ્ટિબિંદુ સમજવામાં નિષ્ફળ જાય છે, તો અમે સ્પષ્ટ થઈ જવાના હોવાથી તે અમારો દોષ રહેશે નહીં.

સૌ પ્રથમ તો, અમે ક્યારેય પણ એવું કહ્યું હોવાનો દાવો નકારીએ છીએ કે કોઈ પણ વ્યક્તિની સફળતાને આગળ વધારવા માટે એકલો ગોલ્ડન રૂલ જ પુરતો છે, કારણ કે અમે ઘણા વર્ષોથી એ જાણીએ છીએ કે તેમ નથી. અમારા દૃષ્ટિબિંદુ મુજબ એવાં ઘણાં પાસાંઓ છે જે સફળતામાં પ્રવેશે છે, અને એ બધામાં સફળતા શબ્દની વ્યાખ્યા પોતે પણ ઓછી મહત્વની નથી.

પ્રકાશ પાડવા ખાતર, આપણે કહીએ કે, જીવવા માટેની વાસ્તવિક જરૂરિયાત કરતાં વધારે ધનનો સંચય એ સફળતા છે.

શક્તિ કે સત્તાને લાગુ કરીને ધન સંચીત થઈ શકે છે; ધ્યાન આપો, મેં "સંચીત" કહ્યું છે અને તે "વારસામાં મેળવેલ" હોય તેનો સામાન નથી.

સત્તા વ્યવસ્થિત પ્રયાસો દ્વારા આવે છે; અન્ય કોઈ રીતે નહીં. જ્યારે તમે વ્યવસ્થિત પ્રયાસ દ્વારા શક્તિ વિકસાવો છો ત્યારે તમે ઘણાં પાસાંઓને એકઠાં કરો છો અને યોગ્ય પ્રમાણમાં તેમનું મિશ્રણ કરો છો; પછી તમે પાસાંઓનાં આ મિશ્રણનાં પરિણામને સારી રીતે વ્યવસ્થિત કરેલ આયોજનની પાછળ મૂકો છો. આ આયોજન જીવનના પડાવના પ્રકાર મુજબ અથવા તેના ઉપયોગ દ્વારા તમે જે વસ્તુ પ્રાપ્ત કરવા માગો છો તે મુજબ બદલાય છે.

જેમાંથી શક્તિ વિકસાવી શકાય તેવાં પંદર પાસાંઓ છે, અને અમે ધારી શકીએ તેવા દરેક કોણ અને દૃષ્ટિબિંદુથી અમે તેમનો આ સ્તંભોમાં અસંખ્ય વખત ઉલ્લેખ કર્યો છે, કારણ કે અમે જાણીતા હતા કે તેનું અર્થઘટન કરવાની લોકોની બદલાતી ક્ષમતા પાસે અમારા વચનને સ્પષ્ટ કરવા માટે તે જરૂરી હતું.

અમે વધુ એક વખત આ પંદર પાસાંઓનો ઉલ્લેખ કરીએ તો કોઈ નુકસાન

નથી થવાનું; કે પછી કદાચ આ પંદર પાસાંઓનાં યોગ્ય મિશ્રણથી વિકસાવાયેલ શક્તિનો ફરી ઉપયોગ કરીએ તો તેનાથી પણ કોઈ નુકસાન નથી.

પહેલું છે જીવનનું *નિશ્ચિત* ધ્યેય !

પછી બીજાં ચૌદને અનુસરો, જે છે, આત્મવિશ્વાસ, પહેલ, કલ્પના, ક્રિયા, ઉત્સાહ, આત્મનિયંત્રણ, વળતર અપાતું હોય તેનાં કરતાં વધુ કામ કરવાની આદત, આકર્ષક વ્યક્તિત્વ, સચોટ વિચાર, એકાગ્રતા, દૃઢ નિશ્ચિય, નિષ્ફળતાઓ તથા ભૂલોમાંથી શીખવું, સહિષ્ણુતા અને છેલ્લું, પરંતુ કોઈ રીતે અંતિમ નહીં, ગોલ્ડન રૂલને લાગુ કરવો.

અમે ક્યારેય નથી કહ્યું કે એકલો ગોલ્ડન રૂલ પૂરતો છે. તે સૂચિના અંતમાં આવે છે પરંતુ અમે અગાઉ ઘણી વખત, અસંખ્ય રીતે કહ્યું છે તેમ, અત્યારે પણ કહીએ છીએ કે, *જીવનમાં કોઈ પણ સ્થાન કે સફળતા કાયમી નહીં હોય, સિવાય કે તે સત્ય અને ન્યાય પર આધારિત હોય.* આ બરાબર એ વાક્ય જેવું જ છે કે સફળતા ટકશે નહીં સિવાય કે તે ગોલ્ડન રૂલના સિધ્ધાંતને લાગુ કરીને મેળવાઈ હોય.

સમૃદ્ધિ એ લોકોના હાથમાં છે જેમનામાં એટલી બુદ્ધિમત્તા છે જેના વડે તેમણે તે મેળવી છે અને ટકાવી રાખી છે. આ હકીકતથી કોઈ છૂટકારો નથી.

'સૌથી તંદુરસ્ત છે તે જીવી જશે' એ નિયમ પ્રવર્તે છે અને પ્રવર્તતો રહેશે. ડાર્વીનનો કોઈ પણ વિદ્યાર્થી જાણે છે કે આવો એક નિયમ છે અને એ પણ, કે તે કેવી રીતે કામ કરે છે. પ્રકૃતિ પ્રચંડ સંખ્યામાં ખેતરના ઉંદરનું સર્જન કરે છે, જેમાંના મોટાભાગનાનો માર્ગ બાજ કે ઘુવડ કે સમડી કે અન્ય કોઈ વધારે "યોગ્ય" પ્રાણીનાં પેટમાં જાય છે. "યોગ્ય" શબ્દનો અર્થ "ન્યાયી"નો થાય છે તેવો જ નથી. કદાચ જે ઉંદરો ઘુવડનું પેટ ભરે છે તે જે ભાગી જાય છે અને તેમની જાતિનો પ્રસાર કરે છે તેના જેટલા જ "ન્યાયી" છે, પરંતુ તે એટલા "યોગ્ય" "ફીટ" નથી એટલે કે તેઓ એટલા વ્યવસ્થિત નથી અને તેમનામાં જીવી જવા માટે પૂરતી શક્તિ નથી.

માનવવંશ સહિત, પ્રાણીઓની દરેક પ્રજાતિમાં ચોક્કસ વ્યક્તિઓ હોય છે જેમને જીવી જવાની ઉચ્ચતર "યોગ્યતા" આપવામાં આવી છે.

જે વ્યક્તિ એકઠું કરવાનો પ્રયત્ન કરતાં પહેલાં સેવા આપવા, કામ કરવા ઈચ્છુક છે તેમને માટે દુનિયાના ઈતિહાસમાં અગાઉ ક્યારેય ન હતી તેટલી તક

અત્યારે છે.

જે માણસ તેના પ્રયાસોને કેવી રીતે વ્યવસ્થિત કરવા તે અને બુદ્ધિપૂર્વક તેને કેવી રીતે વાળવા તે જાણે છે તે કલ્પના કરી શકે તેટલું બધું જ ધન મેળવી શકે છે, અને આ પૃથ્વી પર એવી કોઈ ચીજ નથી જે તેને અટકાવી શકે. તેને મેળવ્યા પછી તે "ખુશ" કે "સફળ" હશે કે નહીં તે અલગ બાબત છે. આપણે સમજીએ છીએ તેમ, સફળતામાં ખુશીનો સમાવેશ થઈ જાય છે, પરંતુ એ વાતમાં કોઈ શંકા નથી કે ગોલ્ડન રૂલનો અમલ કર્યા વગર માણસ વિશાળ માત્રામાં ધન મેળવી શકે છે અને તે મેળવ્યા પછી તે પૈસા હોવાની ખુશીને માણી શકે છે.

અહીં ઉલ્લેખ કરાયેલ પંદર પાસાંઓ એવી રીતે વ્યવસ્થિત પ્રયાસો અથવા શક્તિના ઉપયોગને સાબિત કરે છે જે *સાચી* સફળતા, એટલે કે એવા પ્રકારની સફળતા જેમાં ખુશી ભળેલી હોય, તે લાવે છે.

મોટાભાગના માણસો પાસે આ પંદર પાસાંઓને ઓછામાં ઓછો થોડો ભાગ તો તેમના નિયંત્રણ હેઠળ હોય છે, પરંતુ તેમણે વધારામાં એ ઉમેરવાની જરૂર છે જે તેમનાં જીવનનાં આયોજનમાં પ્રવેશી નથી. વ્યક્તિ પાસે પહેલાં ચૌદ પાસાંઓ તેના એકદમ નિયંત્રણમાં હોય તેવું બની શકે, પરંતુ જો પંદરમાના ઉપયોગ વડે તે તેના પ્રયાસોને માર્ગદર્શન આપવામાં નિષ્ફળ જાય તો તે કાયમી સફળતા ન બની શકે. પહેલાં ચૌદ પાસાંઓના ચારેય મિશ્રણથી શક્તિ વિકસાવી શકાય, પરંતુ જો તેને ગોલ્ડન રૂલ સિધ્ધાંત વડે માર્ગદર્શન ન અપાય તો તે શક્તિ સફળતાને બદલે વિધ્વંસ તરફ દોરી જઈ શકે.

જો આ વસ્તુ ગોલ્ડન રૂલના સફળતા સાથેના સંબંધમાં અમારાં દૃષ્ટિબિંદુને સ્પષ્ટ નથી કરતી તો અંગ્રેજી ભાષામાં અમારો અર્થ વ્યક્ત કરી શકવાનાં અમારા અસામર્થ્ય બદલ અમારે માફી માગવી જોઈએ.

મોટાભાગની મહાન સિદ્ધિઓ સંઘર્ષમાંથી જન્મે છે !

પ્રકૃતિએ તેનું આયોજન એવી રીતે ગોઠવ્યું છે જેથી દરેક જીવંત વસ્તુએ સંઘર્ષ દ્વારા જ પ્રગતિ કરવી પડે. આ જરૂરી સંઘર્ષ મોટેભાગે ખૂબ જ અસંમત થવાય તેવો હોય છે, અને જો તેનાથી કેવી રીતે દૂર રહી શકાય તે જાણતા હોઈએ તો, આપણામાંના મોટાભાગના પોતાની જાતને તેનાથી રક્ષણ આપશે.

આપણો સંઘર્ષ જેટલો વધારે તેટલું આપણે વધારે શીખશું.

પ્રકૃતિ આપણાં હૃદયમાં ઇચ્છાઓ રોપે છે અને પછી ઘણા બધા અવરોધો વડે તે આ ઇચ્છાની વસ્તુને ઘેરી લે છે, જેને આપણે તે ઇચ્છિત વસ્તુ પ્રાપ્ત કરતાં પહેલાં જીતવા પડે છે. કોઈ પણ વસ્તુ વગર આપણને કંઈક આપવા માટે પ્રકૃતિનાં આયોજનના એકેય ભાગમાં આપણે ક્યાંય કંઈ જ જોઈ શકતા નથી. આપણે જે કાંઈ પણ મેળવીએ છીએ તે બધા માટે તે આપણને ટટળાવે છે અને આપણી પાસે તેની કિંમત ચૂકવાવે છે.

મનુષ્યનાં હૃદયમાં સૌથી ઉંડાણપૂર્વક સ્થિત થયેલી ઇચ્છાઓ પૈકીની એક છે સંપત્તિનો કબજો.

જે વ્યક્તિ સંપત્તિ માટેની આ ઇચ્છાથી સક્રિય નથી થઈ જતી તે તેના સાથીદારોમાં વિલક્ષણ છે. આ ઇચ્છા એટલી બધી વૈશ્વિક છે કે પ્રકૃતિએ તેને આપણે માટે સંઘર્ષના માર્ગનાં કારણ તરીકે માનવ હૃદયમાં સ્થાન આપ્યું છે.

આ દુનિયામાં આપણે જેને માટે સંઘર્ષ કરીએ છીએ તે આપણે મેળવીએ કે નહીં, આપણે એ બાબતથી આરામ અનુભવવો જોઈએ કે છેવટે આપણને સંઘર્ષ કરવાનો અધિકાર તો મળ્યો, અને કે આ સંઘર્ષમાંથી આપણે કંઈક શીખ્યા છીએ જે આગળના માર્ગમાં પ્રકૃતિનાં આયોજનમાં કામ આવી શકે.

જે ક્ષણે આપણે સંઘર્ષ કરવાનું બંધ કરીએ કે આપણે ક્ષીણ થવા લાગીએ છીએ અને મૃત્યુ પામીએ છીએ. પ્રકૃતિ કહે છે. "તમારે વિકસતા રહેવું જોઈએ, નહીંતર માર્ગમાંથી ખસી જાવ." આપણે સંઘર્ષ વગર વિકસી ન શકીએ. જ્યારે સંઘર્ષ સૌથી મુશ્કેલ દેખાતો હોય ત્યારે આ બાબતે આપણને આશ્વાસન આપવું જોઈએ, કારણ કે કઠીન સંઘર્ષમાંથી ઝડપી વિકાસ આવે છે.

જ્યારે તમે તમારી રમૂજવૃત્તિ ગુમાવી દો ત્યારે તમારે એક લીફ્ટમાં નોકરી લેવી જોઈએ કારણ કે તમારું જીવન ઉતાર-ચઢાવની શ્રેણી બની જવાનું છે.

ડર એ ભયાનક ખામી છે. સૌથી જોખમી અને દબાણકર્તા ભય છે, બીજા લોકો આપણે માટે શું કહેશે, ટાલીયા લોકો જો વાળનાં મૂળને પોષણ આપનાર જ્ઞાનતંતુઓને કાપી નાખે તેવા ચૂસ્ત પટ્ટાવાળી હેટ ઉતારી નાખતાં ડરતા ન હોય, તો તેઓ પોતાના વાળ બચાવી શકે. પરંતુ, "તેઓ શું કહેશે"નો ડર માણસને હેટ ઉતારતાં અટકાવે છે.

અમે તાજેતરમાં જ એક સામાન્ય માણસને આટલી બધી હડતાળ પડવાનું કારણ તે શું માને છે તેમ પૂછ્યું. તેણે અમને કહ્યું, પરંતુ તેમ કરતાં પહેલાં તેણે

પોતાનાં નામનો ઉલ્લેખ ન કરવાનું વચન આપવા અમને આજીજી કરી. તે પણ શ્રમની પરિસ્થિતિ વિશે તેનો પ્રમાણિક મત વ્યક્ત કરવા માટે તેના વિશે "તેઓ શું કહેશે"થી ડરતો હતો.

એ અનિશ્ચિત, કાલ્પનિક "તેઓ" એ ઘણા બુદ્ધિશાળીઓને નિખાલસતાપૂર્વક પોતાની જાતને વ્યક્ત કરવાના તથા પગલું ભરવાના ડરને કારણે પોતાનાં મસ્તકમાં જ પૂરાયેલા રાખ્યા છે.

લોકો તમારી ટીકા કરે તો ? તેમાં શું ? કોઈ પણ મૂર્ખ ટીકા કરી શકે, અને *ઘણા બધા કરે જ છે* ! પરંતુ તેમની ટીકા તેમના પોતાના સિવાય કોઈને નુકસાન નથી કરતી. તે તેઓ કેવા છે તે દેખાડે છે.

જે માણસો વિશ્લેષણ કરે છે અને વિચારે છે તે ભાગ્યે જ નિખાલસપૂર્વક પોતાની જાતની ટીકા કરે છે. જે પુરુષો કે મહિલાઓ હિંમતપૂર્વક, ભલે તે ટોળાંની દૃષ્ટિ સાથે મળતું આવતું હોય કે નહીં તેમને જે યોગ્ય લાગે છે તે કરે છે. તેઓ ચારિત્ર્યનું એવું સામર્થ્ય ધરાવે છે કે તેઓ "હું ડરું છું" કે "અશક્ય" જેવો શબ્દ જાણતા જ નથી.

મેં હમણાં જ આ વિચારકો પૈકીના એક સાથે વાત કરી છે. તેણે મને તેનું નામ કાઢી નાખવાની વિનંતી નથી કરી. જ્યારે મેં તેમને પૂછ્યું કે મજૂરોની વર્તમાન પરિસ્થિતિ વિશે તેઓ શું માને છે, તો તેમણે તરત જ જવાબ આપ્યો : જો મજૂરો તેઓ જે માંગણી કરે છે તે બધામાં જીતે, જે થવાનું નથી, તો આપણે રશિયા ચાલ્યા જવું જોઈએ. જ્યાં તેઓ લોકોને સ્વતંત્રતા માણવા દેવાની છૂટ આપવાનો ઢોંગ કરતા નથી. મુડી અને શ્રમ વચ્ચેનો વર્તમાન મુદ્દો સ્પષ્ટ અને સહેલાઈથી નક્કી કરાય તેવો છે. રાજ્ય લોકોના તેમને જ્યાં ગમે ત્યાં કામ કરવાના, જેમને માટે કામ કરવામાં આનંદ આવે તેને માટે કામ કરવાના અને તેમને આનંદ આવે તેવી કોઈ પણ વ્યવસ્થા હેઠળ કામ કરવાના અધિકારો માટે લડે છે. મજૂરો જેઓ પોતાની જાતે ઠોકી બેસાડાયેલા મજૂર નેતાઓને અંજલી ન આપે તે બધાને રોજગારથી બહાર કાઢી નાખવા માટે લડે છે. જો મજૂરો જીતશે તો તેનો અર્થ એવો થશે કે જે પાયાના સિધ્ધાંત પર ડેકલેરેશન ઑફ ઈન્ડીપેન્ડન્સ (સ્વતંત્રતાનું જાહેરનામું) નો પાયો નખાયો હતો તે જ ધોવાઈ જશે અને આપણી પાસે દુનિયાના સૌથી મુક્ત દેશ હોવા માટે ગર્વ કરવા માટે નક્કર ભૂમિ નહીં હોય."

એ વિધાન વિશે કોઈ અસમંજસ છે ?

આપણે તેની સાથે સંમત થઈએ કે નહીં, જેનામાં પોતાને નિખાલસપણે વ્યક્ત કરવાની હિંમત હતી તે માણસ માટે આપણને સૌથી વધુ આદર છે.

જે સાચું છે તે સાચુ જ છે અને જે ખોટું છે તે ખોટું જ છે અને જે વ્યક્તિ દરેકને તેનાં સાચાં નામથી બોલાવતાં ડરે છે તેને જે સાચું છે તેના લાભને કે જે ખોટું છે તેની અસરોમાંથી બચી જવાની છૂટ નથી.

આપણે તેની સાથે સંમત થઈએ કે નહીં આપણને એ માણસ માટે પૂરો આદર છે જે તેના બે પગ પર ઊભો રહે છે, જે થાક્ય વગર હકીકતનો સામનો કરે છે અને પોતે જે માને છે તે જ કહે છે.

જે ટાઈપરાઈટર પર આ પંક્તિઓ લખાઈ રહી છે તેની સામે એક મોટું પાટીયું છે જેમાં લખ્યું છે, *"હું દરરોજ દરેક રીતે વધારે સફળ થઈ રહ્યો છું."*

એક "માથા ફરેલ માણસ" જે આપણો મિત્ર છે તેને થોડી મિનિટો માટે શાહી અંગત સ્થળમાં પ્રવેશ આપવામાં આવ્યો અને જેવી તેની નજર આ પાટીયાં પર પડી, તેણે કહ્યું, "તમે આ વાત નથી માનતા, ખરું ?" અને મેં જવાબ આપ્યો, "નહીં જ વળી ! તેણે મારે માટે માત્ર એટલું જ કર્યું છે કે મને તે કોલસાની ખાણમાંથી બહાર નીકળવામાં અને અને દુનિયામાં એવું સ્થાન મેળવવામાં મદદ કરી છે. જ્યાં હું ૧,૦૦,૦૦૦ થી વધુ લોકોની સેવા કરું છું જેમના મગજમાં હું આ પાટીયાં પર લખ્યો છે તે જ સકારાત્મક વિચાર રોપું છું, આથી, હું શા માટે તેમાં વિશ્વાસ રાખતો હોઉં ?"

તે જવા માંડ્યો ત્યારે તેણે કહ્યું, "કદાચ આવા પ્રકારની ફિલોસોફીમાં કંઈક છે. મને હંમેશાં ડર લાગ્યો છે કે હું આખી જીંદગી એક નિષ્ફળ માણસ રહીશ અને અત્યાર સુધી મારો ડર સંપૂર્ણપણે સાચો પડ્યો છે."

માત્ર તમે જે વિચારો કરો છો તેના વડે જ, તમે તમારી જાતને ગરીબ, દુઃખી તથા નિષ્ફળ તરીકે વખોડો છો અથવા, તમારી જાતને સર્વોચ્ચ સિદ્ધિ તરફ લઈ જાવ છો. જો તમે તમારી જાત પાસે સફળતાની માગણી કરો છો, અને પુષ્કળ પગલાં ભરીને તમારી માગણીની પાછળ પડો છો તો તમને સફળતા મળવાની જ છે. સફળતા માગવા તથા માત્ર તેના વિશે ઇચ્છવા વચ્ચે ફરક છે. આ તફાવત શું છે તે તમારે શોધી કાઢવું જોઈએ અને તેનો ફાયદો ઉઠાવવો જોઈએ.

જો તમને તમે આ લેખક જેટલા હિંમતવાન ન હોવાનું લાગતું હોય તો, તે એક અઠવાડિયું તમારે તમારા પોતાના પર આ પ્રયોગ કરી જોવો જોઈએ : તમારી પાસે નવરાશની જે પણ પળ હોય તેમાં પોતાને કહો - *"હું દરરોજ દરેક રીતે વધારે સફળ થઈ રહ્યો છું."*

આ જ શબ્દો એક પુઠાં પર લખી લો અને જ્યાં તમે તે દિવસના કેટલીક વખત વાંચી શકો ત્યાં રાખો. જ્યારે તમે આ શબ્દો તમારી જાતને કહ્યા કરો ત્યારે તે થશે જ તેવી સકારાત્મક ખાતરી સાથે તે કહો. દૃઢતાપૂર્વક આ ચાલુ રાખો, પરંતુ "આ કોઈ મૂર્ખ જેવો પ્રયોગ છે," જેનું કદાચ પરિણામ મળી શકે પરંતુ મોટેભાગે તો નહીં જ મળે એવી અધકચરી લાગણી વડે ન કરો.

જેનામાં એક રાઈના દાણા જેટલી શ્રધ્ધા છે તેના વિશે બાઈબલ શું કહે છે (મેથ્યુનાં પુસ્તકમાં ક્યાંક) તે યાદ છે ? આ વસ્તુ વિશે પણ ઓછામાં ઓછી એટલી શ્રધ્ધા રાખો; રાખી શકો તો વધારે પણ રાખો.

તમારા વિશે તેઓ શું કહેશે અથવા "તેઓ શું કરશે" તેની ચિંતા ન કરો, કારણ કે "તેઓ" તમારા પ્રયોગ વિશે કંઈ જ નહીં જાણે. જો તમે શ્રધ્ધામાંથી જન્મેલ દૃઢતા સાથે આ આયોજન અપનાવશો તો થોડા જ વખતમાં તમે એટલા શક્તિશાળી થશો અને તમારી પોતાની સમસ્યાઓ ઉકેલવા માટે એટલા સક્ષમ બની જશો કે "તેઓ શું કહે છે" તેની તમે પરવા જ નહીં કરો.

જો તમારી પાસે માત્ર સો ડોલર્સ જ બચ્યા છે તો તેનું રોકાણ એક નવા પહેરવેશમાં કરો અને સમૃદ્ધ દેખાવ. સમાન વચ્ચે આકર્ષણ થાય છે.

ઓહ, ઓછી શ્રધ્ધાના ભાંગેલા પગ ! તમારી જાત પાસે શાણા બનો અને તમારો પોતાના વિશે દાવો કરો. તમારાં મસ્તકમાં જે વિરામ કરે છે તે "મગજની સામગ્રી" ની અંદર તમારી પાસે તે છે, તમારે જરૂર છે તે બધું જ મેળવવા માટે તમારે જે શક્તિની જરૂર છે તે બધી જ, અને તેનો કેવી રીતે ઉપયોગ કરવો તે તમને કહેવાની સૌથી સાદી રીત છે તમને એમ કહેવું કે *તમારી જાતમાં વિશ્વાસ રાખો.*

આ લેખક પચાસ વર્ષના એક માણસને જાણે છે જે તેના પરિચયમાં સૌથી દક્ષ વ્યક્તિ છે. આ માણસ શરૂઆતથી માંડીને વર્તમાન સુધીનો દુનિયાનો ઈતિહાસ જાણે છે. તે ખડતલ બાંધાનો છે અને પ્રભાવશાળી દેખાવ ઊભો કરે છે. તેનો અવાજ અદ્ભુત અને લયબદ્ધ છે જે સાંભળનાર બધાના કાન પર

સંગીત રેલાવે છે. તેનું વ્યક્તિત્વ પ્રભાવશાળી છે. લોકોને તે ગમે છે અને તેનો વિશ્વાસ કરે છે. આખા અમેરિકામાં તેના હજારો મિત્રો છે. સૌથી ઉત્તમ એ છે કે તેનું આરોગ્ય ઘણું સારું છે અને હજી તેની આગળ ઓછામાં ઓછાં ચાલીસ વર્ષ પડ્યાં છે. આ બધા ફાયદાઓ સાથે તે બિચારો "સીમ્પ" ક્યાંય પહોંચતો નથી કારણ કે -

- કારણ કે તે જે શક્તિ ધરાવે છે તે તે જાણતો નથી.

જો તે એક સક્ષમ ફિલોસોફર ન હોત અને જો તે *કારણ*ની *અસર* અથવા *અસર* ની પાછળનાં તેનાં કારણમાં તફાવત ન કરી શકતો હોત તો તેને એક સારું બહાનું મળી રહેત. જો તેનામાં પોતાની પાસેથી વધુ *માગણી* કરવાનો આત્મવિશ્વાસ હોત તો અમેરિકન લોકોની અંદર એવી કોઈ બક્ષિસ નથી જે તેની પાસે ન હોત.

એ વાત યાદ રાખવી કે બીજા લોકોનો સહકાર મેળવવાની સાચી રીત છે તમારી પોતાની પાસેથી ઘણી માગણી કરવી !

જેના વિશે આપણે વાત કરીએ છીએ તે માણસ એ ઘોડા જેવો છે જેને તેની શારીરિક શક્તિ કરતાં દસમા ભાગ કરતાં પણ ઓછી શક્તિવાળા માણસ વડે ચોકઠું નખાયું છે, પેગડા મૂકાયા છે અને સાજ-શણગાર કરાયો છે. જો ઘોડાએ ક્યારેય વિચાર કર્યો હોત અને તેનામાં આટલી શારીરિક તાકાત છે તે દેખાડ્યું હોત તો કોઈ માણસે ફરી ક્યારેય તેને પલાણ્યો ન હોત. એકદમ આપણે જે માણસની વાત કરીએ છીએ તેના જેવો જ. તેનામાં શક્તિ છે, માત્ર શારીરિક જ નહીં, પણ બધી શક્તિઓની શક્તિ - માનસિક શક્તિ, પરંતુ તેની પાસે તે છે તેવું તે નથી જાણતો પરિણામે તે નિષ્ફળતા તરફના ધૂળીયા માર્ગ પર ધીમાં પગલાં ભરી રહ્યો છે અને સડી રહ્યો છે.

"માણસ, તારી જાતને ઓળખ ! તારી જાતને ઓળખ !" આ યુગોના દાર્શનિકોની ચીસ છે. જ્યારે તમે તમારી જાતને જાણો ત્યારે તમે જાણશો કે તમારાં રોજીંદા કામની સામે એક પાટીયું ટીંગાડવું તેમાં કોઈ મૂર્ખતા નથી, જે કહેતું હોયઃ

"દરરોજ, દરેક રીતે હું વધુ સફળ થઈ રહ્યો છું."

જ્યાં સુધી તમે તમારી જાતને જાણો નહીં ત્યાં સુધી આવી નિશાની માત્ર એટલું જ દેખાડશે કે તેનો ઉપયોગ કરનાર માણસ એક ધૂની માણસ છે.

જો તમે તમારા પોતાના પર પ્રયોગ કરવાની વિરુદ્ધ છો તો એક એવી રીત છે જે તમે બીજી કોઈ વ્યક્તિ પર અજમાવી શકો : એવી વ્યક્તિ ચૂંટી કાઢો જેનામાં ઓછી મહત્વાકાંક્ષા હોય; સામાન્ય પ્રકારનો, અને તેના પર સૂચનોનો વરસાદ વરસાવવા માંડો જેથી તે વધારે સારું કામ કરતો દેખાય; તે વધારે મહત્વાકાંક્ષી બનતો દેખાય; તે વધુ સ્વનિર્ભર દેખાય. તેને માટે મહાન કારકીર્દિની આગાહી કરો. તમે જેટલી વાર આ વ્યક્તિના સંપર્કમાં આવો તેટલી વાર આમ કરતા રહો અને શું બને છે તે જુઓ. થોડા જ વખતમાં તમારાં સૂચનો તેનાં અર્ધચેતન મગજમાં ઊતરવાં શરૂ થઈ જશે; તે પોતાની જાતને ઉપર ચડાવવા લાગશે અને તેને ખ્યાલ આવે તે પહેલાં તમારાં સૂચનો તેના વડે સ્વયંસૂચનોમાં પરિવર્તન પામશે અને તમે તેનાં મનમાં જે ચિત્ર ઊભું કર્યું છે તે વ્યક્તિ બની જશે અને તેવો ભાગ ભજવશે.

કેટલીક વાર એવું બને છે કે, યોગ્ય સમયે, સ્વીકારવા માટે તૈયાર એવાં ફળદ્રુપ મગજમાં મૂકી દેવાયેલ એક અમસ્તી જ ટીપ્પણી, એક માણસની સમગ્ર કારકીર્દિ બદલી નાખશે. અમારા મગજમાં આવો એક કિસ્સો છે. અમારો એક મિત્ર ટાઈપરાઈટરના ધંધામાં હતો. એક દિવસ તે એ હકીકત વિશે બડાઈ હાંકતો હતો કે તેની ઑફિસ દ્વારા વેચાયેલ ટાઈપરાઈટરોનો ઉપયોગ કરતા દરેક સ્ટૅનોગ્રાફર અને દરેક ખરીદનારને તે અંગત રીતે ઓળખતો હતો. આ બધા લોકોને જાણતો હોવા બદલ તે ખરેખર ગર્વ અનુભવતો હતો. એક સામાન્ય યુવાન સ્ટૅનોગ્રાફર આ સાંભળતો હતો, અને તેણે આ પ્રશ્ન પૂછ્યો :

"તમે આ બધી નકામી વિગતો તમારાં મગજમાં ભરીને તમારી શક્યતાઓને મર્યાદિત નથી કરી રહ્યા ?"

આ પ્રશ્નએ અમારા મિત્રને ગુસ્સે કર્યો, એ માટે આભાર ! એક સામાન્ય સ્ટૅનોગ્રાફરને તેના જેવા લાગવગ તથા સફળતાના માણસને આવો પ્રશ્ન પૂછવાનો શો હક્ક છે ?

આ ગુસ્સામાંથી એક ચમત્કાર થયો !

તેણે તે ટીપ્પણી પર વિચારવાનું શરૂ કર્યું અને તે જેમ તેના વિશે વધારે વિચારતો ગયો તેમ સ્ટૅનોગ્રાફરનાં મનમાં શું હતું તે તેને ખ્યાલ આવતો ગયો. રાતોરાત તેણે પોતાની નીતિ બદલી નાખી અને તેના વેપારની બધી વિગતો તેના કર્મચારીઓને સોંપી દેવા લાગ્યો. આજે તે એક સમૃદ્ધ માણસ છે, બેંકમાં

પુષ્કળ પૈસા સાથે અને વિશ્વાસપાત્ર મૅનેજરો જે તેનો વેપાર આગળ ધપાવે છે અને તેને માટે બેંકમાં પૈસા જમા કરાવતા રહે છે, તેમની સાથે બેતાલીસ વર્ષની વયે સક્રિય વેપારમાંથી નિવૃત્ત થઈ ગયો છે.

જીવનનું સૌથી મહત્વનું પરિવર્તનકર્તા બિંદુ સામાન્ય રીતે સાદી ટીપ્પણી અથવા ઘટના દ્વારા આવે છે જે તે સમયે ઓછું સૂચક લાગે છે.

સામાન્ય રીતે કહીએ તો, જે વસ્તુ ધડાકાભેર આપણને ઊભા કરી દે છે અને આપણને તેને બળવત્તર કરતા કરી દે છે, તે આપણા માટે સારી છે. મગજ શક્તિહીનતા તરફ ઝડપી છે અને જો આપણે વસ્તુઓને સરળતાથી લઈએ અને મગજને તેની કામ કરવાની દૈનિક રોજીંદી સામાન્ય રીતની બહાર કોઈ વસ્તુને દબાણ કરવાની છૂટ ન આપીએ તો તે આળસુ અને નિષ્ક્રીય બની જાય છે.

સફળતા માટેનો ટૂંકો માર્ગ હશે, પરંતુ ઘણા થાકેલા મુસાફરો તે માર્ગે જવાના પ્રયાસમાં કાદવમાં ખૂંચી જાય છે.

ઘણી વાર એવું બને છે કે પરિવારમાં થયેલ મૃત્યુ અથવા કોઈ બીજી આઘાતજનક ઘટના વ્યક્તિનાં મગજની દિશાને બદલી નાખવાનું તથા તેને નવી અને વધુ કાર્યક્ષમ દિશામાં ધકેલવાનું કામ કરે છે. લગભગ દરેક નિષ્ફળતા એક એવાં માનસિક ટોનીક તરીકે કામ આપે છે જે વ્યક્તિ છૂટ આપે તો સમગ્ર માનસિક ઉપકરણને બદલી નાખવા માટે બન્યાં છે અને બદલી નાખશે.

આ લેખકને થોડા દુશ્મનો પણ છે, તે માટે ઈશ્વરનો આભાર ! આ દુશ્મનો ભલે પોતે તે ન જાણતા હોય તોપણ આપણે માટે દિવસ-રાત કામ કરે છે. તેઓ આપણને જાગૃત રાખી આપણા માટે કામ કરે છે કે રખેને આપણે તેમને થોડીક મોકળાશ આપીએ જેના દ્વારા તે આપણો સંપૂર્ણનાશ કરી નાખે અથવા આપણી યોજનાઓનો નાશ કરે.

આપણે આપણા દુશ્મનને ધિક્કારીએ છીએ ?

ના ! આપણે તેમને ધિક્કારતા હતા, પરંતુ તે તો તેઓ આપણે માટે કેટલા મુલ્યવાન હતા તે ખબર પડી તે પહેલાં ધ્યાન આપો, આપણે આપણા દુશ્મનોને ચાહતા નથી; હજી એટલી પ્રગતિ નથી કરી, પરંતુ આપણે તેમને નિરાશ કરવાના કે તેમના પ્રયાસોને મારી નાખવાના કોઈ પ્રયાસ કરતા નથી, કારણ કે તે એટલું જ મૂર્ખતાભર્યું કામ હશે જેટલું જો એક ખેડૂત તેના ખેતરના

બધા નિંદામણને કાઢી નાખીને એવા પદાર્થો દૂર કરે છે જે જમીનને ફળદ્રુપ બનાવે છે અને વર્ષે વર્ષે તેને જીવંત રાખે છે.

અગિયારમો આદેશ કહે છે : "તમારા મદિરાપાનને સાવધાનીપૂર્વક પસંદ કરો રખેને પૃથ્વી પરના તમારા દિવસો ટૂંકા થઈ જાય."

દરેક સફળ માણસને દુશ્મનોનાં ટોળાં હોવાં જ જોઈએ ! અમને એક એવી વ્યક્તિ દેખાડો જેના કોઈ દુશ્મન ન હોય અને તે જ સમયે તમને એવી વ્યક્તિ દેખાડશું જેનામાં જે સમય તથા ઘટનાઓ સાથે ઘસડાઈ જાય તેવી "સાધારણ જનતા"ના લોકોથી ઉપર તેનું માથું ચોંટાડી રાખવા જેવાં વ્યક્તિત્વ તથા હિંમત અને આત્મવિશ્વાસનો અભાવ હોય.

દુશ્મનો એ વ્યક્તિની સૌથી મુલ્યવાન જણસ છે જે તેમના તરફ ફિલોસોફીની દૃષ્ટિએ જુએ છે અને તેઓ તેને ઇરાદા વગર અને બુદ્ધિ વગર જે સેવા આપે છે તેનો પ્રકાર સમજે છે.

જે લોકો ચિંતા કરે છે કે દરેક લોકો તેમને પસંદ કરતા નથી, તેમને માટે શું આ આશ્વાસન આપતો વિચાર નથી ? આ તમારો વિચાર છે; તેને યોગ્ય બનાવો અને તેનો ઉપયોગ કરો. તે માટે જ અમે તે આપીએ છીએ.

ગઈ રાત્રે અમે એમર્સનના નિબંધો ઉપાડ્યા અને તેના "આધ્યાત્મિક નિયમો" પરના નિબંધો વાંચ્યા.

એક વિચિત્ર બાબત બની ! જેને અમે અસંખ્ય વખત અગાઉ વાંચ્યો હતો તે નિબંધમાં અમે એવી ઘણી વસ્તુઓ જોઈ જે અમે અગાઉનાં વાંચન દરમિયાન ક્યારેય જોઈ ન હતી. હાથમાં પેન્સિલ સાથે ઉભરાઈ જતા ઉત્સાહપૂર્વક અમે તે એવી રીતે વાંચ્યો જાણે તે નિબંધ અમે અગાઉ વાંચ્યો જ ન હોય.

તે એટલું વિચિત્ર હતું કે અમે અટકી ગયા અને તે અનુભવનું વિશ્લેષણ કર્યું. અમે જોયું કે અગાઉનાં વાંચન દરમિયાન, અમે માત્ર એટલું જ જોયું હતું *જેનું અમે એ સમયે અર્થઘટન કરી શકતા હતા*. તે જ શબ્દોમાં અમે આ વખતે વધારે જોયું કારણ કે ગયા વખતનાં વાંચન વખતથી અમારું મગજ ઉઘડ્યું હતું. તેણે અમને આ વખતે વધારે અર્થઘટન કરવા તૈયાર કર્યા હતા.

માનવ મન ફૂલની પાંદડીઓની જેમ સંપૂર્ણ વિકાસ ન કરે ત્યાં સુધી સતત ઉઘડતું રહે છે. આ મહત્તમ શું છે, તેનો અંત ક્યાં છે. તે ક્યાં લઈ જાય છે, તે બધું વ્યક્તિ સાથે અને તેમનાં મગજને જે ઉપયોગ સોંપે છે તે મુજબ બદલાય

છે. જે મગજને દરરોજ વિશ્લેષણાત્મક વિચારોમાં ધકેલવામાં આવે તે અર્થઘટનની અમર્યાદ શક્તિઓ વિકસાવતું અને ઉઘડતું રહે છે.

આ લેખકને સંતોષ છે કે કોઈ પણ મગજ તેની પચાસ કે સાંઇઠ વર્ષની ઉંમર પહેલાં તેની વિકાસની મહત્તમ ક્ષમતાની ક્યાંય નજીક પણ હોતું નથી. જો આ સિધ્ધાંત યોગ્ય છે તો, એક માણસ જ્યારે તેના જીવનના સૌથી ઉપયોગી સમયગાળા, પચાસ કે સાંઇઠની વય, સુધી પહોંચવાનું શરૂ કરે ત્યારે તે એક સુંદર શાંત કબ્રસ્તાન પસંદ કરે અને મૃત્યુ માટે તૈયાર થઈ જાય તે કેટલી મુર્ખતા છે.

ગઈ રાત્રે સ્વપ્નની દેવી મારી પથારીની બાજુમાં ઊભી હતી. તેણે કહ્યું, "ઊભો થા, મરણાધીન થા, અને એક - માત્ર એક - ઇચ્છા વ્યક્ત કર, અને તે તરત જ મંજુર કરવામાં આવશે."

હું અચકાયો; સ્વપ્નદેવી ફરી બોલી, "તે પૈસો, શક્તિ, કીર્તિ, આરોગ્ય, મિત્રો, શું છે ?" જેનો મેં જવાબ આપ્યો :

"ના, સ્વપ્નની દેવી, તે આમાંનું કંઈ જ નથી ! *મને એક સમજણશક્તિ ભરેલ હૃદય આપો*, બીજું બધું આપોઆપ જ આવશે !"

હવે, અમારા સંપૂર્ણ જાગૃત કલાકોનાં સૌમ્ય વિચારોમાં મેં ફરી વિચાર્યું કે અમે અમારી આસપાસ જે બની રહ્યું છે તે સમજવાની બુદ્ધિ સિવાય બીજું કંઈ જ ન માગ્યું. કોઈ માણસને એક સમજુ હૃદય સિવાય બીજા કશાયની જરૂર નથી, કારણ કે તેનાથી બીજું બધું જ આવે છે જેનો કોઈ પણ માણસ ઉપયોગ કરી શકે.

જે વ્યક્તિ અર્થશાસ્ત્ર સાથે માથું ફોડવાને પોતાનું કામ બનાવવા માગે છે તે એ યાદ રાખવાના પ્રયત્ન કરશે કે સંપત્તિની વહેંચણીની સમાનીકરણ પદ્ધતિ થઈ શકે તે પહેલાં બુદ્ધિની વહેંચણીની સમાનીકરણ પદ્ધતિ હોવી જોઈએ. બુદ્ધિ, "એક સમજણભર્યું હૃદય" એ એવી શક્તિ છે જે આ પૃથ્વી પરની દરેક ભૌતિક વસ્તુનું નિયંત્રણ કરે છે અને વ્યક્તિ જેમ ગુરુત્વાકર્ષણના નિયમનું કાર્ય અટકાવીને પાણીને સહાય વગર ઉપર ચડવાનું કારણ ન બની શકે તે રીતે આ નિયમને પણ બદલી ન શકે.

જ્ઞાન મેળવો; તમારી આસપાસ જે બને છે તેનું સાચી રીતે અર્થઘટન કરવાની અને સમજવાની ક્ષમતા મેળવો, અને તમે ઇચ્છો છો તે કાંઈ પણ મેળવી શકશો. બુદ્ધિ દુનિયા પર શાસન કરે છે. શક્ય તેટલી ઝડપે તમારો ભાગ

મેળવી લો.

મિ.એડીસન દુનિયાના સૌથી આગળ પડતા સંશોધક બન્યા છે; એટલા માટે નહીં કારણ કે તેનામાં જેમણે તેમના જેટલું સિધ્ધ નથી કર્યું તેવા બીજા લોકો કરતાં વધારે મગજ છે, પરંતુ કારણ કે તેમણે એક "સમજણભર્યું હૃદય વિકસાવ્યું છે."

એડીસન કુદરતની ઘણા નજીક રહે છે; જ્યાં અને જ્યારે તેમના કરતાં વધુ સારા શારીરિક કાનવાળા માણસો કંઈ જ નથી સાંભળતા ત્યાં અને ત્યારે તેઓ પ્રકૃતિના ગણગણાટને સાંભળે છે. મિ.એડીસને એવું કંઈ જ નથી કર્યું જેની જો સામાન્ય માણસ, એડીસને કર્યું હતું તેમ જો સ્વાભાવિક રીતે પ્રકૃતિના નિયમનું અર્થઘટન કરવાની ક્ષમતા વિકસાવે તો, નકલ ન કરી શકે. આ ક્ષમતા એક બક્ષિસ નથી; તે એક સિદ્ધિ છે અને બુદ્ધિપૂર્વક કરાયેલ દઢ પ્રયાસો એ તેને માટેની કિંમત છે.

એક સમજણભર્યા હૃદયવાળા માણસ હોવું !

કેન્ટુકીના લુઇસવીલેમાં, મિ.કુક રહે છે, જેને બિલકુલ પગ જ નથી અને તેને એક ગાડી પર ફેરવવા પડે છે. મિ.કૂક એક મહાન ઉદ્યોગના ડાયરેક્ટર છે, લાખોપતી છે, જે બધું તેમના પોતાના પ્રયાસો વડે થયું છે. તેઓ જન્મથી જ અપંગ છે, એટલે કે તેઓ તેમના જન્મથી જ પગથી અપંગ છે.

ન્યુયોર્ક શહેરમાં માણસ એક મજબૂત, સશક્ત શરીર, સશક્ત મસ્તકવાળા, પગ વગરના યુવાનને દર બપોરે પાંચમાં એવન્યુ પર પોતાને ઢસડતો, હાથમાં ટોપી સાથે જીવવા માટે ભીખ માગતો જોઈ શકે છે.

આ યુવાને, જો *મિ.કૂક વિચારે છે તે રીતે વિચાર્યું હોત*, તો લુઇસવીલેના મિ.કૂકે કર્યું છે તે કાંઈ પણ બાબતની નકલ કરી શક્યો હોત.

હેન્રીફોર્ડ પાસે કેવી રીતે ઉપયોગ કરવો તેની ખબર પડે તેના કરતાં ઘણા વધારે લાખો ડોલર્સ છે. થોડાં વર્ષો અગાઉ તેઓ એડમીશનની દુકાનમાં, શિક્ષણ વગર, બહુ ઓછી તક સાથે, મૂડી વગર એક મજૂર તરીકે કામ કરતા હતા. અસંખ્ય બીજા માણસો, જેમાંથી કેટલાક પાસે તેમના કરતાં વધુ વ્યવસ્થિત મગજ હતું, તેમની નજીક કામ કરતા હતા.

ફોર્ડે ગરીબાઈની ચેતનાને ફગાવી દીધી, સફળતાના *વિચાર કર્યા*, અને તે પ્રાપ્ત કરી. જો બીજા બધા મશીન ચલાવનારાઓએ ફોર્ડે વિચાર્યું તેમ *વિચાર્યું*

હોત તો તેવું જ કરી શક્યા હોત.

વિસ્કોન્સીનના મીલો સી.જોન્સને પક્ષઘાતનો હુમલો થયો હતો. તે મદદ વગર પથારીમાં પડખું પણ ફરી નહોતા શકતા. તે હલીચલી નહોતા શકતા. તેના બધા જ હાથપગ સંપૂર્ણ બિનઉપયોગી હતાં, પરંતુ તેનાં મગજમાં કંઈ જ વાંધો ન હતો, આથી તેનાં અસ્તિત્વમાં કદાચ પહેલી જ વખત, તે મગજે આતુરતાપૂર્વક કામ કરવાનું શરૂ કર્યું. પથારીમાં ચત્તા સૂતાં સૂતાં જોન્સે તેનાં મગજ પાસે એક ચોક્કસ યોજના બનાવડાવી. તે યોજના નીરસ અને પૂરતી નમ્ર હતી, પરંતુ તે *નિશ્ચિત* હતી અને તે એક યોજના હતી !

તેણે સોસેજના ધંધામાં જવાનું નક્કી કર્યું. પોતાના પરિવારને પોતાની આસપાસ બોલાવીને તેણે તેમને પોતાની યોજના કહી અને તેમને તે યોજના ક્રિયામાં લઈ જવાની સૂચનાઓ આપવા લાગ્યા.

પોતાનાં સ્થિર મગજ સિવાય કોઈ પણ સહાય વગર જોન્સે એક પ્રચંડ સોસેજ વેપાર ઊભો કર્યો અને દસ વર્ષ કરતાં પણ ઓછા સમયમાં પુષ્કળ ધન એકઠું કર્યું. આ બધું જ પક્ષઘાતે તેમના પર હુમલો કર્યો અને તેમને તેમના હાથ અથવા ભૌતિક શરીર વડે રોજીરોટી કમાવા માટે અશક્ય બની ગયા પછી સિધ્ધ થયું હતું.

જ્યાં *વિચાર* પ્રવર્તે છે ત્યાં શક્તિ મળી શકે છે !

માણસો વચ્ચેનો મુખ્ય તફાવત તેઓ જે ઉપયોગમાં તેમના *વિચારવાનાં સાધનો* મૂકે છે તેમાં છે. બુધ્ધિમત્તાભર્યા વિચારો માણસને ઊંચાઈ પર મૂકી દે છે. તેનો અભાવ તેમને આખી જીંદગી માટે દુઃખ, ગરીબાઈ અને માગણીમાં રાખે છે.

હેન્રી ફોર્ડ લાખો ડોલર્સ બનાવે છે કારણ કે તેણે પ્રથમ લાખો ડોલર્સના સ્વપ્ન જોયાં અને પોતાની જાત પાસેથી બુદ્ધિપૂર્વકના પ્રયાસોની *માગણી* કરી. ફોર્ડના શરૂઆતના દિવસોના બીજા કામગારોએ અઠવાડિયાંના પગારના પરબીડીયાં સિવાય બીજું કોઈ વિઝન ન જોયું અને તેમને કાયમ તે જ મળ્યું. તેમણે પોતાની પાસેથી એવી કોઈ માગણી ન કરી જે તેમને અઠવાડીક વેતન કરતાં વધારે મેળવવામાં મદદ કરે. જો તમે *વધારે* મેળવવા માગતા હો, તો વધારે *માગો* તેની ખાતરી કરો, પરંતુ, આ બાબત વિશે જરા પણ ભૂલ ન કરશો, *માગણી તમારી પોતાની જાત પાસેથી જ થવી જોઈએ !*

જો તમે માનવહૃદયની લાગણીઓ વિશે જાણવા માગતા હો તો દુનિયામાં જ્યાં લોકો પીડાય છે ત્યાં જાવ. કઈ વસ્તુ તેમને પીડા ભોગવવાનું કારણ બને છે તે શોધો; તેઓ કેટલી બિનઉપયોગી પીડા ભોગવે છે તે અને શા માટે તે બિનઉપયોગી છે તે શોધી કાઢો; કેટલી યાતના તેમની પોતાની અવગણના તથા અજ્ઞાનને કારણે છે અને કેટલી તેમના નિયંત્રણ બહારનાં કારણોને લીધે છે તે શોધો. જ્યારે કોઈ ક્રુર વ્યક્તિ એક બાળકને દયાહીન રીતે મારે છે ત્યારે તે બાળકનાં નાનકડાં હૃદયમાં શું થાય છે તે અને જો બની શકે તો કઈ વસ્તુ તે મોટા માણસને માટે તે બાળકને મારવાનું કારણ બને છે તે શોધો. શા માટે કેટલાક માણસો જે લોકો તેમના સંપ્રદાય કે જાતિના નથી તે બધા માટે સ્વર્ગનાં દ્વાર બંધ કરવાની કોશિશ કરે છે તે શોધો અને તમારા ખ્રિસ્તીપણાના વિચાર સાથે તેમની ક્રિયાને માપો અને તે માલિકના બોધપાઠો સાથે મેળખાય છે કે નહીં તે જુઓ. સર્મોન ઓન ધ માઉન્ટ વાંચો, જેમાં ગોલ્ડન રૂલ જોવા મળશે, અને એ શોધી કાઢો કે આ બોધ ને લાગુ કરતી વખતે શા માટે આટલા ઓછા લોકોએ તે પોતાને યોગ્ય માન્યો છે. જ્યારે એક માણસ ઈરાદાપૂર્વક કે દુર્ભાગ્યપૂર્ણ સંજોગોવશાત્, સમાજનો દ્રોહ કરે છે અને તેને જેલમાં પૂરી દેવાય છે જ્યાં ખાવા અને શ્વાસ લેવા સિવાયની તેની બધી જ અંગત સ્વતંત્રતા છીનવી લેવાય છે ત્યારે તે માણસને, તેનાં પોતાનાં હૃદયમાં શું થાય છે તે શોધી કાઢો. આ વસ્તુ તેને સુધારે છે કે વધુ બગાડે છે તે શોધો. એ પણ શોધો કે મોટાભાગના આવા માણસો જેને માટે તેમણે યાતના ભોગવી છે તેવા કોઈક સાથે "હિસાબ બરાબર" કરવાના મક્કમ ઈરાદા સાથે જેલમાંથી બહાર આવે છે.

એ કઈ વસ્તુ છે જે લોકો માટે જે પ્રતિબંધિત છે તે ઈચ્છવાનું કારણ બને છે તે શોધી કાઢો.

૨

સફળતા

સફળતા

અંગ્રેજી ભાષામાં *સફળતા* એ સૌથી લોકપ્રિય શબ્દ છે !

થોડાકે તે પ્રાપ્ત કરી છે; બધા તે પ્રાપ્ત કરવા માગે છે. સામાન્ય રીતે કહીએ તો જ્યારે એક માણસે તેના સાથી કાર્યકરોના હક્કોને ઉલ્લંઘ્યા વગર તેનાં ભૌતિક તથા આધ્યાત્મિક કલ્યાણ માટેની બધી જ જરૂરિયાતો પ્રાપ્ત કરી લીધી છે ત્યારે તે સફળ થયો છે તેમ કહેવાય.

જોકે, કોઈ માણસ ક્યારેય તેનાં પોતાનાં મગજમાં સફળ થતો નથી, કારણ કે કોઈ માણસ ક્યારેય તે જે ઇચ્છે છે તે બધું જ મેળવતો નથી. હંમેશાં આગળ કશુંક એવું હોય છે જે માણસ ઇચ્છે છે પરંતુ મેળવી નથી શકતો, અને જે તેની પહોંચની બહાર છે. કદાચ માનવ સ્વભાવનો આ ભાગ એવા એક નિયમ પર સ્થપાયેલો છે જેના દ્વારા ઉત્ક્રાંતિ તેનું કામ કરે છે. બે મહાન ઇચ્છાઓ એવી છે જે માણસને સક્રિય થવા ધકેલે છે અને તેને આગળ વધતો રાખે છે. તે છે વિષય વાસના તથા ભૌતિક વસ્તુઓ અથવા અંગત સત્તા ધરાવવા માટેની ઇચ્છા.

જો તમે *સંતુષ્ટ* નથી તો ચોંકી ન જશો. કોઈ માણસ સંપૂર્ણ સંતુષ્ટ નથી અને જો હોય તો તેનો વિકાસ અટકી જશે કારણ કે તે સંઘર્ષ કરવાનું છોડી દેશે.

આ સામયિકના શરૂઆતના દિવસોમાં અમે એ આશા સાથે અમારી જાતને સંતુષ્ટ કરી લીધી હતી કે કોઈક દિવસ અમારી પાસે ૧,૦૦,૦૦૦ વાચકોનો સમુહ હશે પરંતુ થોડા જ વખતમાં અમે તે મર્યાદિત આશાનો વધારે વિકાસ કર્યો અને અમારી દૃષ્ટિ વધારી જેથી અમે દસ લાખ વાચકો જોઈ શકીએ. હમણાં જ ઉમેરેલ વ્યાખ્યાન શ્રેણી સહેલાઈથી અમને આ દસ લાખનો મોટો વાચક સમુહ આપશે, પછી અમે કદાચ વીસ અથવા ત્રીસ લાખનું ધ્યેય રાખશું.

માનવમન "ડરપૂર્વક તથા આશ્ચર્યપૂર્વક બનાવાયેલ" છે. એક વખત તમે તમારા મનને એક નિશ્ચિત અંતની પ્રાપ્તિ પર સ્થિર કરી દો છો, અને તે પ્રાપ્ત કરવા માટેની તમારી ક્ષમતામાં પર્યાપ્ત માન્યતા સાથે એ છેડા પર મક્કમ રહો છો તો, અદૃશ્ય બળો તમારી સાથે જોડાઈ જશે જ્યાં સુધી તમે *સફળ* નહીં થાવ.

તમે જે કાંઈ પણ સફળતા મેળવશો તે તમારા મગજના યોગ્ય ઉપયોગ દ્વારા જ પ્રાપ્ત થશે. તે તમારી શારીરિક, સ્નાયુની શક્તિ પર આધાર રાખતી નથી. તમારા મગજની શક્તિ બધી વસ્તુ માટે આધાર છે.

ઊડવાનાં મશીન (એરોપ્લન)ની સહાય વડે હવા પર મેળવેલ વિજય એક નોંધપાત્ર સિદ્ધિ હતી, પરંતુ તે મગજની સિદ્ધિ હતી સ્નાયુઓની નહીં. આ વસ્તુને ઊડવાનાં યંત્રની ભૌતિક સહાય વડે પ્રદર્શિત કરી તે પહેલાં તે શોધકનાં મગજમાં પૂરી કરવામાં આવી હતી.

હવાનાં તત્વો પર સવારી કરવી અને આખી દુનિયામાં વાયરોની સહાય વગર સંદેશા પહોંચાડવા માટે તેનો વાહનની જેમ ઉપયોગ કરવો તે અદ્‌ભુત સિદ્ધિ હતી, પરંતુ તે સમગ્રપણે મગજનું જ કાર્ય હતું.

તમે સફળ થવા ઇચ્છો છો. તમારી સફળતા તમારાં પોતાનાં મગજની સહાય દ્વારા જ આવવી જોઈએ તે જાણવું તે તમને નુકસાનકર્તા નથી; ખાસ કરીને તમારા મગજના કલ્પનાશીલ ભાગ દ્વારા, જ્યાં તમારી શારીરિક ક્રિયાઓના માર્ગદર્શન માટે તમે નિશ્ચિત આયોજનો ઘડો છો.

ક્યારેક જ માણસની તરફેણમાં હોય તેવા અકસ્માતોના ઝટકા દ્વારા, તેના વડે કરાયેલ કોઈ પ્રયાસ વગર સફળતા એક માણસને તાજ પહેરાવતી જોઈ શકાય છે, પરંતુ મોટાભાગની સફળ સિદ્ધિઓ સારી રીતે વ્યવસ્થિત કરેલ આયોજનો મુજબનાં નિર્દેશન વડે, વ્યવસ્થિત પ્રયાસો થકી જ આવે છે.

મેજીક લેડર ટુ સક્સેસ (સફળતા માટેની જાદુઈ નિસરણી) વ્યાખ્યાનમાં દર્શાવાયું છે તેમ તમારાં મગજને વ્યવસ્થિત કરવાની પ્રક્રિયામાં પંદર પાસાંઓનો સમાવેશ થાય છે. જ્યારે તમે આ વ્યાખ્યાન સાંભળો, અથવા તેને છપાયેલ સ્વરૂપમાં વાંચો, ત્યારે તમારી જાતનું વિશ્લેષણ કરવાની ખાતરી રાખો. તમે પહેલેથી જ જેનો ઉપયોગ કરો છો તેમાં આ પંદરમાંથી કેટલાં પાસાં ઉમેરવાની તમને જરૂર છે તે શોધી કાઢો, આ પંદર પાસાંઓની સહાય વડે તમારાં મગજને વ્યવસ્થિત કરો, તો તમારી *સફળતા* દૂર નહીં હોય.

તમે કેટલા ચતુર છો ?

સવારની ટપાલમાં અમને એક યુવાન લેખક તરફથી પત્ર મળ્યો જેને અમારો સખત દોષ દેખાય છે કારણ કે તે અમારી ઑફિસે રોજગાર માગવા માટે આવ્યો હતો અને અમારી મદદગારને એ ગળે ઉતારવામાં નિષ્ફળ ગયો કે તેણીએ તેને સંપાદકીય સ્થાનના દરવાજા ભણી વાળવો જોઈએ.

અમે હંમેશાં દઢતાની પ્રશંસા કરી છે, પરંતુ જો તે ચતુરાઈ તથા મુત્સદ્દીગરીપૂર્વક દર્શાવવામાં ન આવે તો તે ભયજનક છે. જો એક સેલ્સમેન તે જે વ્યક્તિને કંઈક વેચવા માગે છે તેની સાથે દલીલો શરૂ કરીને વેચવા માટેના તેના પ્રયાસો શરૂ કરે તો સફળતા માટે તે સામાન્ય રીતે જીવલેણ છે.

આ પત્ર જે અમારા દુઃખી વર્તમાનકાળથી અમારું અભિવાદન કરે છે, તે વડચકું ભરતા અને કંઈક હદ સુધી "હોશિયાર" વિધાનોથી ભરેલાં બે પાનાં વાળો છે, પરંતુ પીડાદાયક, નજરઅંદાજ ન કરી શકાય તેવી હકીકત એ છે કે તે પત્ર પૂર્વતૈયારી વગરની મુલાકાતને ના પાડવા માટે અમારી સહાયકના નિર્ણયની યથાર્થતા સામે અમને પ્રશ્ન કરતો હતો. કોઈ પણ લેખક જે તેની પેનને દાહક પદાર્થમાં ઝબોળે છે તે આ સામયિકમાં યોગ્ય ફાળો આપનાર ન બની શકે. આ લેખકે જો તેને પ્રવેશની છૂટ આપવામાં આવી હોત તો તે મોઢામોઢ કહી શક્યો હોત તેના કરતાં તેના પત્રમાં અભાનપણે પોતાના વિશે વધારે પડતું કહી દીધું હતું. એક એવી હકીકત જેનો અમે એ દેખાડવાના હેતુસર ઉલ્લેખ કરીએ છીએ કે તમારો ગુસ્સો ઠલવવાની આદત કેટલી જોખમી છે.

વિચાર એ માણસની પ્રથમ વૃત્તિ છે; તેને વ્યક્ત કરવી તે પ્રથમ ઇચ્છાઓ પૈકીની એક છે; તેનો પ્રસાર કરવો તે તેનો સૌથી પ્રિય વિશેષાધિકાર છે.

અનુકુલન. પોતાની જાતને કોઈ પણ પ્રકારના સંજોગોમાં અનુકુળ કરી શકવા માટેનું સ્વનિયંત્રણ એ સામાન્ય કક્ષાથી ઉપરની સિદ્ધિ મેળવવા માટેની જરૂરી ગુણવત્તા છે.

જો તમે જેની પાછળ છો તે મેળવવામાં નિષ્ફળ જાવ તો જો તમે એ નિષ્ફળતાનો દોષ આયોજન કરવાની તમારી પોતાની આવડતના અભાવને આપો અથવા મચ્યા રહેવાની તમારી શક્તિના અભાવને આપો તો તમે નસીબદાર છો. અમારા સમકાલીને અમારી સામે પડેલા પત્રમાં કર્યું છે તેમ, જો તમે તમારી નિષ્ફળતાનો દોષ એ માણસને આપો જેની પાસેથી તમે તરફેણ ઇચ્છો છો તેને આપો જેને તમે કંઈક વેચવાનો ઈરાદો રાખતા હતા, તો તમે ખૂબ જ દુર્ભાગી છો.

દક્ષિણના એક જૂના જમાનાના કાળા માણસે કહ્યું છે, "ચતુરાઈ એ છે જે આપણામાંના મોટાભાગનામાં જરા પણ નથી."

કોઈ માણસ ચતુરાઈ વગર ક્યારેય એક સફળ સેલ્સમેન નથી બની શક્યો, અને કોઈ માણસ સારી વેચાણકળા વગર દુન્યવી સિદ્ધિઓમાં ખાસ દૂર નથી

જઈ શક્યો. અમારો એ મિત્ર જેણે અમને સંપાદકને મળવાની એક તક ન આપવા બદલ તેનો ગુસ્સો વ્યક્ત કરતો પત્ર અમને લખ્યો તે એક હોશિયાર લેખક હશે અને તેનો પત્ર દર્શાવે છે કે તે છે જ - હકીકતમાં જરાક વધારે પડતો "હોશિયાર" - પરંતુ તે હોશિયાર સેલ્સમેન નથી, અને જો તે પોતાનાં ઉત્પાદનને બજારમાં મૂકતાં ન શીખે તો તેને તેની હસ્તપ્રતને રખવા ટનબંધ કાગળો તથા ઘણી જગ્યા જોશે કારણ કે તેની હસ્તપ્રત આપોઆપ વેચાઈ નહીં જાય.

અન્ય અંગત સેવાઓના વર્ગોની જેમ જ !

આપણે હકીકતો તથા માહિતીઓને એકઠી કરવામાં, વર્ગીકરણ કરવામાં તથા વ્યવસ્થિત કરવામાં - ટૂંકમાં કશુંક શીખવામાં - ઘણાં લાંબા, થકવનારાં અને ક્યારેક ક્રુર વર્ષોમાંથી પસાર થઈએ છીએ. પછી અમે કંઈક જાણીએ છીએ જે દુનિયાને ગળે ઉતારવા માટેના પ્રયાસોમાં આપણે સેલ્સમેનશીપનાં વર્ષોના બીજા સમયગાળામાંથી પસાર થવું જોઈએ. જે માણસ ચતુરાઈ અથવા મુત્સદ્દીગીરીની સહાય વગર આ "ગળે ઉતારવા"નાં કામમાં પડે છે તેના પર આફત આવે છે.

ઘણા માણસોએ એક જ સમયે અથવા ખોટા સમયે વધારે પડતું સત્ય કહીને અથવા વધારે પડતા ઘમંડ સાથે અથવા મુક્તપણે પોતાના મત પ્રદર્શિત કરીને જીવનમાં એક વાર મળતી તક બગાડી છે.

જો અમે સામાન્યપણે દુનિયા વિશે, ખાસ કરીને અમારા થોડાક પરિચિત વિશે જે સત્ય હોવાનું જાણીએ છીએ તેના વિશે વાત કરીએ તો આ સામયિક પછી ગોલ્ડન રૂલ સામયિક રહેશે નહીં, અને અમે મારી ભગાડી દઈ શકીએ તેના કરતાં વધુ ઝડપે દુશ્મનો બનાવશું.

જ્યારે આપણે જાણ્યું કે દુનિયામાં એવું ઘણું છે જે ખોટું છે ત્યારે અમે અમારું ધ્યાન એવી ઘણી વસ્તુઓ તરફ વાળ્યું જે સારી છે તેમ અમે જાણીએ છીએ, અને આ જાતિ નક્કર હોય તેમ લાગે છે કારણ કે અમે ઝડપથી વિકસી રહ્યા છીએ અને સારું કામ કરી રહ્યા છીએ.

જો તમે તમને આનંદ નથી આપતી તેવી દરેક ઘટનાઓની નોંધ લેશો તો તમારો જીવનનો માર્ગ સરળ નહીં હોય. તમે જેટલી વધારે ચીડ દર્શાવશો, તમને ચીડાવવા માટે કશુંક આપવામાં લોકોને વધુ આનંદ આવશે.

ચતુરાઈ વિકસાવવી તે સારી નીતિ છે !

એક નેતા શેને યોગ્ય છે ?

એક નવા તંત્રના એક સેલ્સ મૅનેજરને એવા પાયા પર નોકરી આપવામાં આવી હતી કે તે વર્ષના ૫૦,૦૦૦ ડોલર્સ કમાઈ શકે. આ સેલ્સ મૅનેજર હેઠળ કામ કરતા એક સેલ્સમેને વાંધો ઉઠાવ્યો કારણ કે તે તેના કરતાં અડધી રકમ કમાઈ શકતો હતો.

ઉચ્ચ પગારે હંમેશાં એવા એક માણસની માગ રહી છે અને રહેશે જે બીજાઓને નિર્દેશ આપી શકે, અને આવા માણસો વાસ્તવમાં તેમનો પોતાનો પગાર નક્કી કરી શકે છે. કોઈ તેમને અટકાવી નથી શકતું. હકીકત એ છે કે માણસોના એક ખરા નેતાને તે પોતાના પર જે વાજબી કામ લે છે તેમાં અટકાવવાનું મુશ્કેલ છે.

આજના યુવાનો સ્ત્રીઓ તથા લગ્ન વિશે નવું વલણ દર્શાવે છે. સાદગી અને નિખાલસતાનું વલણ, પરસ્પર વિશ્વાસ માટેની ઈચ્છા, મુશ્કેલીઓ ચર્ચવાની તૈયારી, સમજવાની તથા સમજાઈ શકવાની અપીલ.

—હેવલોક એલીસ

કાર્નેગીએ જેમનામાં નેતૃત્વની ક્ષમતા હતી તેવા માણસોને પસંદ કરીને તથા પછી તેમના પગાર પર કોઈ મર્યાદા ન મૂકીને પોતાની જાતને મલ્ટી મીલીયોનેર બનાવી. શ્વાબે આ જ સિધ્ધાંતની સહાય વડે પોતાની જાતને લોખંડ ઉદ્યોગની સૌથી શક્તિશાળી વ્યક્તિ બનાવી. કદાચ મિ.શ્વાબ યુજેન ગ્રેસની સેવાઓને (હવે બેથલેહેમ સ્ટીલ કંપનીના પ્રેસીડન્ટ) પચાસ અથવા થોડાં વર્ષો પહેલાં વર્ષના પચીસ હજાર ડોલર્સથી પણ ખરીદી શક્યા હોત, પરંતુ તેમણે મિ.ગ્રેસને બધી જ જવાબદારીઓ સોંપી અને તેમને પોતાની આવકનો આંકડો નક્કી કરવા દીધો.

જે માણસ એ સમજે છે કે કોઈ માણસની સેવા ખરીદતી વખતે શક્ય તેટલા નીચા આંકડા વડે તેને નીચે ઉતારવો તે નબળી નીતિ છે, તે શાણો નેતા છે. એક એવા માણસને પસંદ કરવો જેનામાં એક ચોક્કસ લાઇન માટેની અણવિકસિત ક્ષમતા છે અને પછી તેના ખભા પર પૂરતી જવાબદારી મૂકી દેવી અને તેની અંદર પડેલ શ્રેષ્ઠ ને બહાર લાવવા માટે તેમને પૂરતો પગાર આપવો તે એક ઘણું વધુ સારું આયોજન છે.

એક કાર્યક્ષમ માણસ, જે સો જેટલા માણસોને દરેકને તે અગાઉ ક્યારેય કમાયા હોય અથવા તેનાં પોતાનાં નેતૃત્વમાં કમાઈ શકે તેમ હોય તેના કરતાં પાંચથી દસ ગણું વધારે કમાવામાં મદદ કરીને તેમના પ્રયાસોને બુદ્ધિપૂર્વક તથા

સંતોષપૂર્વક નિર્દેશન કરનારની સેવાઓ માટે વર્ષના પચાસ હજાર ડોલર્સ કંઈ બહુ વધારે નથી.

હું મારી સેવાઓ કઈ રીતે વેચી શકું ?

અંગત સેવાઓનું બજાર એ આ દુનિયાનું સૌથી મોટું બજાર છે. દરેકે દરેક વ્યક્તિ પાસે વેચવા માટે અંગત સેવાઓ છે.

અમને એક યુવાન વકીલનો પત્ર મળ્યો છે જે જાણવા માગે છે કે સીધી જાહેરખબર આપીને તેના વ્યવસાયની નીતિનો ભંગ કર્યા વગર તે કેવી રીતે તેનો ગ્રાહકવર્ગ ઘડી શકે.

આ અમારા જવાબનો થોડોક ભાગ છે, જેમાં તમને રસ પડી શકે : મેં લગભગ ચૌદ વર્ષ પહેલાં એક વકીલ તરીકે શરૂઆત કરી હતી, આથી હું એવી થોડીક વિષમ પરિસ્થિતિઓ વિશે જાણું છું જેમાં તું તને ફસાયેલો જોતો હોઈશ.

હવે, જો હું તારે સ્થાને હોત તો હું એક આકર્ષક જાહેર વકતા બની જાત અને હું મારું કામ એટલી સારી રીતે કરત કે વર્તમાનપત્રોને તેની નોંધ લેવાની ફરજ પડે. કયા વિષયો લોકોનાં હૃદયની સૌથી નજીક છે, તે હું જાણી લેત અને એ વિષયો પર એકદમ અધિકૃત રીતે બોલવા માટે હું મારી જાતને તૈયાર કરત.

"એક સક્ષમ વકતા હંમેશાં આદર તથા ધ્યાન મેળવે છે. વર્તમાનપત્રો તેને અવગણવાનું પસંદ કરે તોપણ તેમ કરી ન શકે, અને તેને માટે આવકારનાં દ્વાર સદાય ખૂલ્લાં જ હોય છે. એક વ્યાવસાયિક માણસ માટે પોતાની જાતને લોકો સામે મૂકવાની આ સૌથી અસરકારક રીત છે અને જો તે ચતુરાઈ તથા કુનેહપૂર્વક પોતાની જાતને ઉપલબ્ધ કરાવે છે તો લોકો તેના દરવાજા તરફ જતા તૂટેલા માર્ગને સમો કરતાં જોવા મળશે."

કોઈ પણ રીતે તમારા પગ પર ઊભા રહેતાં તથા જાહેરમાં બોલતાં શીખો. જો તમે બોલો છો તેમાં કાંઈ પણ તથ્ય છે તો તમારું બોલવાનું ભલે ગમે તે બાબત પર હોય, થોડા જ વખતમાં તમે આપી શકો તેના કરતાં પણ તમારી સેવાઓની માગ વધી જશે.

સમાન વચ્ચે આકર્ષણ !

આ સામયિકના માર્ચના અંકમાં અમે અમારા સૌથી ધ્યાન ખેંચે તેવા પાનાંઓ ડૉ. રોબર્ટ કે વીલીયમ્સનાં ગુણગાન ગાવાને સમર્પિત કર્યાં છે, જેઓ અમને લાગ્યું કે અમે તેમના વિશે કહ્યું છે તેને લાયક છે.

હવે ડૉ. વીલીયમ્સ માત્ર અમારી પ્રશંસા કરીને "બદલો જ નથી વાળતા" પરંતુ તેઓ તેનાથી ઘણા આગળ જઈને અમને સેવા આપે છે જેનું મુલ્ય રૂપિયા પૈસામાં તો અમે હજી નથી આંકી શકતા, પરંતુ તે ઘણી મહાન છે.

જો અમે તે આગળ પડતા પહેલાં પાનાંનો ઉપયોગ ડૉ.વીલીયમ્સનાં થોડાં નબળાં પાસાંઓ તરફ ઈશારો કરવાના હેતુ માટે કર્યો હોત તો કદાચ તેમણે અમને અવગણ્યા હોત, પરંતુ નવ્વાણુ ટકા માનવતા પ્રતિશોધના જુસ્સામાં અમારા તરફ પાછી આવી હોત.

ડૉ. વીલીયમ્સ અમારા તરફ પાછા પણ ફર્યા પરંતુ તેમણે સદ્‌વર્તનથી પ્રતિશોધ લીધો. એક નિયમ મુજબ મોટાભાગના લોકો આમ કરશે. એક માણસને મોઢા પર તમાચો મારો અને તે ત્યાંને ત્યારે જ જો તમને વળતો તમાચો નથી મારતો તો તે પહેલી તકે, એક અથવા બીજી રીતે તેમ કરશે.

એક માણસને સારા શબ્દો કહો અને વહેલા કે મોડા તે સદ્‌વર્તનમાં બદલો વાળશે. માનવ મગજ કેવી રીતે કાર્ય કરે છે તે જો તમે જાણતા હો તો તમે કોઈ વ્યક્તિ પાસેથી જે પ્રકારનું કામ ઈચ્છતા હો તેને લગતા યોગ્ય પ્રકારની કોઈક તરફેણ પહેલાં તે વ્યક્તિને આપીને તમને તેને જે કરવાનું કહેવાનો અધિકાર છે તે કાંઈ પણ વસ્તુ તમે તેની પાસે કરાવી શકશો.

અમે એક જાહેર ખબરના માણસને જાણીએ છીએ જે વર્ષના ૨૫૦૦૦ ડોલર્સ કમાય છે. તે કબૂલ કરે છે કે તેના મોટાભાગના વિચારો તથા બધી જ પ્રેરણા એ માણસ પાસેથી આવે છે જે વર્ષના માત્ર બે હજાર કમાય છે.

મનના આ નિયમને સમજવો કે લાગુ ન કરવો તે તમારી જાતને સૌથી મહાન બળથી વંચિત રાખવી તે છે જેના વડે તમે તમારી જાત સાથે જોડાઈ શકો છો. જો તમે *સાચી* ચાલ ચાલો અને તે *પહેલી* હોય તો તમે જેના સંપર્કમાં આવો તે વ્યક્તિનાં મનમાં રહેલી ઊર્જાનો ફાયદો ઉઠાવી શકો.

ઘણા માણસો જીવનમાં એક પ્રકારની અદશ્ય પરંતુ એકદમ અનુભવાય તેવી, "આ બેલ મુજે માર"ની નિશાની પીઠ પાછળ લટકાવીને ફરે છે, કારણ કે તે અભાનપણે અને કદાચ ઈરાદા વગર અન્ય લોકોને ગુસ્સે કરે છે જે તેમને માટે વળતો પ્રહાર કરવાનું કારણ બને છે.

જો એક માણસમાં સામા માણસની આંખનો ઉપયોગ કરવા જેટલી બુદ્ધિ હોય અને તે પોતાની જાતને તેઓ તેને જેવી રીતે જુએ છે તેવી રીતે જુએ તો,

જેને ઓછા દુશ્મનો છે તે માણસ ભાગ્યશાળી છે. એક દુશ્મનની દૃષ્ટિ સામાન્ય રીતે થોડીક વાંકી હોય છે, પરંતુ જો દુશ્મનને તમારા વિશે જે કહેવાનું છે તે તમે સાંભળો તો તેમાંથી તમે કંઈક શીખશો જે તમને પોતાને સુધારવામાં મદદ કરશે તે વાતમાં કોઈ શંકા નથી.

પ્રતિશોધનો નિયમ ખૂબ જ વાસ્તવિક છે !

તમારા હાથમાં જે સામયિક છે તે, જ્યારે પ્રતિશોધના નિયમને રચનાત્મક, મદદગાર છેડા તરફ વાળી શકાય ત્યારે તેના ઉપયોગ દ્વારા શું સિધ્ધ કરી શકાય તેનું જ્વલંત ઉદાહરણ છે. આ પાનાંઓ દ્વારા અમે ઘણા લાયક લોકો વિશે ઘણી સરસ વાતો કરી છે અને અમે મહિલાઓ તથા પુરુષોને તેમના પ્રયાસમાંથી વધુ મહાન પરિણામો મેળવવા પ્રેરિત કરવા માટેના ઉન્નતિકર તથા સકારાત્મક વિચારો જ મોકલ્યા છે.

અમે જે લખ્યું છે તે જેમણે વાચ્યું છે તે બધા જ લોકોએ સામાન્ય રીતે અન્ય લોકોને અમારા સામયિક માટે લવાજમ ભરવામાં રસ ઊભો કરીને બદલો વાળ્યો છે, ત્યાં સુધી કે લવાજમની અમારી રોજીંદી રસીદોનો જથ્થો, મફતમાં નિષ્કાળજીપૂર્વક આવે છે.

માણસો વિશે કંઈક સારું કહેવાનું વળતર મળે છે જે માત્ર સંતોષની રીતે જ નથી, એ તો પુષ્કળ પ્રમાણમાં મળે જ છે, પરંતુ પૈસામાં પણ મળે છે. ડૉ. વીલીયમ્સ, અમે તમે અમને આપેલી સેવાઓ બદલ તમારો, અને *અમારે તમારા વિશે જે કહેવાનું હતું તે જેમણે વાચ્યું* તેમનો પણ આભાર માનીએ છીએ.

સેવક તેને જે કામ માટે લેવાયો છે તેના વળતર માટે લાયક છે.

અમારા લેક્ચર બ્યુરોનાં તંત્રની શરૂઆત કરી ત્યારથી અમે ફરી એક વાત શીખ્યા છીએ કે સેવક તેને જે કામ માટે લેવાયો છે તેના માટે વળતર મેળવવા લાયક છે.

અમારા વ્યાખ્યાન કર્મચારીઓનો મોટોભાગ બે સ્ત્રોતમાંથી લેવામાં આવે છે : ધર્મોપદેશકો તથા શાળાઓ અને કોલેજો.

એ સર્વવિદિત હકીકત છે કે દેવળો શાળાઓ તેમના પાદરીઓને કે શિક્ષકોને ક્યારેય એટલો પગાર નથી આપતા જેનાથી તેઓ વધારાની સગવડો તો નહીં જ પરંતુ જીવનની બધી જરૂરિયાતો પણ ખરીદી શકે.

અમારા વ્યાખ્યાન કર્મચારીઓમાં એવા ધર્મોપદેશકો છે જેમણે પચીસ

કરતાં વધારે વર્ષ દેવળને સેવા આપી હોય. તેમાંના ઘણાને પુત્ર-પુત્રીઓને શિક્ષણ આપવાનું હોય છે, છતાં તેમનો પગાર તેમનાં બાળકોને ઉત્તમ શાળાઓનો લાભ લેવડાવવા માટે પૂરતો નથી હોતો.

એમાં કોઈ આશ્ચર્ય નથી કે એક ધર્મોપદેશક તેના પ્રયાસોને એવી શાખાઓ તરફ વાળે જે તેમને જીવવા માટે પૂરતું ચૂકવે. પોતાની જાળવણની સ્વાભાવિકવૃત્તિ ઊંડે સુધી ઉતરેલી છે, અને જે માણસ દેવળમાં સેવા આપે છે તે અન્ય સ્થળોએ સેવા આપનાર કરતાં જરા પણ અલગ નથી. જેમાં તે તેનાં પરિવાર માટે પર્યાપ્ત પ્રમાણમાં સગવડો પૂરી પાડવા માગે છે અને સાથો સાથ જ જ્યારે તે કોઈ જ કામ ન કરી શકે તેવા સમય માટે પૂરતી સંપત્તિ મૂકવા માગે છે.

મૈત્રી એ ઈશ્વરના આપણને આપેલ સૌથી વિશુદ્ધ આશીર્વાદો પૈકીનો એક છે... એક વ્યક્તિનાં હૃદયને દસ કે બાર ભાગોમાં વહેંચવું તે ખૂબ સરળ, મધુર અને ઈચ્છવા યોગ્ય છે.

—જ્યોર્જ સેન્ડ

અમારાં વ્યાખ્યાન કાર્યાલયે કોલેજ ક્ષેત્રના અને સમર્થ ધર્મોપદેશકોમાંના કેટલાક શ્રેષ્ઠ માણસોને આકર્ષ્યા છે. અમારાં કાર્ય માટે પ્રશંસા સમાન અને જેમણે શિક્ષકો તથા ધર્મોપદેશકોને તેમની દુન્યવી જરૂરિયાતોની સંભાળ લેવા માટે પૂરતા પૈસા ચૂકવવા જોઈએ તેવાઓ માટે ઠપકો ને તાકીદ બંને છે.

જો આવતા રવિવારે તમારા પાદરી તેમના મંચ પરથી જાહેર કરે કે તેમણે તમારાં દેવળનું કામ છોડવાનો અને અમારાં વ્યાખ્યાન કાર્યાલય સાથે જોડાવાનો નિર્ણય કર્યો છે તો તમારી પોતાની જાતને, તમારા સાથી ચર્ચમેન ને ઠપકો આપવો જોઈએ તમારા પાદરીને નહીં, કારણ કે તે કદાચ વધુ મોટા પાયા પર સેવા કરવાની ઈચ્છાથી અને સાથે સાથે જ તેના પરિવાર માટે વધુ છૂટથી જરૂરીયાતો પૂરી પાડવાની ઈચ્છાથી પ્રેરિત થયો છે.

જો તમે તમારા ધર્મોપદેશકો તથા તમારા શિક્ષકોને પકડી રાખવા માગો છો તો તેઓ જેને લાયક છે, અથવા તો છેવટે તે કામ કરવાનાં બીજાં ક્ષેત્રમાંથી જેટલું કમાઈ શકે તેમ છે તેટલાની નજીક હોય તેટલો પગાર તેમને ચૂકવવો તે પ્રથમ પગથિયું છે. જો તમે આમ કરવામાં નિષ્ફળ જશો તો વહેલા કે મોડા તમે તેમની સેવા ગુમાવશો તે નિશ્ચિત છે.

કદાચ આ જ સિધ્ધાંત વેપાર તથા ઉદ્યોગનાં ક્ષેત્રમાં પણ એકદમ યોગ્ય રીતે લાગુ પડે છે. જો એક વેપારી પેઢી પાસે એક અસાધારણ રીતે કાર્યક્ષમ સેવક છે, પછી તે એક્ઝિક્યુટીવ કક્ષામાં હોય કે દૈનિક મજુર, તે સેવકને તેની પરિણામ આપવાની ક્ષમતાનાં પ્રમાણમાં વળતર ચૂકવાય તે જોવાનું કોઈકનું કામ હોવું જોઈએ.

મોટાભાગના ધર્મોપદેશકો જેવા, આદર્શવાદી પ્રકારના માણસો, એક સમય પૂરતા ક્યારેય વળતરના વિચારવગર સેવા આપશે, પરંતુ આર્થિક દબાણ, વધતા પરિવારો તથા જીવવાની વધતી જતી કિંમત બધું ભેગું થઈને છેવટે તેમને વધુ નફાકારક ક્ષેત્ર શોધવા મજબૂર કરશે.

સેવક તેને જે કામ માટે લેવાયો છે તેના માટે પૂરતું વળતર મેળવવા લાયક છે. તમારો સ્પર્ધક તેને તે આપે તે પહેલાં તમે આપો.

3

नेतृत्व

નેતૃત્વ

આ અમે અત્યાર સુધી લખેલ સૌથી ટૂંકો અગ્રલેખ છે, પરંતુ તે અમારા સૌથી મોટા વિચારોને દર્શાવે છે : જેને તમે સફળતા કહો છો તે તમે મેળવી શકો તે પહેલાં, તમારે બદલામાં તેટલા જ મુલ્યનું કંઈક આપવું પડે. તમે દુનિયાને શું આપો છો તે નિશ્ચિત બાબત તરીકે ગણો, પછી તે કાર્યક્ષમ સેવા હોય કે નબળી સેવા હોય, ગુસ્સાનો બબડાટ હોય કે સરસ આનંદોદ્‌ગાર. જો તમે આ દષ્ટિબિંદુ લેશો અને તેનો યોગ્ય ઉપયોગ કરશો તો આવનાર વર્ષમાં તમે અગાઉ ક્યારેય ન કર્યો હોય તેટલો સફળતાનો અનુભવ કરશો.

નેતૃત્વ

એક મોટાં શહેરમાં એક વિશાળ કારખાનામાં આગ લાગી. ઉપરના માળે કામ કરતી સેંકડો છોકરીઓ મૃત્યુનાં જોખમમાં હતી. આખો નીચલો માળ સળગી ઉઠ્યો હતો અને જ્વાળાઓ આગથી બચવાના ભાગ તરફ ફેલાઈને ભાગવાનો માર્ગ રૂંધી રહી હતી.

ટોળું અગ્નિશામકોના આવવાની રાહ જોતું બહાર ઊભું રહ્યું.

તે ટોળાંમાં એક યુવાન હતો જે અન્યો કરતાં અલગ હતો. તેણે પરિસ્થિતિનું અવલોકન કર્યું, ઉતાવળે તેની નજરથી આ સળગતાં મકાનથી ગલીની બીજી તરફની બાજુનાં મકાનનું અંતર માપ્યું, પછી જાણે તે પોતે જ આ આખી વસ્તુના ચાર્જમાં હોય તેમ આજુબાજુ ઊભેલાઓને હુકમો આપવાના શરૂ કર્યા, અને થોડી જ મિનિટોમાં તેણે છ મજબૂત માણસોની ટોળી બનાવી દીધી.

તે આગળ થયો અને તેઓ તેને બાજુનાં મકાનની ટોચ પર જવા માટે અનુસર્યા. જતાં જતાં તેણે એક દોરડું લીધું હતું અને તેના છ અનુયાયીઓ એ એક મોટું પાટીયું ચીરી નાખ્યું હતું અને તેનાં લાકડાંને બીજા મકાનની ટોચ પર લઈ ગયા હતા.

આ સ્વયંનિયુક્ત નેતાએ દોરડાંનો એક છેડો સળગતાં મકાનની બારીમાં ઊભેલી મહિલા તરફ ફેંક્યો અને તેને તે બાંધી લેવા સૂચના આપી. તેણે લાકડાંના એક છેડાને પોતાની સાથે લઈ જઈને દોરડું માપ્યું. તેના છ મદદનીશોએ તેઓ ઉપર લાવ્યા હતા તે પાટીયાંઓ આગળ સરકાવ્યાં, અને થોડી જ વારમાં તેમણે

એક મકાનથી બીજા સુધીનો ખાસ્સો પૂરતો પૂલ બનાવી લીધો.

જ્યારે અગ્નિશામકો આવ્યા ત્યારે સળગતા મકાનના લગભગ ત્રીજા ભાગના લોકો જોખમમાંથી બહાર આવી ગયા હતા !

આ યુવાનને આગેવાન બનવા કોઈ આમંત્રણ નહોતું આપ્યું !

નેતૃત્વ એવી વસ્તુ છે જે ભાગ્યે જ આમંત્રણથી આવે છે. તે એવી વસ્તુ છે જેમાં તમારે તમારી જાતને જ આમંત્રણ આપવું પડે. દરેક બિઝનેસમાં એક પ્રથમ વર્ગના નેતા માટે એક સરસ જગ્યા હોય છે. પરંતુ તે એવો માણસ હોવો જોઈએ જે કામ કરવાનું છે તે કોઈના કહ્યા વગર કરવા ઇચ્છુક હોય.

લોકોનાં તે ટોળામાં ઊભેલા અને તે મકાનની મહિલાઓને ડરાવતી જવાળાઓ જોનાર માણસોમાંથી એકે, પછીથી તે ઘટના વિશે વાત કરતાં કહ્યું, "એમાં કંઈ નહોતું, કોઈએ પણ જો પ્રયત્ન કર્યો હોત તો તેમ કરી શકત !"

અને તે સાચો હતો ! કોઈ પણ માત્ર આગળ આવીને તથા હાથમાં લઈને એક નેતા તરીકે તે ગૌરવભર્યું કામ કરી શકત, પરંતુ હકીકત એ જ રહે છે કે, આખાં ટોળાંમાંથી *માત્ર એક જ માણસે* તે તક જોઈ અને તે તેની સાથે આવતું *જોખમ ઉઠાવવા* તૈયાર હતો.

નેતૃત્વ એટલે જવાબદારી, એ સાચું છે, પરંતુ સૌથી નફાકારક કામ સામાન્ય રીતે એ છે જે એક માણસના ખભે સૌથી મોટી જવાબદારી મૂકે છે.

જ્યાં પણ એક કામ કરવાનું હોય ત્યાં નેતા બનવાની એક તક હોય જ છે. શરૂઆતમાં તે એક નમ્ર નેતૃત્વ હોઈ શકે, પરંતુ નેતૃત્વ એક આદત બની જાય છે અને તરતમાં જ સૌથી નમ્ર નેતા એક સક્રિય શક્તિશાળી માણસ બની જાય છે અને પછી તેને વધુ મોટાં નેતૃત્વ માટે શોધવામાં આવે છે.

વિતેલા યુગો તરફ જુઓ અને ઈતિહાસ તમને કહેશે કે નેતૃત્વ એ એવો ગુણ હતો જે ભૂતકાળના માણસોમાં મહાનતા દાખલ કરતો હતો.

વોશિંગ્ટન, લીંકન, પેટ્રીક હેન્રી, ફોક, રૂઝવેલ્ટ, ડેવે, હેઇગ તથા વુડરો વીલ્સન - બધા જ નેતાઓ !

આપણે *કરીએ* તે પહેલાં આપણે *થવું* પડે, અને આપણે જે *છીએ* તે હદ સુધી જ આપણે કરી શકીએ, અને આપણે જે *છીએ* તે આપણે શું *વિચારીએ* છીએ તેના પર આધાર રાખે છે.

આમાંથી કોઈને આગેવાન બનવાનું આમંત્રણ અપાયું ન હતું. તેઓ તેમની પોતાની આક્રમકતા વડે નેતૃત્વમાં પ્રવેશ્યા. તેમાંથી કોઈએ ટોચથી શરૂઆત

નહોતી કરી. તેઓમાંના મોટા ભાગનાઓએ સૌથી નીચલી કક્ષાથી શરૂઆત કરી હતી, પરંતુ, તેમણે જે કરવું જરૂરી હતું તે કરવાની આદત બનાવી, *પછી ભલે તેમ કરવું તે તેમનું કામ હોય કે નહીં, તેમને તેનું વળતર અપાતું હોય કે નહીં !*

જો તમે એ મોટાભાગના લોકોમાંથી છો જેમણે મનમાં નક્કી કરી લીધું છે કે જે કામ તેમનું નથી અને જેને માટે તેમને પૈસા ચૂકવાતા નથી તેવું કંઈ ન જ કરવું, તો તમારા પ્રયાસોને નેતૃત્વનો મુગટ પહેરાવાય તેવી કોઈ આશા નથી.

થોડાં વર્ષો પહેલાં ફ્રાન્ક એ. વાન્ડરલીપ એક સ્ટેનોગ્રાફર હતો. અમને ચોક્કસ ખાતરી નથી, પરંતુ અમને શંકા છે કે તેણે તેના સ્ટેનોગ્રાફર તરીકેના હોદ્દા માટે જરૂરી કામ સુધી તેના પ્રયાસોને મર્યાદિત નહોતા રાખ્યા, કારણ કે જો તેણે તેમ કર્યું હોત તો તે ક્યારેય આજે જે છે તે આર્થિક બાબતોનો નેતા ન હોત.

જેમ્સ જે.હિલ ટેલીગ્રાફ ઓપરેટર હતો, પરંતુ તેણે માત્ર સંગઠીત કલાકોમાં જ કામ કરવાનો આગ્રહ રાખ્યો અને જો તેણે તેના ટેલીગ્રાફરનાં કામને જાળવી રાખવા જરૂરી હતું તેના કરતાં વધારે કામ ન કર્યું હોત, તો તે ક્યારેય તે જે મહાન રેલ રોડ બીલ્ડર બન્યો તે ન બની શક્યો હોત.

નેતૃત્વ ! એક નેતા હોવું તે કેવો અદ્ભુત વિશેષાધિકાર છે ! દરેક દુકાન, કારખાનાં, કરીયાણાની દુકાન તથા વેપારી પેઢીઓમાં માત્ર તમને કહેવામાં આવે કે નહીં, જે કરવું - જરૂરી જ છે તે કરવાથી, એક નેતા બનવાની કેવી અદ્ભુત તક પડેલી છે.

૪

દીર્ઘદૃષ્ટિની શક્તિ

દીર્ઘદૃષ્ટિની શક્તિ

"એક વખત આ લેખક ચેસ્ટનટ્સ એકઠાં કરવા પહાડ પર ગયો. અમે ચેસ્ટનટ ભરીને લઈ આવવા એક ગેલન માપની બાલદી સાથે લઈ ગયા."

શરૂ કરતાં પહેલાં અમે ચેસ્ટનટ ભરેલી ગેલન બકેટની "કલ્પના" કરી હતી; અને માત્ર એક ગેલન નટ્સ પાછા લાવવા માટે તૈયારી કરી હતી, વધારે નહીં.

જ્યારે અમે પહાડની ઉપર ગયા ત્યારે જ્યાં અસંખ્ય ચેસ્ટનટને જમીન પર પડેલાં જોયાં, પરંતુ અમારે તેમને ત્યાં જ છોડીને પાછાં આવવું પડે તેમ હતું કારણ કે જ્યારે અમે ત્યાં જવાની યોજના કરી ત્યારે વધારે સંખ્યાનો વિચાર નહોતો કર્યો.

પછીનાં વર્ષોમાં અમે ઘણી વખત તે ચેસ્ટનટ વીણવા જવાની ઘટનાનો વિચાર કર્યો છે.

જો અમે તે પ્રવાસ પર નીકળ્યા તે પહેલાં જ અમારી "દૃષ્ટિ" ને વિસ્તારી હોત તો અમે જેટલી સહેલાઈથી એક ગેલન વાળી બાલદી ભરીને ચેસ્ટનટ લાવી શક્યા તેટલી જ સહેલાઈથી આઠ ગેલનવાળી ગુણી ભરીને ચેસ્ટનટ લાવી શક્યા હોત.

અમે જ્યારે પણ એક માણસને નવો ઉદ્યોગ શરૂ કરતો જોઈએ છીએ તે દરેક વખતે અમે તે ચેસ્ટનટ વીણવાની ઘટના વિશે વિચારીએ છીએ, કારણ કે, મોટાભાગના લોકો અમે કરી હતી તેવી જ, પૂરતી વિશાળ રીતે ન વિચારવાની ભૂલ કરે છે.

વિતેલાં વર્ષોમાં અમારાં મુખ્ય ધ્યેયનું આયોજન કરવામાં, હવે અમે સ્પષ્ટપણે જોઈ શકીએ છીએ કે અમે ક્યારેય જે પ્રાપ્ત કરવાનું ધ્યેય રાખ્યું હતું તેના કરતાં વધારે પ્રાપ્ત કરી શક્યા નથી. અમને શંકા છે કે અમે જેટલું પૂરું કરવા નીકળ્યા હતા તેના કરતાં વધારે સિધ્ધ કરવાનું શક્ય હતું કે કેમ.

સુખી, સંતુષ્ટ કર્મચારી એ સામાન્ય રીતે કામના ઉપરની મનોવૃત્તિનું ભાગ્યે જ જોવા મળતું પ્રતિબિંબ છે.

અવારનવાર, એક અસામાન્ય રીતે મહત્વાકાંક્ષી વ્યક્તિ જ્યારે તે

"ચેસ્ટનટીંગ" શરૂ કરે ત્યારે પોતાની જરૂરત કરતાં વધારે વાસણો લઈ જાય છે, પરંતુ સામાન્ય રીતે તેનાથી ઊલટું જ બને છે. એક વ્યાવસાયિક કારકીર્દિની યોજના કરવામાં, અથવા વેપાર ઊભો કરવામાં અથવા શિક્ષણ વિકસાવવામાં પણ એવું જ છે.

તમે તમારી યોજનામાં જે કલ્પના કરી હોય તેના કરતાં તમે ઓછું પૂરું કરી શકો તેવું બની શકે, પરંતુ તમે *ક્યારેય* વધારે નહીં કરી શકો ! તમે ક્યારેય વેચવાનું નક્કી કર્યું હોય તેના કરતાં વધારે વસ્તુઓ નહીં વેચી શકો; તમે ક્યારેય કોઈ વ્યવસાયમાં તમે જેટલા પ્રખ્યાત બનવાનું નક્કી કર્યું હોય તેના કરતાં વધારે પ્રખ્યાત નહીં થઈ શકો તમે તમારા સાથીદારોના અંદાજમાં જેટલા ઊંચા ઊભા રહેવા ધાર્યું હોય તેનાથી ઉપર નહીં ઉઠી શકો; આથી અવારનવાર વ્યક્તિએ પોતાની દૃષ્ટિનો વિસ્તાર કરતા રહેવો તે યોગ્ય લાગે છે, જેથી તે વધારે પ્રદેશ આવરી શકે.

કોઈ પણ વેપાર કે વ્યવસાય શરૂ કરવામાં, એવું બનવા જોગ નથી કે જ્યારે તમે તમારી યોજનાનો પ્રથમ ગણ મૂકો ત્યારે તમે બધી શક્યતાઓને તમારી સામે પડેલી જુઓ, પરંતુ જેમ સમય પસાર થતો જાય તેમ તમે તમારી દૃષ્ટિ વિસ્તારી શકો અને તમારાં ધ્યેયમાં વધુ પ્રદેશને આવરી શકો.

આ દીર્ઘદૃષ્ટિની શક્તિ એવી વસ્તુ છે જે તમારે કેળવવી જ જોઈએ.

દીર્ઘદૃષ્ટિની શક્તિ એ પૃથ્વી પરની એકમાત્ર શક્તિ છે જે એક વ્યક્તિને જીવનનાં કોઈ પણ ક્ષેત્રમાં મધ્યવર્ગીતાના ચીલાથી બહાર નીકળવામાં મદદ કરે.

જે વ્યક્તિમાં આ દીર્ઘદૃષ્ટિની શક્તિનો અભાવ છે તેને ભાગ્યના દેવતા જ મદદ કરે, કારણ કે તેણે તે કેળવી નથી અથવા તેના વિકાસ તથા પ્રસારને પ્રોત્સાહન નથી આપ્યું.

એ પુરુષ અથવા મહિલા જેણે સમયાંતરે તેની દૃષ્ટિને વિસ્તારી નથી, જેથી તે વધુ પ્રદેશને આવરી શકે, જે મોટી સંખ્યામાં છે, જે તેને માટે વધુ મોટી રીતોમાં વિચારવાનું કારણ બને, તેને એ ઘોડા સાથે સરખાવી શકાય જેને એક ભારે માલ ખેંચનાર ઘોડા તરીકે સેવા કરવા માટે તોડવામાં તથા પલાણવામાં આવે છે. આવો ઘોડો ક્યારેય તેના દુર્ભાગી ઢસરડામાંથી ભાગી છૂટવાનો પ્રયાસ નથી કરતો તેનું એક કારણ તેની દીર્ઘદૃષ્ટિનો અભાવ છે. તે એક પણ વખત એવી કલ્પના કર્યા વગર, કે જો તે તેનાં જીનને ફેંકી દેવાનું વિચારી શકે તથા

આયોજન કરી શકે તો પૃથ્વી પર એક પણ માણસ એવો નથી જે તેના પર જીત મેળવી શકે, તે પોતાનું પ્રસન્નતાપૂર્વક તેનું ભાગ્ય સ્વીકારી લે છે.

આ દુનિયામાં એવા લાખો-કરોડો લોકો છે જેમને મધ્યમસ્તરના, હતાશાજનક, આત્માને કચડી નાખતાં કામમાં જોતરવામાં આવ્યા છે જે માત્ર જીવિકા જ પૂરી પાડી શકે છે, અને તેનું કારણ માત્ર *દીર્ઘદૃષ્ટિના* અભાવ સિવાય બીજું કંઈ જ નથી !

જો આ સાચું છે, અથવા અડસટ્ટે પણ તેમ છે, તો આપણી લોકોને શિક્ષણ આપવાની પદ્ધતિ સામે આ કેટલું વરવું તહોમતનામું છે. એક વ્યક્તિ માટે વધુ સિદ્ધિઓ મેળવવા માટેનાં ધ્યેયનું કારણ બની શકે તે માટે દૃષ્ટિનો વિસ્તાર કરવાની સાદી પ્રક્રિયા, જો ખરેખર મુલ્યવાન છે, તો આ હકીકતને દુનિયાની દરેક શિક્ષણ સંસ્થામાં વધુ સ્પષ્ટરૂપે બહાર નથી લાવવામાં આવી તે કેટલી દુ:ખદાયી કથા છે.

આ લેખક આ વિષય પર વધારે પડતો ભાર આપતો હોઈ શકે છે; આ દુનિયામાં સફળતા માણવા માટે વ્યક્તિએ જે ગુણો ધરાવવા જ જોઈએ તેની સૂચિમાં કદાચ તે તેને વધુ પડતું મહત્વનું સ્થાન આપતો હશે; પરંતુ આ વિષય પર તેનાં દૃષ્ટિબિંદુ માટે તેની પાસે શક્તિશાળી યથાર્થ કારણ છે.

છેલ્લાં બાવીસ વર્ષથી, જયારથી અમને દુનિયામાં અમારી પોતાની જવાબદારી પર ધકેલી દેવામાં આવ્યા ત્યારથી અમે અસામાન્ય રસપૂર્વક એ અનુભવોને નિહાળી રહ્યા છીએ, જેણે અમને જીવનની જરૂરિયાતો પ્રાપ્ત કરવામાં સૌથી વધારે મદદ કરી છે, અને અમને એ તારણ પર આવવાની ફરજ પડી છે કે વ્યક્તિની દૃષ્ટિને વિસ્તારવાની અને પોતાની જાત પાસેથી વધુની અપેક્ષા રાખવાની ક્ષમતા એ માત્ર *ઈચ્છનીય* જ નહીં પરંતુ જરૂરી ગુણ છે !

તમે કદાચ ક્યારેય એ બનાવ વિશે નહીં સાંભળ્યું હોય જે મારા કોલસાની ખાણના ગંદા, મજૂર તરીકેના બિનફાયદાકારક કામમાંથી બહાર આવી શકવા માટે સીધી જવાબદાર છે, પરંતુ જો તમે સાંભળ્યું છે તો, જેમણે તેના વિશે નથી સાંભળ્યું તેના લાભાર્થે જો અમે તે ફરી કહીએ તો ધીરજ રાખજો.

એ ઘટના લગભગ બાવીસ વર્ષ અગાઉ બની !

મારી આખી જીંદગીમાં બીજી કોઈ ઘટના આના કરતાં વધુ ટકાઉ લાભવાળી બની નથી, કારણ કે તેણે મને *દીર્ઘદૃષ્ટિ* ની શક્તિને લગતા આ વિચારનું પ્રારંભ બિંદુ આપ્યું !

એક રાત્રે આખા દિવસની મજૂરી પૂરી થઈ પછી અમે અમને દિવસનો

એક ડૉલર આપતી ભવ્ય નવી નોકરી વિશે વાત કરતા તાપણા સામે બેઠા હતા !

અમને તે નોકરી માટે ગર્વ હતો !

મારી ઉંમરના છોકરા માટે દિવસનો એક ડૉલર એ ઘણી મોટી રકમ હતી; ખરેખર તો, અમે જેને અમારા પોતાના કહી શકીએ તેવા, અગાઉ ક્યારેય જોયા હોય તેના કરતાં તે ઘણા વધારે પૈસા હતા.

અમારા બાળસહજ ઉત્સાહ અને પ્રચૂરતામાં મેં એવું કંઈક કહ્યું જેણે અમે જેની સાથે વાત કરતા હતા તે સજ્જનને પ્રભાવિત કર્યા. તે મારી પાસે આવ્યા, મને જોશપૂર્વક ખભેથી પકડ્યો, એટલો જોશથી પકડ્યો કે હું પીડાથી ચીસ પાડી ઉઠ્યો, મારી આંખોમાં તાકીને મને કહ્યું : "શા માટે ? તું તેજસ્વી બાળક છે, જો તું શાળાએ જઈશ અને શિક્ષણ મેળવીશ *તો દુનિયામાં તારું નામ કરીશ !"*

મારી જીંદગીમાં એ પ્રથમ વખત બન્યું હતું કે કોઈએ મને "તેજસ્વી" કહ્યો હોય અથવા તો "તું દુનિયામાં નામ કરીશ" તેમ કહ્યું હોય. તે સમય સુધી મેં ક્યારેય દિવસના ૨.૫૦ ડૉલરથી વધુ મોટા માટે વિચાર્યું ન હતું. તે વખતે હું મારી મજૂરી બદલ દિવસનો ૧ ડૉલર મેળવતો હતો, પરંતુ અમારાથી મોટી ઉંમરના થોડાક લોકો જે મેળવતા હતા તેટલું મેળવવાની મહત્વાકાંક્ષા હતી, તે સમયે અમારી "દીર્ઘદષ્ટિ"ની મર્યાદા દિવસના ૨.૫૦ ડૉલર્સનાં વેતનની હતી, જેમાં ક્યાંય કોલસાની ખાણના મજૂર થવા સિવાય બીજું કંઈ થવાનો કોઈ વિચાર આવતો ન હતો.

એ વૃદ્ધ સજ્જનની તે વાતે મને આંચકો આપ્યો !

પહેલાં તો મેં તેના પર કોઈ ધ્યાન ન આપ્યું, પરંતુ પછી અમે વાતોમાંથી નવરા પડ્યા પછી તે રાત્રે તેના વિશે વિચારવાનું શરૂ કર્યું અને મનમાં મારા અનુભવો વાગોળ્યા. તે સજ્જને આ ટીપ્પણી કરી ત્યારે તેની આંખમાં જે તેજ હતું તે મને યાદ આવ્યું. તેની આખી ક્રિયા અને વર્તનમાં કંઈક એવું હતું જેણે મને એ સમજાવ્યું કે તે અશક્યતાઓ વિશે નહોતા બોલતા :

વિચારોને નિયંત્રિત કરવા, વિચારો પર કાબૂ કરવો તે આ પૃથ્વી પરની બધી જ પ્રગતિનું રહસ્ય છે, અને જો તમે તેનો અમલ કરો તો એ શક્તિ તમારી છે.

એ ટીપ્પણી મારા માટે દૃષ્ટિને વિસ્તારવાનું કારણ બની. જેથી હું જેમાં કામ કરતો હતો તે કોલસાની ખાણથી આગળનું હું જોઈ શક્યો. તે વિચારે

અમને કોલસાના ખાણીયાઓને જ્યાં રાખવામાં આવ્યા હતા તે ગામની સીમાની બહાર, બીજા ગામ તરફ નજર કરવાનું શરૂ કરાવ્યું જ્યાં શાળા હતી. પરંતુ, સૌથી અગત્યનું એ હતું કે તેણે અમારા મનમાં એક બીજ વાવ્યું જેણે મૂળિયાં પકડ્યાં અને વિકસવાનું શરૂ કર્યું; એવું બીજ જેને અમે લણ્યું એ બાવીસ વર્ષ પહેલાંની તે યાદગાર રાત્રીથી હજારો કિસ્સાઓમાં અમે અન્યોનાં મગજમાં તેનું રૂપાંતર કર્યું છે.

આ અગ્રલેખ, તથા તમારા હાથમાં છે તે સામયિકને સીધા તે બે મિનિટથી વાતચીત સુધી લઈ જઈ શકાય જે દરમિયાન મેં દીર્ઘદષ્ટિની શક્તિની પ્રથમ છાપ મેળવી.

જો તમારા ભાગે આવેલ જીવન અસંતોષકારક છે, અને એમાં શંકા નથી કે તેમ છે જ, તો આ અગ્રલેખ વાંચવામાં તમે જે સમય આપ્યો છે તેને માટે તમને સારું વળતર મળશે, જો તમે સામનો કરવા વિશે સાચા હશો તો જે તમારી દીર્ઘદષ્ટિ દર્શાવશે તેવું બીજું વધું મોટું વર્તુળ દોરશો ! એ વર્તુળમાં તમે અત્યાર સુધી દોરેલ કોઈ પણ વર્તુળ કરતાં વધારે પ્રદેશનો સમાવેશ થવા દો. તેને તમે જીવનમાં જે સ્થાન અથવા પડાવ ઈચ્છો છો તેને આવરી લેવા દો. યાદ રાખો કે સિદ્ધિઓની તમારી શક્યતાઓ ચૂસ્તપણે એ સરહદ રેખા સુધી મર્યાદિત છે જેને તમારી દષ્ટિની રેખા કહી શકાય.

જ્યારે એક આધુનિક ઔદ્યોગિક કારખાનું તેનાં હાઉસીંગ ક્વાર્ટર્સ કરતાં વધી જાય છે ત્યારે, મેનેજમેન્ટ જો પ્રગતિશીલ અને નક્કર હોય તો, તરત જ વધારે જગ્યા શોધે છે અને કારખાનાંને વિકસાવે છે.

જો તમે જીવનમાં પોતાને અનિચ્છનીય પડાવ પર જુઓ છો તેમાંથી બહાર આવવું છે તો તમારા અંગત પ્રયાસોની બાબતમાં તમારે પણ આમ જ કરવું જોઈએ.

તમારા ભાગે આવેલ જીવન વિશે અસંતુષ્ટતા અનુભવવી તે સામાન્ય, તંદુરસ્ત નિશાની છે; પરંતુ તમારી દષ્ટિને વિસ્તારવાનો કોઈ પ્રયત્ન કર્યા વગર અથવા તમારી જાતને વધુ મોટાં ક્ષેત્રમાં બદલવાના માર્ગો અથવા રીતોનું આયોજન ન કરવું તે અપ્રાકૃતિક છે અને મગજની નાદુરસ્ત સ્થિતિ તરફ ઈશારો કરે છે.

આ સામયિકનાં મુખ્ય ધ્યેય પૈકીનું એક છે તેના વાચકો માટે એક વધુ મોટી, વિસ્તૃત અને વધુ પ્રગતિશીલ રીતોએ વિચારતા થવાનું કારણ બનવું ! અમે તમને *તમારી જાત* માટે કંઈક કરવામાં મદદ કરી શકીએ તે સિવાય એવું

કંઈ જ નથી જે અમે તમારા લાભ માટે કરી શકીએ !

કોઈક શાંત સ્થળે ચાલ્યા જાવ !

થોડી મિનિટો બેસો અને તમારી જાતની તપાસ કરો. તમે એક વર્ષ પહેલાં જેવા હતા તેના કરતાં તમારી પાસેથી વધુની અપેક્ષા રાખીને તમે વધારે જ્ઞાન મેળવો છો કે નહીં, વધુ આત્મવિશ્વાસ વિકસાવો છો કે નહીં, તમારી દૃષ્ટિનું વર્તુળ વિસ્તૃત કરો છો કે નહીં, પોતાને માટે વધુ ભારે કામ નક્કી કરો છો કે નહીં તે શોધી કાઢો. જો તેમ નથી કરતા તો ચેતવણી છે.

નિષ્ફળતા આશીર્વાદરૂપ છે તેનું એક કારણ એ છે કે તે ઘણી વાર આપણે માટે અટકવા, જોવા તથા *સમજવા*નું કારણ બને છે ! તે ઘણી વાર આપણે ક્યારેય જે નબળાઈ ધરાવતા હોવા વિશે શંકા પણ ન કરી હોય તેવી કોઈક નબળાઈ કે ત્રૃટિ શોધવાનું કારણ બને છે.

આ લેખક તેણે પાછલાં બાવીસ વર્ષમાં કરેલી ભૂલો અને ઘણાં કાર્યોમાં તેની નિષ્ફળતાઓ માટે ખાસ આભારી છે, જે જો સફળ થઈ ગઈ હોત તો તેના પ્રયાસોને એવાં કામ તરફ લઈ ગઈ હોત જે તે અત્યારે જે કામ કરે છે તેના કરતાં તેના પછીની પેઢીઓ માટે ઓછું નફાકારક હોત.

અમારી ઘણી ભૂલોએ અન્યો માટે હંગામી મુસીબતનું કામ કર્યું, અને તે બધીએ અમારા પર *તાત્કાલિક* મુસીબતનું કામ કર્યું, પરંતુ આ ભૂલો તથા નિષ્ફળતાઓ નફાકારક હતી, કારણ કે તે બધી જ અમારામાં અગાઉ હતી તેના કરતાં વધુ વિસ્તૃત દૃષ્ટિ સાથે અમારા માટે નિષ્ફળતાના કચરામાંથી ઉપર ચડવાનું કારણ બની.

આગ સામાન્ય રીતે વિનાશક છે, પરંતુ એ જાણીતી હકીકત છે કે ઘણાં શહેરોને તેનો પ્રથમ સાચો વિકાસ આપવા માટે પ્રથમ વર્ગની આગની જરૂર પડે છે. આગ આવે છે અને જૂનાં ખખડધજ મકાનોને બાળી નાખે છે. આ ઘણા માટે મુસીબત બને છે; ઘણા પાસે વીમો નથી હોતો તો કેટલાક પાસે હોવો જોઈએ તેનાં કરતાં ઓછો વીમો હોય છે, પરંતુ, સમગ્રતયા, આગ એક વરદાન છે, કારણ કે માલિકો જૂનાં મકાનોને સ્થાને નવાં તથા વધુ કલાકારીગરીવાળાં મકાનો મૂકે છે, જે શહેરનાં દેખાવમાં તથા મિલ્કતનાં મુલ્યમાં વધારો કરે છે.

ઘણા માણસોને નિષ્ફળતાની એક પ્રકારની "આગ"ની પ્રતિક્રિયારૂપ અસરની જરૂર પડે છે જે તેને અટકાવનાર જૂના, ખખડી ગયેલા, અપર્યાપ્ત આયોજનોને ઢસડી જાય છે, અને તેને તેની દૃષ્ટિ વિકસાવવાની તથા નવાં, વધુ

પ્રગતિકારક તથા કલાત્મક આયોજનો ઘડવાની તક આપે છે, જે વધુ વિસ્તૃત અવસર આપે.

થોડા સમય પહેલાં આ લેખક તેની ટેક્ષાસના ડલાસની ઑફિસમાં બેઠો હતો. તેણે હૉલ તરફ જોયું અને એક સોહામણા યુવાનને તેના હાથમાં સેલ્સમેનનો પોર્ટફોલીયો લઈને મારા તરફ આવતો જોયો. તેને માહિતીનાં ટેબલ પર અટકાવવામાં આવ્યો પરંતુ લેખકે ત્યાં બેઠેલા છોકરાને તેને અંદર આવવા દેવા કહ્યું.

જ્યારે તે ઑફિસની અંદર ગોઠવાયો ત્યારે મેં તેને કહ્યું : "તું શું વાંચે છે તે મને ખબર નથી, અને તે જે કાંઈ પણ હોય, કદાચ હું તેનો ખરીદનાર નથી, પરંતુ તારા વિશે એક વાત છે જે મુલ્યવાન છે; તારી પાસે આહ્લાદક વ્યક્તિત્વ છે."

યુવાને મારો આભાર માન્યો, પછી મને જાણ કરી કે તે ડલાસ ઈલેક્ટ્રિક લાઇટ કંપની માટે ઈલેક્ટ્રિક ફૂટવાર્મર્સ વેચતો હતો. મેં તેને કહ્યું કે મને ફૂટવાર્મર્સની જરૂર ન હતી કારણ કે મને ક્યારેક જ "કોલ્ડ ફીટ"ની તકલીફ થતી હતી, પરંતુ મેં તેને સૂચન કર્યું કે તેણે એવું કંઈક વેચવું જોઈએ જે તેને દરેક વેચાણ પર વધુ નફો આપે. મેં તેને સૂચવ્યું કે તેના જેવાં વ્યક્તિત્વ સાથે અને તે જે આત્મવિશ્વાસ ધરાવતો હતો તેની સાથે, તે જે કાંઈ માટે પ્રયત્ન કરે તે બધું વેચી શકવો જોઈએ.

આ યુવાન પાંચ મિનિટ કરતાં વધુ સમય મારી ઑફિસમાં રહ્યો ન હતો, પરંતુ એ પાંચ મિનિટમાં એવું કંઈક બન્યું જે તેનાં આખાં જીવનમાં તેને માટે બહુ શક્તિશાળી તફાવત ઊભો કરી શકે. તેણે પ્રશંસા માટે મારો આભાર માન્યો અને ચાલ્યો ગયો.

લગભગ ત્રણ મહિના પછી ડલાસ ઈલેક્ટ્રિક લાઇટ કંપનીનાં ઈલેક્ટ્રિક સર્વિસ વિભાગનો મૅનેજર મને મળવા આવ્યો. તેણે મને જાણ કરી કે તેણે તેનો શ્રેષ્ઠ માણસ ગુમાવ્યો તેનું કારણ હું હતો, અને જ્યારે મેં પૂછ્યું કે તેવું કેવી રીતે બન્યું, તો તેણે કહ્યું કે જે યુવાનની હું વાત કરું છું તેનું નામ બ્રાઉન છે, તે તે જ દિવસે ઑફિસમાં પાછો આવ્યો, તેની સેલ્સ કીટ મૂકી દીધી, બહાર ગયો અને એવી નોકરી શોધી કાઢી જે તેને ઘણા વધારે પૈસા આપતી હતી, અને તે નવી નોકરીમાં તે ઘણું સારું કામ કરતો હતો.

મેં મારા મુલાકાતીને કહ્યું કે તેણે સારો માણસ મારે કારણે ગુમાવ્યો તે માટે

માફી માગું છું, પરંતુ મને ગર્વ હતો કે મિ.બ્રાઉન "દીર્ઘદૃષ્ટિ"નું મુલ્ય શીખ્યો હતો.

ડલાસના મિ.સ્ટુઅર્ટ ઓસ્ટીન વાયર તે સમયે મારી ઑફિસમાં બેઠા હતા અને વાતો સાંભળી. મારા મુલાકાતીના ગયા પછી તે મારી તરફ ફર્યા અને પૂછ્યું :

"તમે બ્રાઉનના હાથમાં કેવા પ્રકારનું ઇન્જેક્શન માર્યું ?"

અને મેં જવાબ આપ્યો : "એવા પ્રકારનું ઇન્જેક્શન હતું જે આ દુનિયામાં એ બધા માણસોના હાથમાં મારવાની મને તક મળે તેમ હું ઇચ્છું છું, જેના ભાગમાં આવેલ જીવન દુર્ભાગી છે અને જે એવાં કામ સાથે બંધાયેલો છે જે આનંદહીન તથા બિનનફાકારક બંને છે."

JAICO PUBLISHING HOUSE

Elevate Your Life. Transform Your World.

જયકો પ્રકાશન ગૃહની સ્થાપના ૧૯૪૬માં થઈ હતી. આ સંસ્થા સાથે વિશ્વના સર્વોત્કૃષ્ટ લેખકો જોડાયેલા રહ્યા છે, જેમાં મુખ્યત્વે – શ્રી શ્રી પરમહંસ યોગાનંદ, ઓશો, દલાઈ લામા, શ્રી શ્રી રવિશંકર, સદ્‌ગુરુ, રોબિન શર્મા, દીપક ચોપરા, જૅક કેનફિલ્ડ, એકનાથ ઈશ્વરન, દેવદત્ત પટ્ટનાયક, ખુશવંતસિંહ, જહોન મૅક્સવેલ, બ્રાયન ટ્રેસી તથા સ્ટીફન હૉકિંગ વગેરેનો સમાવેશ થાય છે.

અમારા સ્થાપક સ્વ. શ્રી જમન શાહે જયકોની સ્થાપના એક પુસ્તક વિતરણ કંપની તરીકે કરી હતી. દેશ સ્વતંત્ર થવાનો છે એ ખ્યાલ આવતાં તેમણે કંપનીનું નામ યોગ્ય રીતે જ જયકો (જય અર્થાત્ વિજય) રાખ્યું હતું. એક વિકાસશીલ દેશમાં પોષાય એવી કિંમતનાં પુસ્તકોની માંગને પહોંચી વળવા શ્રી શાહે જયકોનું પોતાનું પ્રકાશન શરૂ કર્યું હતું. ભારતમાં અંગ્રેજી ભાષામાં પેપરબૅક પુસ્તકોનું પ્રકાશન કરનાર જયકો સૌપ્રથમ પ્રકાશન ગૃહ હતું.

સ્વ-વિકાસ, ધર્મ અને અધ્યાત્મ, મન / શરીર / આત્મા, તથા બિઝનેસ જેવા વિષયનાં પુસ્તકો અમારી નોન-ફિક્શન શ્રેણીમાં મુખ્ય સ્થાન ધરાવે છે, તો સાથે અમે પ્રવાસ, વર્તમાન પ્રવાહો, જીવનકથા તેમજ સામાન્ય વિજ્ઞાનનાં પુસ્તકો પણ પ્રકાશિત કરીએ છીએ. હવે અમે વાર્તા-નવલકથાના વિષય ઉપર પણ ધ્યાન કેન્દ્રિત કર્યું છે અને તેમાં રાષ્ટ્રીય તેમજ આંતરરાષ્ટ્રીય યુવા લેખકોનાં નવાં પુસ્તકો પ્રકાશિત થઈ રહ્યાં છે. જયકો દ્વારા તાજેતરમાં સ્થાપવામાં આવેલા અનુવાદ વિભાગ હેઠળ પસંદગીનાં અંગ્રેજી પુસ્તકોના નવ ભાષામાં અનુવાદ પ્રકાશિત થાય છે.

જયકો પોતાનાં પુસ્તકોનુ વિતરણ કરે છે. જયકોનું મુખ્ય મથક મુંબઈમાં છે, તે ઉપરાંત અમદાવાદ, બૅંગલુરુ, ચેન્નઇ, દિલ્હી, હૈદરાબાદ તેમજ કૉલકાતામાં પણ અમારી શાખાઓ આવેલી છે.

SINCE 1946